மயிலை சீனி வேங்கடசாமி (1900-1980)

சிறந்த தமிழ் அறிஞர், வரலாற்று ஆய்வாளரான மயிலை சீனி.வேங்கடசாமி சென்னை மயிலாப்பூரில் பிறந்தவர். அவரது தந்தை ஒரு சித்த மருத்துவர். இரண்டாவது அண்ணன் சீனி. கோவிந்தராஜன் ஒரு தமிழறிஞர். *திருக்குறள் காமத்துப்பால் நாட்கள், திருமயிலை நான்மணி மாலை* ஆகிய படைப்புகளை எழுதியவர். வேங்கடசாமி கோவிந்தராஜனிடம் தமிழ் பயின்றார். பின் மகாவித்வான் சண்முகம் பிள்ளை, பண்டித சற்குணர் ஆகியோரிடம் தமிழ் படித்தார்.

நீதிக்கட்சி நடத்திய திராவிடன் இதழின் ஆசிரியர் குழுவில் பணிக்குச் சேர்ந்தார். ஓவியக்கலையில் கொண்ட ஆர்வத்தால் சில காலம் எழும்பூர் ஓவியப் பள்ளியில் படித்தார். குடும்பப் பொருளாதாரச் சூழல் காரணமாக ஆசிரியர் பயிற்சி பெற்று சாந்தோம் மாநகராட்சிப் பள்ளியில் ஆசிரியராகப் பணிக்குச் சேர்ந்தார்.

குடியரசு, ஊழியன், செந்தமிழ், ஆனந்தபோதினி, ஈழகேசரி உள்ளிட்ட இதழ்களில் 200-க்கும் மேற்பட்ட ஆய்வுக் கட்டுரைகளை எழுதினார். *கிறித்தவமும் தமிழும், மகேந்திரவர்மன், கவுதம புத்தர், புத்தர் ஜாதகக் கதைகள், சமயங்கள் வளர்த்த தமிழ்* உள்ளிட்ட பல நூல்களைப் படைத்துள்ளார்.

படைப்பாளி, வரலாற்று அறிஞர், சொல்லாய்வு நிபுணர், கல்வெட்டு, சாசனம், தொல்லியல் களங்களில் முத்திரை பதித்தவர், பன்மொழிப் புலவர், சமூகவியல் அறிஞர் எனப் பல்வேறு பரிமாணங்கள் கொண்ட மயிலை சீனி.வேங்கடசாமி 80வது வயதில் மறைந்தார்.

களப்பிரர் ஆட்சியில் தமிழகம்

ஆராய்ச்சி அறிஞர்

மயிலை சீனி. வேங்கடசாமி

எதிர்
வெளியீடு

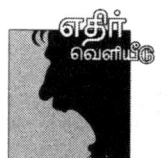

களப்பிரர் ஆட்சியில் தமிழகம்
மயிலை சீனி. வேங்கடசாமி

முதல் பதிப்பு: மக்கள் வெளியீடு 1976
எதிர் வெளியீடு முதல் பதிப்பு: ஜூன் 2024

எதிர் வெளியீடு,
96, நியூ ஸ்கீம் ரோடு, பொள்ளாச்சி – 642 002
தொலைபேசி: 04259 226012, 99425 11302

விலை: ரூ. 200

KalaPirar Aatchiyil ThamiLagam
Mayilai Seeni. Venkadasamy

Ethir Veliyeedu First Edition: June 2024

Published by
Ethir Veliyeedu, 96, New Scheme Road, Pollachi – 2
email: ethirveliyedu@gmail.com
www.ethirveliyeedu.com

ISBN: 978-81-19576-17-3
Cover Design: Lark Bhaskaran
Printed at Jothy Enterprises, Chennai.

All rights reserved. No part of this book may be reprinted or reproduced or utilised in any form or by any electronic, mechanical or other means, now known or hereafter invented, including Photocopying and recording, or in any information storage or retrieval system, without permission in writing from the Publisher.

முகவுரை

தமிழ்நாட்டின் வரலாறு முழுமையாகவும் தெளிவாகவும் சரியாகவும் இன்னும் எழுதப்படாமலிருப்பது தமிழரின் பெருங் குறையாகும், தமிழகத்தின் மிக நீண்ட வரலாற்றில் களப்பிரர் ஆட்சிக்காலம் முக்கியமானது. (களப்பிரர் ஆட்சிக் காலம் தமிழ்நாட்டு வரலாற்றில் ‘இருண்ட காலம்’ ஆக இருந்து வந்தது. ஒரு காலத்தில் களப்பிரர் தமிழகத்தை அரசாண்டார்கள் என்னும் வரலாற்றுச் செய்தியே நெடுங்காலமாக மறைந்து கிடந்தது. வேள்விக்குடிச் செப்பேடு கிடைத்து, இது வெளியிடப்பட்ட பிறகுதான் களப்பிரர் என்னும் அரசர் இருந்தனர் என்றும் அவர்கள் தமிழகத்தை அரசாண்டனர் என்றும் தெரியவந்தது. அதற்கு முன் அப்படி ஒரு அரசர் பரம்பரை இருந்தது என்பதை அறியாமலே இருந்தோம்.)

1920ஆம் ஆண்டுக்குப் பிறகு வேள்விக்குடிச் செப்பேட்டு வாசகம் வெளிவந்த பிறகு 55-ஆண்டுகளாகத்தான் களப்பிரரைப் பற்றிக் கொஞ்சங்கொஞ்சமாக அறிந்துவருகிறோம். ஐம்பத்தைந்து ஆண்டுகளாகியும் இன்னும் அவர்களைப் பற்றிய முழு வரலாறு தெரியாமலிருக்கிறது. அறிஞர்கள் களப்பிரரைப் பற்றிச் சில கட்டுரைகள் எழுதினார்கள். சில வரலாற்றுப் பேராசிரியர்கள் தங்களுடைய வரலாற்று நூல்களில் களப்பிரரின் ‘இருண்ட காலத்தை’ ஒரே வரியில் குறிப்பிட்டுள்ளனர். அவ்வளவுதான்.

களப்பிரர் வரலாறு எழுதப்படாததன் காரணம், அவர்கள் காலத்துக் கல்வெட்டுச் சாசனங்களோ, செப்பேட்டுச் சாசனங்களோ, அவர்கள் காலத்துக் காசுகளோ வேறு, பழம்பொருள் சான்றுகளே கிடைக்காததுதான். இந்த நிலையில் அவர்களைப் பற்றி அறியக்கூடிய ஒரே சான்று அக்காலத்துச் சமய, இலக்கிய நூல்களேயாகும்.

இந்தச் சான்றுகளை இதுவரையில் யாரும் அதிகமாகக் கையாளவில்லை. பெரிய புராணமும் யாப்பருங்கல உரை மேற்கோள் செய்யுட்களும் ஓரளவு பயன்படுத்தப்பட்டன. இதுவரை வெளிவந்த களப்பிரைப் பற்றிய கட்டுரைகளும் அவர்கள் வரலாற்றை ஓரளவே தெரிவிக்கின்றன.

அக்காலத்தில் இருந்த (சைவ, வைணவ, பௌத்த, சமண) சமயங்களின் வரலாறு, சமய நூல்களின் (பதினோராம் திருமுறை) வரலாறு, செய்யுள் இலக்கண (யாப்பருங்கலம்) வரலாறு ஆகிய வற்றைப் பற்றி ஆராய்ந்தபோது களப்பிரர் ஆட்சிக் காலத்தைப் பற்றிச் சில செய்திகள் புதிதாகப் புலனாயின, ஆகவே இந்நூலை எழுதினேன். களப்பிரர் காலத்தில் நடந்த பல நிகழ்ச்சிகள் இந்த நூலில் இடம்பெற்றுள்ளன என்பதை இந்நூலைப் படிப்பவர் அறிந்துகொள்ளலாம்,

களப்பிரரின் 'இருண்டகாலம்' இந்த நூலினால் 'விடியற் காலம்' ஆகிறது. மேலும் புதைபொருள் சான்றுகள், பழங்காலச் சான்றுகள் கிடைக்குமானால் களப்பிரர் வரலாற்றில் பகற்காலத்தைக் காணக்கூடும்.

வாழ்க்கையில் ஏற்பட்ட மனக்கவலையும் துன்பமும் நோயும் தொடர்ந்து வருத்துகிற காலத்தில் இந்நூலை எழுதினேன்.

இந் நூல் வெளிவர முழு முயற்சிகள் எடுத்துக்கொண்ட சென்னைப் பல்கலைக்கழகத் தொல்பொருள்துறை ஆய்வு மாணவர் திரு. ர. ராமசாமி அவர்களுக்கு என் நன்றி உரியதாகும்.

இந்த நூலை அச்சிட்டு வெளியிடும் **மக்கள் வெளியீடு** நிறுவனத்தைச் சேர்ந்த **திரு மே.து. ராசுகுமார்** அவர்களுக்கு என்னுடைய நன்றியைத் தெரிவிக்கக் கடமைப்பட்டுள்ளேன்.

மயிலாப்பூர்   மயிலை சீனி வேங்கடசாமி
சென்னை - 4   *20-10-1975*

உள்ளுறை

களப்பிரர் ஆட்சியில் தமிழகம்	
தோற்றுவாய்	09
களப்பிரர் யார்?	12
களப்பிரர் எப்போது வந்தனர்?	16
சில களப்பிர அரசர்கள்	19
களப்பிரர் காலத்து இரேணாட்டுச் சோழர்	28
களப்பிரர் காலத்து இலங்கை அரசர்	38
இலங்கையில் பாண்டியர் ஆட்சி	46
களப்பிரர் காலத்து இருக்குவேள் அரசர்	60
களப்பிரரின் வீழ்ச்சி	65
களப்பிரர் ஆட்சியில் சமயங்கள்	
களப்பிரரும் பிராமணரும்	71
ஜைன சமய வளர்ச்சி	73
பௌத்த சமய வளர்ச்சி	76
வைணவ சமயம்	87
சைவ சமயம்	88
பக்தி இயக்கம்	89
களப்பிரர் காலத்தில் தமிழ் மொழி	92
களப்பிரர் காலத்தில் நுண்கலைகள்	125
இணைப்புகள்	
1. களப்பிரர் பற்றிய வாழ்த்துப் பாக்கள்	131
2. வச்சிரநந்தியின் திரமிள சங்கம்	139
3. இறையனார் அகப்பொருள்-வரலாற்று ஆய்வு	153
4. நக்கீரர் காலம்	169
நூலடைவு	173
பொருளடைவு	176

களப்பிரர் காலத் தமிழகம்

(கி.பி. 3-5)

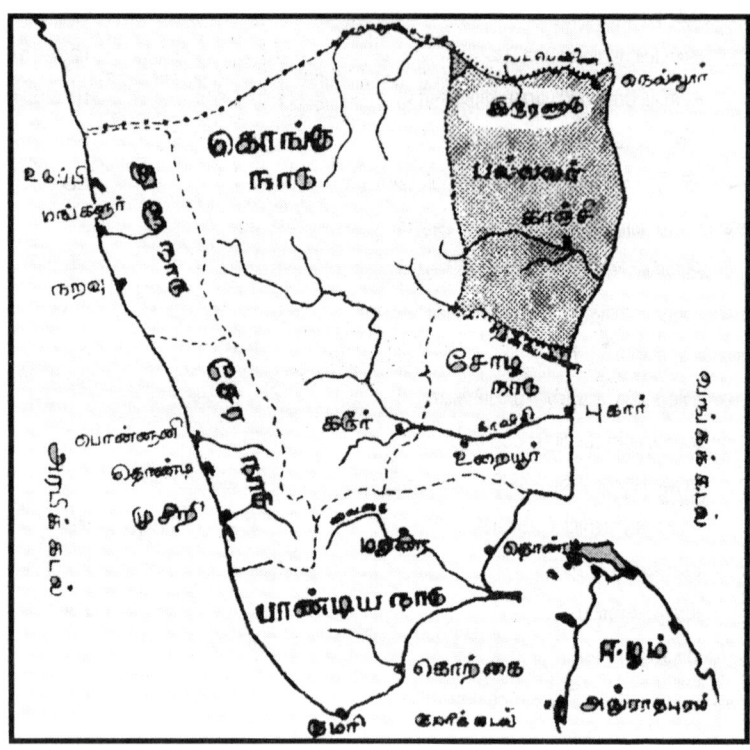

களப்பிரர் ஆட்சியின் கீழ் அடங்கியிருந்த நாடுகள்:

சேர நாடு, சோழ நாடு, பாண்டிய நாடு, துளு நாடு, கொங்கு நாடு,

இரேணாடு, ஈழ நாடு

தனித்திருந்த நாடு: பல்லவ நாடு

களப்பிரர் ஆட்சியில் தமிழகம்

தோற்றுவாய்

கடைச்சங்க காலத்துக்குப் பிறகு தமிழகத்தின் அரசியல் நிலைமை இன்னதென்று தெரியாமல் சரித்திரத்தில் 'இருண்டகால'மாக இருந்தது, கடைச் சங்க காலத்தின் முடிவு ஏறத்தாழ கி.பி. 250 என்று கருதப்படுகிறது. கடைச் சங்க காலத்தின் இறுதியில் இருந்த சேர சோழ பாண்டிய மன்னர்களின் பெயர்கள் சங்கச் செய்யுட்களிலிருந்து கிடைக்கின்றன. சங்க நூல்களில் காணப்படுகிற கடைசி சேர அரசன் பெயர் கோக்கோதைமார்பன் என்பது. இவனைக் கோதை என்றும் கூறுவர். கோக்கோதை மார்பன் சேரன் செங்குட்டுவனுடைய மகன். இவன் சிறுவனாக இருந்தபோது இவனுக்குக் குட்டுவன்சேரல் என்று பெயர் இருந்தது. தன் மேல் பதிற்றுப்பத்து ஐந்தாம் பத்துப் பாடிய பரணருக்குச் செங்குட்டுவன் உம்பர்காடு என்னும் நாட்டின் வருவாயையும் தன்னுடைய மகன் குட்டுவன் சேரலையும் பரிசாகக் கொடுத்தான்.[1]

புலவராகிய பரணருக்குச் செங்குட்டுவன் தன்னுடைய மகனான குட்டுவன் சேரலைப் பரிசாகக் கொடுத்தான் என்பதன் பொருள், புலவரிடத்தில் கல்வி கற்பதற்கு மாணாக்கனாகக் கொடுத்தான் என்பதாகும். இளமையில் குட்டுவன் சேரல் என்று பெயர் பெற்றிருந்த இவன் முடிசூடின பிறகு கோக்கோதை மார்பன் என்று பெயர் பெற்றான் என்று அறிகிறோம்.

கடைச்சங்க காலத்தில் கொங்கு நாட்டைச் சேர அரசர்களின் இளைய வழியினரான பொறையர் அரசாண்டார்கள். கொங்கு நாட்டையரசாண்ட கடைசிப் பொறையன் **கணைக்கால் இரும்பொறை**. இவன் கோக்

---

1. பதிற்றுப் பத்து, ஐந்தாம் பத்துப் பதிகத்தின் அடிக்குறிப்பு

கோதை மார்பனுடைய தாயாதி உறவினன் இருவரும் சமகாலத்தில் இருந்தவர்கள். கணைக்காலிரும் பொறை, சோழன் செங்கணானோடு போர் செய்து தோற்றுப் போரில் பிடிக்கப்பட்டுச் சிறை வைக்கப்பட்டான். பிறகு சிறையிலிருந்து விடுவிக்கப்பட்டு மீண்டும் கொங்கு நாட்டையரசாண்டான். அதாவது சோழன் செங்கணானுக்குக் கீழடங்கி கணைக்காலிரும்பொறை அரசாண்டான். ஆகவே சோழன் செங்கணானும் சேரமான் கோக்கோதை மார்பனும் கணைக்கால் இரும்பொறையும் சமகாலத்தவர் என்று தெரிகின்றனர்.

கடைச்சங்க காலத்தின் இறுதியில் பாண்டிய நாட்டையர சாண்டவன் நெடுஞ்செழியன். இந்த நெடுஞ்செழியன், கோவலன் கண்ணகி காலத்திலிருந்த நெடுஞ்செழியன் அல்லன் அவனுக்குப் பிறகு இருந்த நெடுஞ்செழியன். இவனைத் **தலையாலங்கானத்துச் செருவென்ற நெடுஞ்செழியன்** என்று வரலாறு கூறுகிறது. இந்த நெடுஞ்செழியன், சேரநாட்டுக் கடற்கரையோரத்தில் பேரியாற்றின் புகுமுகத்தில் இருந்த முசிறிப் பட்டினத்தை முற்றுகை செய்து அங்கிருந்த ஒரு தெய்வத் திருமேனியை எடுத்துக்கொண்டு மதுரைக்குப் போனான்.[2] இவனுடைய சமகாலத்திலிருந்த சேர அரசன் மேற்சொன்ன கோக்கோதை மார்பனே.

கோக்கோதை மார்பன், கணைக்கால் இரும்பொறை, சோழன் செங்கணான், தலையாலங்கானத்துச் செருவென்ற நெடுஞ்செழியன் ஆகிய இவர்கள் கடைச் சங்ககாலத்தின் இறுதியில் சமகாலத்தில் இருந்த அரசர்கள். இவர்களுக்குப் பிறகு இவர்களுடைய மக்கள் அல்லது உறவினர் சேர, கொங்கு, சோழ, பாண்டிய நாடுகளை அரசாண்டார்கள். இவர்களுடைய பெயர் தெரியவில்லை. இவர்கள் காலத்தில் அயல் நாட்டவர் வந்து இவர்களை வென்று தமிழகத்தைக் கைப்பற்றியரசாண்டார்கள். அவர்கள் **களப்பிரர்** என்று கூறப்பட்டார்கள். களப்பிரர் தமிழகத்தைக் கைப்பற்றியரசாண்ட வரலாறு மறைத்து போய் நெடுங்காலமாகப் பல நூற்றாண்டு வரையில் தெரியாமல் இருந்தது. கி.பி. 20ஆம் நூற்றாண்டு வரையில்

---

2. அகநானூறு, 57; 14-16; 149; 11-14

மறைந்துபோயிருந்த களப்பிர அரசரைப் பற்றின வரலாற்றுச் செய்தி, பாண்டியருடைய செப்பேடுகள் கிடைத்த பிறகு அவைகளிலிருந்து தெரியவந்தன. திரு. கே.ஜி.சங்கரன் அவர்கள், வட்டெழுத்தில் எழுதப்பட்ட வேள்விக்குடிச் செப்பேட்டை இக்காலத் தமிழ் எழுத்தில் **செந்தமிழ்த்** திங்களிதழில் வெளியிட்டார்.[3] அதன் பிறகு இந்திய சாசன இலாகா 1923ஆம் ஆண்டில் **எபிகிறாபியா இந்திகா** என்னும் ஆங்கில வெளியீட்டில் வேள்விக்குடிச் சாசனத்தை ஆங்கில (இலத்தீன்) எழுத்தில் வெளியிட்டது.[4] சில ஆண்டுகளுக்குப் பிறகு தளவாய்புரச் சாசனம் கிடைத்ததும் இந்தச் செப்பேடுகளிலிருந்து களப்பிர அரசர்களைப் பற்றி அறிகிறோம்.[5]

வேள்விக்குடிச் செப்பேடு வெளியான பிறகுதான் களப்பிரரைப் பற்றின செய்தி தெரியவந்தது. அதன் பிறகு களப்பிரரைப் பற்றிப் பல அறிஞர்கள் எழுதத் தொடங்கினார்கள். ஆனால் களப்பிரரைப் பற்றின முழுவரலாறு இன்றுங் கிடைக்கவில்லை.

களப்பிரர் வேறு, களம்பாளர் (களப்பாழர்) வேறு என்று சில வரலாற்று அறிஞர்கள் கருதினார்கள். சிலர் இருவரும் ஒருவரே என்று கருதினார்கள். திரு. கே. ஏ. நீலகண்ட சாஸ்திரியும் திரு.மு.இராகவையங்காரும், களப்பிரரும் களம்பாளரும் ஒருவரே என்று கருதினார்கள். திரு. டி.வி. சதாசிவ பண்டாரத்தார் அவர்கள் இருவரும் வெவ்வேறு இனத்தவர் என்று கருதினார். பண்டாரத்தார் இதுபற்றி இவ்வாறு எழுதினார்: "அன்றியும் தமிழ்நாட்டுக் குறுநில மன்னர் குடியினராகிய முத்தரையர் என்போர் களப்பிரரேயாவர் என்று சிலர் கூறுவது சிறிதும் ஏற்புடையதன்று. களப்பாள் என்ற சோணாட்டூரொன்றில், முற்காலத்தில் வாழ்ந்து கொண்டிருந்த அரசியல் தலைவன் ஒருவன் களப்பாளன் என்று சிறப்பித்து வழங்கப்பெற்றமையால், அவன் வழியினர் களப்பாளர் எனவும் களப்பாளராயர் எனவும் குடிப்பெயர் பெற்றுப்

3. செந்தமிழ், 20ஆம் தொகுதி, பக்கம் 205–216

4. Epigraphia Indica. Vol. XVII. 1923. pp. 291–309

5. பாண்டியர் செப்பேடுகள் பத்து, தமிழ் வரலாற்றுக் கழகம் வெளியீடு 1967.

பெருமையோடு வாழ்ந்து வருவாராயினர். எனவே தமிழராகிய களப்பாளரும் ஏதிலராகிய களப்பிரரும் ஒருவரேயாவரென்னும் முடிவு எவ்வாற்றானும் ஒத்துக்கொள்ளத் தக்கதன்று."[6]

தளவாய்புரச் செப்பேடு கிடைப்பதற்கு முன்பு திரு.சதாசிவ பண்டாரத்தார் அவர்கள் இவ்வாறு எழுதினார். அந்தச் செப்பேடு கிடைத்த பிறகு களப்பிரரும் களப்பாளரும் ஒருவரே என்பது தெரிந்துவிட்டது. வேள்விக்குடிச் செப்பேடு களப்பிரர் என்று கூறுவதைத் தளவாய்புரச் செப்பேடு களப்பாழர் (களப்பாளர்) என்று கூறுகிறது. "கடிராறு கவனலங்கல் களப்பாழர் குலங்களைந்தும்" என்றும் (வரி 99) "களப்பாழரைக் களைகட்ட மற்றிரண்டோள் மாக்கடுங்கோன் மானம் பேர்த்தருளிய கோன்" என்றும் தளவாய்புரச் செப்பேடு (வரி. 131-132) கூறுகிறது. எனவே களப்பிரரும் களப்பாளரும் ஒருவரே என்பது தெளிவாகத் தெரிகிறது. இனிக் களப்பிரரைப் பற்றித் தொடர்ந்து ஆராய்வோம்.

களப்பிரர் யார்?

களப்ரர், களப்பரர், களப்பிரர், களப்பாளர், களப்பாழர் என்றெல்லாம் கூறப்படுகிற இவர்களைக் **களப்பிரர்** என்று கூறுவோம். களப்பிரர் தமிழர் அல்லர். ஆனால், அவர்கள் ஆரியரோ என்றால் ஆரியரும் அல்லர். அவர்கள் வட இந்தியாவில் இருந்து தமிழ்நாட்டுக்கு வந்தவர் என்று திரு. சதாசிவ பண்டாரத்தார் கருதுகிறார். "...அன்னோர் (களப்பிரர்) பிராகிருதம், பாலி ஆகியவற்றைத் தமக்குரிய மொழிகளாகக்கொண்டு ஆதரித்துள்ளமையால் அம்மரபினர் தமிழர் அல்லர் என்பதும் வடபுலத்தினின்றும் போந்த ஏதிலர் ஆவர் என்பதும் நன்கு தெரியப்படும்," என்று அவர் எழுதுகிறார்.[7] களப்பிரர் சைன மதத்தையும் பௌத்த மதத்தையும் ஆதரித்தனர். இந்த மதங்களின்

6. பாண்டியர் வரலாறு, டி.வி. சதாசிவ பண்டாரத்தார் (பாண்டி நாட்டில் களப்பிரர் ஆட்சி என்னும் தலைப்பு காண்க.)

7. பாண்டியர் வரலாறு 1969, பக்.32.

'தெய்வ பாஷை' பிராகிருதம் (சூரசேனீயும் பாலி மொழியும்) ஆகையால், இயற்கையாகவே இந்தப் பிராகிருத மொழிகளுக்கு ஆக்கம் ஏற்பட்டது. ஆனால் அவர்களுடைய தாய்மொழி பிராகிருதம் அன்று கன்னட மொழியே. களப்பிரர் வட இந்தியாவிலிருந்து வந்தவர் அல்லர். அவர்கள் தமிழகத்துக்கு அண்மையில் இருந்த கன்னட வடுகர். எனவே அவர்கள் திராவிட இனத்தவரே.

களப்பிரரைப் பற்றி ஆராய்ந்த அறிஞர்கள் அவர்களைப் பற்றித் தங்கள் தங்கள் கருத்துகளை எழுதியுள்ளனர். பழந்தமிழகத்தின் வடக்கில் இருந்த வேங்கட நாட்டை அரசாண்ட சிற்றரசர் புல்லி என்று கூறப்படுகின்றனர். 'கள்வர் கோமான் புல்லி' என்று அவர் கூறப்படுகிறார்.[8] கள்வர் என்பதைக் களவர் என்றும் படிக்கலாம். பழைய ஏட்டுச் சுவடிகளில் புள்ளியிட வேண்டிய எழுத்துகளுக்குப் புள்ளி இடாமலே எழுதும் வழக்கம் இருந்தது. ஆகவே, இந்தச்சொல் களவர் என்பதா கள்வர் என்பதா என்பதை அறுதியிட்டுக் கூறமுடியவில்லை. இந்தச் சொல்லைக் களவர் என்று கொண்டு திரு. மு. இராகவையங்கார் களவர் என்பது களப்பிரரைக் குறிக்கிறது என்று எழுதினார்.[9] டாக்டர் எஸ். கிருஷ்ணசாமி அய்யங்காரும் இதே கருத்தைக் கூறியுள்ளார். வேங்கட நாட்டையாண்ட களவர் அல்லது கள்வர்தான் (புல்லி அரசர்) களப்பிரர் என்று இவர் கூறுகிறார்.[10] இந்த அறிஞர்கள் கூறுவது ஏற்கத் தக்கது அன்று. வேங்கட நாட்டிலிருந்த களவர் அல்லது கள்வர் என்பவர் தமிழர். களப்பிரரோ தமிழர் அல்லாத கன்னடர். மற்றும், சங்க காலத்து வேங்கட நாடு தொண்டை மண்டலத்தைச் சேர்ந்து தமிழகத்தின் பகுதியாக இருந்தது. ஆகவே தமிழராகிய கள்வர் (களவர்) வேறு. கன்னடராகிய களப்பிரராக இவர்கள் இருக்க முடியாது. கள்வர் (களவர்) வேறு, களப்பிரர் வேறு.

---

8. அகநானூறு 6:11 – 13

9. Journal of Indian History, Vol VIII.

10. pp. 223-33. The age of Imperial unity, Vol II, Bharatiya Vidya Bhavan 1951.

பல்லவ அரசர் ஆண்ட தொண்டைமண்டலம் தவிர, சோழ பாண்டிய சேரநாடுகளைக் கைப்பற்றியரசாண்ட களப்பிரர் கருநாட நாட்டுக் கன்னடர் என்பதில் ஐயமில்லை. பாண்டி நாட்டில் இருந்த மூர்த்திநாயனார் காலத்தில் பாண்டி நாட்டை யரசாண்ட மன்னன் கன்னட நாட்டு அரசன் என்று சேக்கிழார் கூறுகிறார். "கானக்கடி சூழ் வடுகக் கருநாடர் மன்னன்" என்று அவர் கூறுகிறார்.[11] 'வடுகக் கருநாடர் மன்னன்' என்பதன் பொருள் வடுக நாடாகிய கன்னட நாட்டைச் சேர்ந்த அரசன் என்பது. பிற்காலத்து நூலாகிய கல்லாடம் 'மதுரை வவ்விய கருநடர் வேந்தன்' என்று கூறுகிறது.[12] கன்னட நாட்டை அக்காலத்தில் ஒரே அரசன் ஆட்சி செய்யவில்லை. வெவ்வேறு பகுதிகளை வெவ்வேறு அரசர் ஆண்டனர். கருநாடர் மன்னன், கன்னட நாட்டில் எந்த ஊரை யரசாண்டவன் என்பதைப் பெரியபுராணமும் கல்லாடமும் கூறவில்லை. அவர்கள் கன்னட தேசத்தில் களபப்பு என்னும் நாட்டையாண்ட சிற்றரசர் என்பது கன்னட நாட்டுக் கல்வெட்டுகளிலிருந்தும் கன்னட நூலிலிருந்தும் தெரிகிறது. சந்திரகுப்த மௌரியன் (அசோகச் சக்கரவர்த்தியின் பாட்டன்) அரசாட்சியைத் துறந்து சைன சமயத்தைச் சார்ந்து பத்திரபாகு முனிவருடனும் அவரைச் சார்ந்த சமண சமயத் துறவிகளுடனும் தென்னாட்டுக்கு வந்து களபப்பு நாட்டில் உள்ள களபப்பு மலையில் தங்கினார்கள் என்று சமண சமய நூலாகிய 'வட்டாரா தனெ' என்னும் நூல் கூறுகிறது. அவர்கள் **கழ்பப்பு நாட்டுக்கு** வந்தார்கள் என்று இந்நூல் கூறுகிறது.[13] கழ்பப்பு என்பதும் களபப்பு என்பதும் ஒன்றே. கழ்பப்பு (களபப்பு) என்பதைச் சமஸ்கிருதத்தில் 'கடவப்ர' என்று கூறினார்கள். இப்போதைய சிரவண பௌகொள என்னும் பிரதேசமே பழங்காலத்தில் களபப்பு நாடு என்று பெயர் பெற்றிருந்தது.[14] களபப்பு நாட்டில் உள்ள சந்திரகிரி

---

11. திருத்தொண்டர் புராணம், மூர்த்திநாயனார் புராணம்: 11, 24.

12. கல்லாடம் செய்யுள் 56

13. வட்டார தனெ, பத்ராபஹூ பட்டாரா கதெ

14. பக்கம் 10; 78 கன்னட ஸாஸனகள ஸாம்ஸ்கிருதிக அத்யயன, கி.பி.450–1150 டாக்டர் எம். சிதானந்த மூர்த்தி 1966

மலையின் பழைய பெயர் களபப்புபெட்ட (பெட்ட - மலை) என்று கூறப்பட்டது.[15]

ஹொஸகோட்ட தாலுகாவில் கிடைத்துள்ள பழைய வீரகல் சாசனம் கன்னடமொழியில் பழைய கன்னட எழுத்தில் எழுதப்பட்டிருக்கிறது. இதில் களப்பிர இராச்சியம் கூறப்படுகிறது. இதன் வாசகம் இது: 'ஸ்வஸ்திஸ்ரீ மதுராளக் கள்வரதிருராஜ்யதல் மள்ளே கவுண்டரும் சாவா காவுண்டுரு துயீநாத பல்கனிளலுதுவ காமூண்ட ஸத்த எர்ரதயக் கர்ளனபூழ்திகம்.[16] இதனால், களபப்பு நாடு களவர இராச்சியம் என்பது மைசூர் தேசத்தில் இப்போது சிரவண பௌகொள என்று கூறப்படுகிற வட்டாரத்தைச் சேர்ந்திருந்தது என்பது தெரிகிறது. களவர் நாடு, களப்பிரர் நாடு என்னும் பெயர்கள் வேறு சாசனங்களிலும் கூறப்படுகின்றன.[17] திருத்தொண்டர் புராணம் கூறுகிற 'வடுகக் கருநாடர் மன்னன்' இந்தக் களபப்பு நாட்டைச் சேர்ந்தவன் என்று கருதலாம்.

கருநாடதேசத்தில் இருந்த களப்பிரரின் களபப்பு இராச்சியம் மைசூர் நாட்டைச் சேர்ந்த கோலார் (கோலாலபுரம்) வரையிலும் பரவியிருந்தது. கோலாலபுரத்திலுள்ள நந்திமலை களப்பிரரின் மலை என்று கூறப்படுகிறது.[18] பழைய தமிழ்ச் செய்யுட்கள், தமிழகத்தை யாண்ட களப்பிரரை நந்தி என்றும் நந்திமலையையுடையவர் என்றும் கூறுகின்றன: "நந்தி மால்வரைச் சிலம்பு நந்தி," "புகழ்துறை நிறைந்த பொருவேல் நந்தி."

கன்னட நாட்டுக் களபப்பு இராச்சியத்தை யாண்ட களப்பிரர் எப்பொழுதும் சுதந்தரராக இருக்கவில்லை. அவர்கள் கடம்பர், கங்கர் போன்ற வேறு அரசர்களுக்கு

15. பக். 13,14, கர்நாடக இதி ஹாஸ தர்ஸன (கன்னட தேசத்தின் வரலாறு) டாக்டர் எம். வி.கிருஷ்னராவ், எம் கேசவபட்ட, 1970.

16. Epi.Car. Val IX, Hoskote 13, p. 198.

17. Epi Car Vol X, Chintamani, 9.

18. Epi, Car, Vol X, Chickbalpur: 9

வெவ்வேறு காலத்தில் அடங்கியிருந்தனர் என்பது தெரிகிறது. கடம்ப அரசனான சாகுஸ்தன் (கி.பி. 425-450) களபோரருக்குப் (களப்பிரர்) பகைவன் என்று பேலூர்தாலுகாவில் ஹல்மிடி என்னும் ஊரிலுள்ள கல்வெட்டு எழுத்துக் கூறுகிறது.[19] களபப்பு நாட்டின் அரசனான திண்டிகன் என்பவன், மேலைக்கங்க அரசனான ஸ்ரீபுருஷனுடைய அனுமதி பெற்று ஒருதானத்தைக் கொடுத்தான் என்று ஒரு சாசனம் கூறுகிறது.[20] இதிலிருந்து களபப்பு அரசர் சில காலம் கங்க அரசருக்குக் கீழடங்கியிருந்தனர் என்பது தெரிகிறது.

மேற்கூறிய சான்றுகளினாலே கன்னட நாட்டவராகிய களப்பிர அரசர் அங்கு ஒரு பகுதியான களப்பிர நாட்டையரசாண்டனர் என்பது தெரிகிறது. அவர்கள் ஏறத்தாழ கி.பி.250இல் அல்லது அதற்குச் சற்றுப் பின்னர் தமிழகத்தைக் கைப்பற்றிச் சேர சோழ பாண்டிய நாட்டையரசாண்டனர் என்று கருதலாம்.

களப்பிரர் எப்போது வந்தனர்?

வடுகக் கருநாடராகிய களப்பிரர் தமிழகத்தைக் கி.பி. மூன்றாம் நூற்றாண்டில், ஏறத்தாழ கி.பி.250இல் அல்லது அதற்குச் சற்றுப் பின்னர் கைப்பற்றினார்கள் என்று கூறினோம். பேராசிரியர் நீலகண்ட சாஸ்திரி, தமிழ்நாட்டில் களப்பிரர் ஆட்சி ஏற்பட்டது கி.பி.275இல் என்று கூறுகிறார்.[21] கி.பி. மூன்றாம் நூற்றாண்டின் தொடக்கத்தில் களப்பிரர் ஆட்சி ஏற்பட்டிருக்க வேண்டும் என்று திரு சதாசிவபண்டாரத்தார் கூறுகிறார்.[22] திரு.எம். எஸ்.இராமசாமி அய்யங்கார், கி.பி.6ஆம் நூற்றாண்டில் களப்பிரர் தமிழ்நாட்டைக் கைப்பற்றி அரசாண்டார்கள் என்று கூறுகிறார். "சங்கம் (வச்சிரநந்தி கி.பி.470இல் நிறுவன திராவிட சங்கம்) கி.பி.5ஆம் நூற்றாண்டின்

19. Mysore Archaeological Report 1936 NO 16

20. Myscre Arch. Rep. 1927, No.118

21. p.550 A Comprehensive History of india vol II, Edited by K.A.Nilakanta Sastri 1956

22. பக், 32, பாண்டியர் வரலாறு, டி.வி. சதாசிவபண்டாரத்தார், 1996.

இறுதியில் அமைக்கப்பட்டது. கி.பி. 6ஆம் நூற்றாண்டு தொடங்கினபோது தமிழ்நாட்டின் அரசியல் விரைவாக மாறுதல் அடைந்தது. இந்தக் காலத்தில்தான் களப்பிரரின் படையெடுப்பும் அவர்கள் பாண்டி நாட்டைக் கைப்பற்றியதும் நிகழ்ந்தன" என்று அவர் எழுதுகிறார்.²³ இவர் கூறுவது ஏற்கத்தக்கது அன்று. களப்பிரர் தமிழகத்தை ஆட்சி செய்யத் தொடங்கிய பிறகுதான் வச்சிர நந்தியின் திராவிட சங்கம் ஏற்பட்டதே தவிர, வச்சிர நந்தியின் திராவிட சங்கம் ஏற்பட்ட பிறகு களப்பிரர் ஆட்சி ஏற்படவில்லை. ஆகவே, கி.பி.6ஆம் நூற்றாண்டில் களப்பிரர் ஆட்சி ஏற்பட்டது என்று இவர் கூறுவது தவறு. கி.பி. மூன்றாம் நூற்றாண்டின் இடைப் பகுதியில் களப்பிரர் ஆட்சி ஏற்பட்டது என்பதில் ஐயம் இல்லை. மேலும், இராமசாமி அய்யங்கார் இன்னொரு செய்தியையும் கூறுகிறார். "தமிழ்நாட்டில் ஜைன மதத்தை மேலும் உறுதியாக நிலைநாட்டுவதன் பொருட்டு ஜைனர் களப்பிரரைப் படையெடுத்து வருமாறு அழைத்தார்கள் என்று தோன்றுகிறது" என்று இவர் எழுதுகிறார்.²⁴ இவ்வாறு இவர் கூறுவதற்குச் சான்று இல்லை. கி.பி. இரண்டாம் நூற்றாண்டின் இறுதிக் காலத்திலும் மூன்றாம் நூற்றாண்டின் தொடக்கக் காலத்திலும் தமிழகத்தில் இருந்த அரசியல் சூழ்நிலை கன்னட நாட்டுக் களப்பிரர் தமிழகத்தின்மேல் படையெடுத்து வருவதற்கு ஏற்றதாக இருந்தது. கடைச் சங்ககாலத்தில் இருந்த தமிழரசர்களும் குறுநில மன்னர்களும் ஒருவர் மேல் ஒருவர் அடிக்கடி போர் செய்து கொண்டிருந்ததைச் சங்கச் செய்யுட்களிலிருந்து அறிகிறோம். காரணம் இல்லாமலே, தங்களுடைய போர் வல்லமையைக் காட்டுவதற்காகவே அரசர்கள் அக்காலத்தில் அடிக்கடி ஒருவர் மேல் ஒருவர் போர் செய்தனர். போர் செய்வது அவர்களின் வழக்கமாகவும் குறிக்கோளாகவும் இருந்தது. தமிழ்நாட்டு வேந்தர்களுக்குள்ளாகவே போர் செய்வதைப் பெருமையாகக் கருதினார்கள். போர் செய்வதை ஒரு கலையாகவே அமைத்துக்கொண்டனர், அரசர்களின்

---

23. pp. 52-53. Studies in South India Jainism, M.S.Ramasami Ayengar 1922.
24. Ibid, p.56.

போர்ச் செயல்களைப் புலவர்கள் புகழ்ந்து பாடினார்கள். போர் முறைகளில் பல முறைகளை வகுத்துக்கொண்டு அதற்குப் புறத்திணை என்றும் புறத்துறை என்றும் போர்க்கலையை வகுத்தனர். போர்த்துறைகளைக் கலையாகவே போற்றிவந்தனர். காரணம் இருந்தாலும் இல்லையானாலும் ஒவ்வொரு அரசனும் போர் செய்துதான் ஆகவேண்டும் என்னும் வழக்கம் ஏற்பட்டுவிட்டது. தம்முடைய போர் வெற்றிகளைப் புலவர் புகழ்ந்து பாடவேண்டும் என்னும் ஆசை அரசர்க்குள் ஏற்பட்டு விட்டது. போர்க்களத்துக்குப் போகாமல் அரசன் இறந்து விட்டால் அவனுடைய உடலைத் தருப்பைப் புல்லின் மேல் கிடத்தி வாளினால் மார்பை வெட்டி 'விழுப்புண்' உண்டாக்கிய பிறகு அடக்கம் செய்த நிலையும் ஏற்பட்டுவிட்டது. இந்தப் 'போர்க்களச் சூழ்நிலை' தமிழ்நாட்டையும் தமிழரசர்களையும் பலவீனப்படுத்திவிட்டபடியால், அயல்நாட்டரசர்கள் இதைப் பயன்படுத்திக் கொண்டு படையெடுத்து வரக் காரணமாக இருந்தது. கி.பி. இரண்டாம் நூற்றாண்டில் இருந்த இந்தச் சூழ்நிலை களப்பிர அரசரைத் தமிழகத்தின்மேல் படையெடுத்து வரத் தூண்டியது. அன்னிய நாட்டவர் படையெடுப்பைத் தடுத்து நிறுத்த ஆற்றல் மிக்க பேரரசர் இல்லாத நிலை களப்பிரரின் ஆட்சி தமிழகத்தில் ஏற்படக் காரணமாக இருந்தது.

முன்பு கூறியபடி பாண்டியன் உக்கிரப் பெருவழுதி, சோழன் செங்கணான், சேரமான் கோக்கோதைமார்பன், கொங்கு நாட்டுக் கணைக்கால் இரும்பொறை ஆகியோர் கடைச்சங்க காலத்தின் இறுதியில் இருந்த தமிழரசர்கள். இவர்கள் காலத்துக்குப் பிறகு இவர்களுடைய மக்கள் அல்லது உறவினர் ஆட்சிக் காலத்தில் ஏறத்தாழ கி.பி. 250இல் களப்பிரர் தமிழகத்தைக் கைபற்றித் தங்கள் ஆட்சியை நிறுவினார்கள் என்று அறிகிறோம்.

களப்பிரர் வென்ற சேர சோழ பாண்டிய மன்னரின் பெயர்கள் தெரியவில்லை. மூவேந்தர்களையும் இவர்களின் கீழடங்கியிருந்த சிற்றரசர்களையும் களப்பிரர் வென்றனர் என்று வேள்விக்குடிச் செப்பேட்டுச் சாசனம் கூறுகிறது.

"அளவரிய ஆதிராஜரை அகல நீக்கி அகலிடத்தைக் **களப்ரனென்னுங் கலி அரசன்** கைக் கொண்ட"னன் என்று வேள்விக்குடிச் செப்பேட்டு வாசகம் கூறுகிறது.[25]

களப்பிரர் தமிழகத்தைக் கைப்பற்றின பிறகு 'கடைச் சங்க காலம்' முடிவடைந்தது. களப்பிரர், மேற்கூறியபடி, கி.பி. மூன்றாம் நூற்றாண்டின் இடைப்பகுதியில் கி.பி.250இல் தமிழகத்தைக் கைப்பற்றினார்கள் என்று கொள்வதில் தவறு இல்லை.

சில களப்பிர அரசர்கள்

களப்பிரர் முன்னூறு ஆண்டுகள் அரசாண்டார்கள். அவர்களுடைய ஆட்சிமுறை எப்படி இருந்தது, அவர்களுடைய ஆட்சி செங்கோல் ஆட்சியாக இருந்ததா, அடக்கி அரசாண்டார்களா என்பது தெரியவில்லை அவர்கள் எத்தனைபேர் அரசாண்டார்கள், அவர்களுடைய பெயர் என்ன என்னும் வரன்முறையான சரித்திரம் கிடைக்கவில்லை. சங்க காலத்துச் சேர, சோழ, பாண்டியர் வரலாறே வரன்முறையாகக் கிடைக்காதபோது அந்நியராகிய களப்பிரரைப் பற்றின வரன்முறையான வரலாறு எப்படிக் கிடைக்கும்? முன்னூறு ஆண்டு ஆட்சிக்காலத்தில் அவர்கள் எழுதிவைத்த செப்பேடுகளோ கல்வெட்டுகளோ இதுவரையில் ஒன்றேனும் கிடைக்கவில்லை. அவர்கள் வழங்கின காசு - அவர்கள் காசுகளை வெளியிட்டிருந்தால் - ஒன்றேனும் இதுவரையில் கிடைக்கவில்லை. அக்காலத்தில் வரலாறு எழுதும் வழக்கமும் இல்லை. அவர்கள் கட்டின கோயில் கட்டடங்களோ சிற்பங்களோ எதுவும் காணப்படவில்லை. ஆகவே அவர்களுடைய வரலாற்றையறிவதற்கு யாதொரு சான்றும் கிடைக்கவில்லை. அங்கொன்றும் இங்கொன்றுமாக ஒன்றிரண்டு இலக்கியச் சான்றுகள் மட்டுங்கிடைக்கின்றன. அவ்வளவுதான்.

களப்பிரரின் போர்க்கள வெற்றியைப் பழைய வெண்பா ஒன்று கூறுகிறது. மிகத் தொன்மை வாய்ந்த அந்த வெண்பா கி.பி. 10ஆம் நூற்றாண்டு நூலாகிய **யாப்பருங்கலம்**

25. வேள்விக்குடிச் செப்பேடு, வரி 39-40.

என்னும் யாப்பிலக்கண நூலின் விருத்தியுரையில் மேற்கோள் காட்டப்பட்டுள்ளது.

படுபருந்தும் சூர்ப்பேயும் பல்லிலங்கும் நாயும்
கொடியும் கழுகுமிவை கூடி -வடிவுடைய
கோமான் களப்பாளன் கொல்யானை போமாறு
போமாறு போமாறு போம்

என்பது அந்தப் பாடல். களப்பாள (களப்பிர) அரசனுடைய யானை சேனைகள் போர்க்களத்துக்குப் போகும்போது, பேய்களும் நரி, ஓநாய், நாய், பருந்து, கழுகு முதலான பிணந்தின்னிப் பிராணிகளும் அந்தச் சேனையோடு போயின என்று இச்செய்யுள் கூறுகிறது. அதாவது போர்க்களத்தில் போர்வீரர்களும் யானை, குதிரைகளும் செத்து மடியுமாகையால் இந்தப் பிணந்தின்னிப் பிராணிகளுக்கும் இறைச்சி விருந்து கிடைத்தது என்பது இதன் கருத்து. களப்பாள அரசன் மற்ற அரசர்களோடு போர்செய்து வெற்றி பெற்றான் என்பது இதன் திரண்ட பொருள்.

மற்றும் நான்கு பழைய வெண்பாக்களை யாப்பருங்கல விருத்தியுரை மேற்கோள் காட்டுகிறது. அந்தப் பழைய வெண்பாக்கள், களப்பிர அரசன் சேர, சோழ, பாண்டியரை வென்று அவர்களைச் சிறையிலிட்டுத் தளை (விலங்கு) இட்டபோது அந்த மூவரசர்களால் பாடப்பட்டவை. யாப்பருங்கல விருத்தியுரை மேற்கோள் காட்டுகிற அந்தப் பழம் பாடல்கள், பிற்காலத்தில் தனிப்பாடற்றிரட்டு, புலவர் புராணம் முதலான நூல்களிலும் சேர்க்கப்பட்டுள்ளன. அப்பழம் பாடல்கள் இவை:

சேர மன்னன் பாடியது:

தினை விதைத்தார் முற்றந் தினை யுணங்கும், செந்நெல்
தனை விளைத்தார் முற்ற மதுதானாம் - கனைசீர்
முரகணங்கும் சங்குணங்கும் மூரித்தேர்த் தானை
அரசுணங்கும் அச்சுதன்தன் முற்றத்து

சோழ அரசன் பாடியது:

அரசர்குல திலகன் அச்சுதன் முற்றத்தில்
அரச ரவதரித்த வந்நாள்- முரசதிரக்

கொட்டிவிடு மோசையினுங் கோவேந்தர் காற்றளையை
வெட்டிவிடும் ஓசை மிகும்

பாண்டிய மன்னன் பாடியது:

குறையுளார் எங்கிரார் கூர்வே லிராமன்
நிறையறு திங்கள் இருந்தான் முறைமையால்,
ஆலிக்குத்தானை யலங்குதார் அச்சுத! முன்
வாலிக் கிளையான் வரை

இதைக் கேட்ட அச்சுதக் களப்பாளன் பாண்டியனுக்கு இன்னொரு தளை இட்டான். அப்போது பாண்டியன் இன்னொரு வெண்பாவைப் பாடினான்.

குடகர் குணகடலென் றார்த்தார் குடகர்க்
கிடகர் வடகடலென் றார்த்தார்- வடகடலர்
தென்கடலென் றார்த்தார் தில்லையைச் சுதானந்தன்
முன்கடை நின்றார்க்கும் முரசு

இந்தக் களப்பிர அரசனை இப்பாடல்கள் அச்சுதன் என்று கூறுகின்றன. அச்சுதன் என்பது களப்பிர அரசர்களின் பொதுப்பெயர் என்று தோன்றுகிறது. பாலி மொழியில் எழுதப்பட்ட ஒரு பௌத்தச் செய்யுள் ஒரு களப்பிர அரசரை அச்சுதன் என்று கூறுகிறது. இன்னொரு தமிழ்ச் செய்யுள் ஒன்று இன்னொரு களப்பிர அரசனை அச்சுதன் என்று கூறுகிறது. ஆகையால் களப்பிர அரசர்கள் ஒவ்வொருவரும் அச்சுதன் என்று பெயர் கொண்டிருந்தனர் என்பது தெரிகின்றது.

சேர, சோழ, பாண்டியர் களப்பாளரைத் (களப்பிரரைத்) தமிழ்ச் செய்யுளில் பாடினபடியால், களப்பிரரும் தமிழரசரே என்று பி.டி.சீனிவாச அய்யங்கார் கூறுகிறார்.[26] இவர் கூற்று தவறு. களப்பிரர் தமிழரல்லர்; கன்னடர் என்பதில் ஐயமில்லை.

---

26. History of the Tamils, 1929, p. 535.

யாப்பருங்கலம் என்னும் செய்யுள் இலக்கண நூலின் விருத்தியுரை யாசிரியர் தம்முடைய உரையில் நான்கு அழகான செய்யுட்களை மேற்கோள் காட்டியுள்ளார். அந்தச் செய்யுட்கள் களப்பிர அரசரைப் பற்றியவை. (இணைப்பு 1 காண்க) அச்செய்யுட்களில் 'கெடலரு மாமுனிவர்' என்று தொடங்குகிற செய்யுள் அச்சுதன் என்னும் களப்பிர அரசனைக் காத்தருள வேண்டும் என்று திருமாலை வேண்டுகிறது. ('புயலுறழ் தடக்கைப் போர்வேல் அச்சுதன், தொன்றுமுதிர் கடலுலகம் முழுதுடன் ஒன்றுபுரி திகிரி உருட்டு வோன் எனவே')

'அலைகடற் கதிர்முத்தம்' என்று தொடங்கும் இன்னொரு செய்யுள், களப்பிர அரசன் சங்கு சக்கரம் ஏந்திய திருமாலை வழிபட்டு அவன் அருளினால் பெரிய நிலத்தை ஆளும் பேறுபெற்றான் என்றும் அந்த அரசனை அருகக் கடவுள் காத்தருள வேண்டும் என்றும் வேண்டுகிறது. 'அகலிடமும் அமருலகும்' என்று தொடங்குகிற இன்னொரு செய்யுள் ஒரு களப்பிர அரசனுடைய ஆற்றல், கொற்றம், வீரம் முதலியவற்றைப் புகழ்கிறது. அதில் அந்தக் களப்பிர அரசன் 'அச்சுதர்கோ' என்று கூறப்படுகிறான். அதாவது அச்சுத குலத்தில் பிறந்த அரசன் என்று கூறப்படுகிறான்.

'நலங்கிளர் திருமணியும்' என்று தொடங்குகிற இன்னொரு செய்யுள், செங்கோல் விண்ணவன் (விண்ணன் - விஷ்ணு) என்றும் களப்பிர அரசனுடைய ஆட்சி ஓங்கவேண்டும் என்றும் அருகக் கடவுளை வேண்டுகிறது. விண்ணவன் (விண்ணு - விஷ்ணு) என்று பெயர் பெற்றிருப்பதனால் இவ்வரசன் வைணவ சமயத்தவன் என்று தெரிகிறான். சேர, சோழ, பாண்டியர் களப்பிர அரசனைப் பாடிய பாடல்களில் களப்பிரன் அச்சுதன் என்று கூறப்பட்டதை முன்னமே கண்டோம்.

கி.பி. 5ஆம் நூற்றாண்டின் முற்பாதியில் வாழ்ந்திருந்த ஆசாரிய புத்ததத்ததேரர் சோழ நாட்டுத் தமிழர். அவர் பேர்போன பௌத்தப் பெரியார், அவர் பாலி மொழியில் புத்தவம் சாட்டகதா, அபிதம்மாவதாரம், வினய வினிச்சயம், உத்தரவினிச்சயம், ரூபாரூபலிபாகம், ஜினாலங்காரம் முதலான நூல்களை எழுதியுள்ளார்.

சோழநாட்டுப் பூதமங்கலம் என்னும் ஊரில் வேணுதாசர் கட்டின பௌத்த விகாரையில் இவர் தங்கியிருந்த போது வினயவினிச்சயம் என்னும் நூலைக் களம்ப (களப்ர) அரசன் காலத்தில் இவர் எழுதி முடித்ததாக இவர் அந்த நூலில் கூறியுள்ளார்.[27]

பஸாத ஜனனே ரம்மே பாஸாதே வஸதா மயா
புத்தஸ்ஸ புத்தஸீஹேன வினயஸ்ஸ வனிச்சயோ
புத்தஸீஹம் ஸமுத்திஸ்ஸ மம ஸத்தி விஹாரிம்
கதோ யம் பன பிக்கூனம் ஹிதத்தாய ஸமாஸதோ
வியைஸ்ஸாவ பொத்தந்தம் ஸுகேனே வாசிரேன ச
அச்சுதச்சுத விக்கந்தே களப்ப குலநந்தனே
மஹிம் ஸமனு ஸாஸந்தே ஆரத்தோ ச ஸமாபிதோ

இதில் அச்சுத விக்கந்தன் களப்ப (களப்பிர) குலத்தில் பிறந்தவன் என்று கூறப்படுகிறான்.

இந்தச் சான்றுகளினாலே களப்பிர அரசர் வைணவர் என்றும் வைணவப் பெயராகிய **அச்சுதன்** என்னும் சிறப்புப் பெயரைக் கொண்டிருந்தார்கள் என்பதும் தெரிகின்றன.

களப்பிர அரசர் தொண்டை நாட்டைத்தவிர சேர, சோழ, பாண்டிய நாடுகளை வென்று அரசாண்டார்கள் என்பது உறுதியாகத் தெரிகிறது. இவர்கள் சேர, சோழ, பாண்டியரின் கொடிகளைத் தங்களுடைய கொடிகளாகக் கொண்டிருந்தனர் என்பதைக் 'கெடலருமா முனிவர்' என்று தொடங்கும் செய்யுளினால் அறிகிறோம். (இணைப்பு 1 காண்க) அந்தச் செய்யுளின் இறுதிப் பகுதி இவ்வாறு கூறுகிறது:

அடுதிறல் ஒருவ! நிற் பரவுதும், எங்கோன்
தொடுகழற் கொடும்பூண் பகட்டெழில் மார்பிற்
கயலொடு கிடந்த சிலையுடைக் கொடுவரிப்
புயலுறழ் தடக்கைப் போர்வேல் அச்சுதன்

---

27. Contemporary Buddha Gosha by A.P. Buddha dattta pp. 34-70, University of Ceylon Review, 1945. Vol III, No 1

ஒன்றுகடல் உலகம் முழுவதும்
ஒன்றுபு திகிரி யுருட்டுவோன் எனவே

இதனால், கயல் (மீன்), சிலை (வில்), கொடுவரி (புலி) ஆகிய அடையாளங்களைக் களப்பிரர் கொண்டிருந்தனர் என்பது தெரிகின்றது. அதாவது பாண்டியனுடைய மீன் கொடியையும் சேரனுடைய வில் கொடியையும் சோழனுடைய புலிக்கொடியையும் களப்பிரர் தங்களுடைய கொடியாகக் கொண்டிருந்தார்கள் என்பது தெரிகிறது. சேர, சோழ, பாண்டியரின் அடையாளங்களைக் கொண்டிருந்தபடியால் இம்மூன்று நாடுகளையும் அவர்கள் கைப்பற்றி அரசாண்டார்கள் என்று ஐயமறத் தெரிகின்றது.

களப்பிரர் எத்தனை பேர் அரசாண்டார்கள் அவர்கள் நாட்டுக்கு என்னென்ன செய்தார்கள் என்பது தெரியவில்லை. பாண்டி நாட்டில் மதுரையைத் தலைநகரமாக்கிக் கொண்டு களப்பிரர் அரசாண்டதை அறிகிறோம். உறையூர், காவிரிப் பூம்பட்டினங்களிலும் இருந்து சோழ நாட்டைக் களப்பிரர் அரசாண்டனர் என்பதும் தெரிகின்றது. தில்லையில் (சிதம்பரம்) இருந்தும் அரசாண்டதையறிகிறோம். சோழ நாட்டிலே களப்பாள் என்னும் ஊரில் ஒரு களப்பாளன் இருந்ததையறிகிறோம். சேர நாட்டில் எந்த ஊரில் இருந்து களப்பிரர் ஆட்சி செய்தனர் என்பது தெரியவில்லை. களப்பிரர் ஆட்சி, தொண்டை மண்டலத்தைத் தவிர ஏனைய தமிழ்நாடெங்கும் இருந்தது என்பது தெரிகிறது. களப்பிரர் தமிழ்நாட்டைக் கைப்பற்றியபோதே பல்லவ அரசர் தமிழகத்தின் வடபகுதியாகிய தொண்டை நாட்டைக் கைப்பற்றிக் கொண்டனர். ஆகவே களப்பிரர் ஆட்சி தொண்டை நாட்டில் ஏற்படவில்லை. (படம்) அவர்களுடைய ஆட்சி தென்பெண்ணையாற்றுக்குத் தெற்கே சேர சோழ பாண்டிய நாடுகளில் இருந்தது.

களப்பிர அரசனுக்குக் கீழ் அவனுக்கு அடங்கிக் களப்பி குலத்து அரசர் சேர சோழ பாண்டிய நாடுகளையரசாண்டனர் என்பது தெரிகிறது.

மூர்த்தியார்

பாண்டிய நாட்டில் களப்பிரர் ஆட்சிக் காலத்தில் சிலகாலம் மூர்த்திநாயனார் என்னும் ஒரு வணிகர் அரசாண்டதைப் பெரிய புராணம் கூறுகிறது. மதுரையை யாண்ட களப்பிர அரசன் பிள்ளைப்பேறு இல்லாமல் இறந்துபோனான். அவன் சைவ சமயத்துக்கு இடையூறுகளைச் செய்தவன். அவன் இறந்தபோது, அமைச்சர்கள் பட்டத்து யானையின் கண்ணைத் துணியினால் கட்டி மறைத்து நகரத்தில் போகவிட்டனர். அந்த யானை யாரைத் தன்மேல் ஏற்றிக்கொண்டு வருகிறதோ அவரை அரசனாக்கிப் பட்டங் கட்டுவது அக்காலத்து மரபு. நகர வீதிகளில் சென்ற யானை, சொக்கநாதர் ஆலயத்தருகில் நின்றுகொண்டிருந்த மூர்த்தியாரைத் தன்மேல் ஏற்றிக்கொண்டு சென்றது. அமைச்சர்கள் அவருக்கு முடிசூட்டி, அரசனாக்கத் தொடங்கினார்கள். மூர்த்தியார் தமக்குப் பொன்முடி வேண்டாம் என்று மறுத்துவிட்டார். சிவனடியார் ஆகையால், அவர் திருநீற்றையும் உருத்திராக்கத்தையும் சடை முடியையும் அளித்துப் பட்டங்கட்டப் பெற்றார். அதனால் அவர் 'மும்மையால் உலகாண்ட மூர்த்தியார்' என்று கூறப்பட்டார். இவருடைய வரலாற்றைப் பெரியபுராணத்தில் காணலாம். (மூர்த்திநாயனார் புராணம்) மூர்த்தியார் எத்தனையாண்டுகள் அரசாண்டார், அவருக்குப் பிறகு களப்பிரர் ஆட்சி மீண்டும் எப்படி மதுரையில் ஏற்பட்டது என்பது தெரியவில்லை. இது நிகழ்ந்த காலமும் தெரியவில்லை.

கூற்றனார்

சோழநாட்டை யரசாண்ட களப்பிர அரசர்களில் கூற்றனாரும் ஒருவர். இவரைக் கூற்றனார் என்றும் கூற்றுவநாயனார் என்றுங் கூறுவர். இவருடைய வரலாற்றைப் பெரியபுராணத்தில் அறிகிறோம். (கூற்றுவநாயனார் புராணம்) 'ஆர் கொண்ட வேற்கூற்றன் களந்தை கோன் அடியேன்' என்று சுந்தரமூர்த்திநாயனார் திருத்தொண்டத் தொகையில் இவரைக் கூறுகிறார். இவர் களப்பாளன் (களப்பிரன்) குலத்தவர் என்று திருத்தொண்டர் திருவந்தாதியில் நம்பியாண்டார் நம்பி கூறுகிறார்.[28]

---
28. திருத்தொண்டர் திருவந்தாதி 47

நாதன் திருவடியே முடியாகக் கவித்து நல்ல
போதங் கருத்திற் பொதிந்தமை யாலதுகை கொடுப்ப
ஓதந்தரு வியஞான மெல்லாம் ஒருகோலின் வைத்தான்
கோதை நெடுவேற் களப்பாள னாகிய கூற்றுவனே

களப்பிர அரசர்கள் பொதுவாக சைன சமயத்தவர் என்றாலும், அவர் குலத்தைச் சேர்ந்த கூற்றுவர் சைவ சமயத்தைச் சேர்ந்தவராக இருந்தார். சோழ நாட்டிலிருந்த இவர், சோழ அரசர்களுடைய முடியைத் தரித்து அரசாள வேண்டும் என்று விரும்பினார். களப்பிரர் ஆட்சிக் காலத்தில் பழைய சோழ அரச பரம்பரையார் களப்பிரருக்குக் கீழடங்கியிருந்தார்கள். அவர்களுடைய முன்னோரான சோழர் அணிந்திருந்த மணிமுடி தில்லை வாழ் அந்தணர்களிடத்தில் இருந்தது. 'முடி ஒன்று ஒழிய அரசர் திருவெல்லாம்' உடையராக இருந்த கூற்றுவர், சோழ அரசருடைய பழைய முடியைத் தரித்து அரசாள விரும்பினார். அவர் சோழ அரசருடைய முடியை வைத்திருந்த தில்லைவாழந்தணர்களை அணுகி அந்த முடியைக்கொண்டு தனக்கு முடி சூட்டும்படி கேட்டார். அவர்கள், 'சோழ அரசர் குடியில் பிறந்தவர்களுக்கு அல்லாமல் மற்றவர்களுக்கு முடிசூட்டமாட்டோம்' என்று சொல்லி, சோழர் முடியைத் தம்மில் ஒரு குடும்பத்தாரிடம் ஒப்படைத்துவிட்டு மற்றவர் எல்லோரும் சேர நாட்டுக்குப் போய்விட்டார்கள்.[29]

மல்லல் ஞாலம் புரக்கின்றார் மணிமா மவுலி புனைவதற்கு
தில்லைவா ழந்தணர் தம்மை வேண்ட அவரும் 'செம்பியர்தம்
தொல்லை நீடுங்குல முதலோர்க் கன்றிக் கட்டோம்முடி' என்று
நல்கா ராகிச் சேரலன்தன் மலைநாடணைய நண்ணுவார்

ஒருமை உரிமை தில்லைவா ழந்தணர்கள், தம்மில் ஒரு குடியைப்
பெருமை முடியை அருமைபுரி காவல் கொளும்படி இருத்தி
இருமை மரபுந் தூயவர்தாம் சேரர் நாட்டில் எய்திய பின்
வரும்ஐயுற வால்மனந் தளர்ந்து மன்றுள் ஆடும் கழல்பணிவார்

29. கூற்றுவ நாயனார் புராணம் 45

இதனால், கூற்றுவனார், முடிசூடாமலே சோழ நாட்டை யரசாண்டார் என்பது தெரிகின்றது.

ஏறத்தாழ முன்னூறு ஆண்டுகளாகத் தமிழகத்தை யரசாண்ட களப்பிர அரசர்களைப் பற்றி வரன்முறையான வரலாறு கிடைக்காமல், மேற்காட்டியபடி, அங்கொரு துணுக்கும் இங்கொரு துணுக்குமாகக் கிடைக்கிறது. ஆனால், தமிழ்நாட்டு அரசியலில் களப்பிர அரசருக்குப் பெரிய எதிர்ப்புகளும் அரசியல் கலகங்களும் குழப்பங்களும் நாட்டில் இருந்துகொண்டிருந்தன என்பதைச் சில குறிப்புகளைக் கொண்டு அறிகிறோம். தமிழகத்தை யரசாண்ட களப்பிர அரசர்கள் எத்தனைபேர், அவர்களுடைய பெயர் என்ன அவர்கள் ஒவ்வொருவர் காலத்திலும் நடந்த நிகழ்ச்சிகள் எவை என்னும் வரலாறு ஒன்றும் தெரியவில்லை.

களப்பிரர் காலத்து இரேனாட்டுச் சோழர்

தமிழகத்தில் களப்பிரர் ஆட்சிக்காலத்தில் சோழ அரசர்கள் களப்பிரருக்குக் கீழடங்கியிருந்தனர். அக்காலத்தில் சோழர் குலத்தைச் சேர்ந்த ஒரு சோழன் தமிழகத்துக்கு வடக்கே இருந்த வடுக (தெலுங்கு) நாட்டுக்குச் சென்று அங்கு ஒரு சிறு இராச்சியத்தை அமைத்துக்கொண்டு அரசாண்டான். அவன் அமைத்துக்கொண்ட அந்த இராச்சியத்தை அவனுடைய பரம்பரையினர் சில நூற்றாண்டுகள் வரையில் அரசாண்டார்கள். இந்த வரலாற்றுச் செய்தி கல்வெட்டுச் சாசனங்களில் இருந்து புதிதாகக் கிடைத்திருக்கிறது. தெலுங்கு நாட்டில் கடப்பை மாவட்டத்தில் கிடைத்துள்ள பழைய கல்வெட்டுச் சாசனங்களும் செப்பேட்டுச் சாசனங்களும் இந்த வரலாற்றுச் செய்தியைக் கூறுகின்றன.

இப்போதைய கடப்பை, கர்னூல் மாவட்டங்கள் அக்காலத்தில் சோழர்களுடைய ஆட்சியில் இரேணாடு ஏழாயிரம் என்று பெயர் பெற்றிருந்தன. இரேணாடு ஏழாயிரத்தை யாண்ட சோழர், இரேணாட்டுச் சோழர் என்றும், தெலுங்குச் சோழர் என்றும் பெயர் பெற்றிருந்தனர். பிற்காலத்தில் சோழர் என்னும் பெயர் சோடர் என்று திரிந்துவிட்டது. அவர்கள் பிற்காலத்தில் ரேணாட்டுச் சோடர் என்றும் தெலுங்குச் சோடர் என்றும் கூறப்பட்டனர். தமிழராகிய அந்தச் சோழர் தெலுங்கு நாட்டை யரசாண்டபடியால், நாட்டு மொழியாகிய தெலுங்கு மொழியைத் தங்களுடைய அரசாங்க பாஷையாக அமைத்துக்கொண்டு தெலுங்கிலேயே கல்வெட்டுச் சாசனங்களையும் செப்பேட்டுச் சாசனங்களையும் எழுதினார்கள். பிற்காலத்தில் அவர்கள் தெலுங்கராகவே மாறிவிட்டார்கள்.

இரேணாட்டுச் சோழர் தங்களைத் தமிழச் சோழர் பரம்பரையினர் என்று தங்களுடைய கல்வெட்டிலும்

செப்பேட்டிலும் எழுதியுள்ளனர். காவிரியாற்றுக்குக் கரைகட்டின பேர்போன கரிகாற் சோழனுடைய குலத்தினர் என்றும் உறையூரிலிருந்து வந்தவர் என்றும் தங்களை இவர்கள் கூறியுள்ளனர். மற்றும், சோழர்களுடைய அடையாளமாகிய புலியையே இவர்களும் தங்களின் அடையாளச் சின்னமாகக் கொண்டிருந்தார்கள். ஆகவே இவர்கள் காவிரி பாயும் சோழ நாட்டையாண்ட சோழர்களின் பரம்பரையினர் என்பதில் சற்றும் ஐயமில்லை. இரேணாடு ஏழாயிரம் சோழர்களின் ஆட்சியில் இருந்தபடியால் அந்த நாடு சோழ நாடு என்றும் கூறப்பட்டது.

சீன தேசத்திலிருந்து பாரத தேசத்துக்கு வந்து பல நாடுகளைச் சுற்றிப் பார்த்த யுவான் சுவாங் என்னும் பௌத்தன் தன்னுடைய யாத்திரைக் குறிப்பில் இரேணாட்டை சு-லி-ய என்று எழுதியுள்ளார். சு-லி-ய என்பது சோழிய அல்லது சோழ என்னும் சொல்லின் திரிபு. பாரத நாட்டில் தல யாத்திரை செய்த யுவான் சுவாங் ஆந்திர நாட்டில் அமராவதி நகரத்தில் சில காலம் தங்கியிருந்து, பிறகு தெற்கே யாத்திரை செய்து தொண்டை மண்டலத்தில் காஞ்சிபுரத்துக்கு வந்து தங்கினார். கி.பி.639-40ஆம் ஆண்டில் இவர் அமராவதியிலும் காஞ்சியிலும் தங்கியிருந்தார். அமராவதியிலிருந்து காஞ்சிபுரத்துக்கு வந்தபோது இடை வழியில் சுலிய (சோழ) நாடு இருந்தது என்று இவர் தம்முடைய யாத்திரைக் குறிப்பில் எழுதியுள்ளார்.

தொண்டை நாட்டுக்குத் தெற்கே காவிரியாறு பாய்கிற சோழ நாடு இருக்கிறது என்பதை அறிவோம். ஆனால், சீனராகிய யுவான் சுவாங், தொண்டை நாட்டுக்கு வடக்கே சோழ நாடு இருந்தது என்று எழுதியுள்ளார். இவர் கூறுவது தவறாக இருக்குமோ என்னும் ஐயம் இருந்தது. ஆனால், அண்மைக் காலத்தில் தெலுங்கு நாட்டில் கடப்பை மாவட்டத்தில் கிடைத்த கல்வெட்டுகளும் செப்பேடும் அந்தப் பகுதி நாட்டைச் சோழ குலத்து மன்னர் அரசாண்டனர் என்னும் வரலாற்றுச் செய்தியைக் கூறுகின்றன. எனவே, தொண்டை நாட்டுக்கு வடக்கே சோழ நாடு இருந்தது என்று யுவான் சுவாங் கூறியுள்ளது தவறு அன்று என்பதும்

உண்மையான செய்தி என்றும் தெரிகின்றது. அவர் சு-லி-ய என்று கூறுவது இரேணாட்டையாகும். தமிழ்நாட்டின் வட எல்லையில் இருந்த திருவேங்கடக் கோட்டத்துக்கு (வேங்கட மலைக்கு) வடமேற்கேயுள்ள இப்போதைய கடப்பை, கர்னூல் மாவட்டங்களே அக்காலத்தில் இரேணாடு என்றும் சோழியநாடு என்றும் பெயர் பெற்றிருந்தது என்பதையறிகிறோம். இரேணாட்டைச் சோழ அரசர் பரம்பரையார் அரசாண்டனர் என்னும் வரலாறு அண்மைக் காலம் வரையில் தெரியாமல் மறைந்திருந்தது.

இரேணாட்டுச் சோழர் தங்களுடைய சாசனங்களிலே தங்களைச் சோழன் கரிகாலனுடைய பரம்பரையில் வந்தவர் என்று கூறுகிற படியினாலே, கரிகாற் சோழன் காலத்திலிருந்து இரேணாட்டைச் சோழர் அரசாண்டு வந்தனர் என்று சில வரலாற்று ஆசிரியர் கருதுகிறார்கள். இவர்கள் கருத்து சரியன்று. கடைச்சங்க காலத்தில் கி.பி. முதலாம் நூற்றாண்டில் இருந்த கரிகாற் சோழன் தமிழகத்துக்கு வடக்கே இருந்த நாடுகளையும் வென்றான் என்று சங்கச் செய்யுட்கள் கூறுகின்றன.[1] ஆகவே கரிகாற் சோழன் காலத்திலிருந்து இரேணாட்டைச் சோழர் அரசாண்டு வந்தனர் என்று சிலர் கருதுகின்றனர். சோழன் கரிகாலன் அடைந்த வெற்றிகள் போர்க்கள வெற்றியே. அவன் வென்ற வடநாடுகளை அவன் தன்னுடைய ஆட்சியில் வைத்து அரசாளவில்லை. ஆகவே இரேணாட்டைச் சோழர் கரிகாற் சோழன் காலத்திலிருந்து அரசாண்டனர் என்பது ஏற்கத்தக்கதன்று. களப்பிர அரசர் சோழ நாட்டைக் கைப்பற்றி யரசாண்டபோது அவர்களுக்குக் கீழடங்கியிருந்த சோழர் பரம்பரையைச் சேர்ந்த ஒரு சோழன் இரேணாட்டை வென்று தன்னுடைய ஆட்சியை நிறுவினான் என்பதும் அவனுடைய பரம்பரையார் சில நூற்றாண்டுகள் அந்நாட்டையரசாண்டனர் என்பதும் வரலாற்று உண்மை என்று தோன்றுகிறது. இரேணாட்டுச் சோழர் தங்களைக் கரிகாற் சோழனுடைய பரம்பரையைச் சேர்ந்தவர் என்று

---

1. பட்டினப்பாலை 275-276; சிலப்பதிகாரம் 3ஆம் காதை

கூறுகிறார்களே தவிர, அவன் காலத்தைத் தொடர்ந்து இரேணாட்டையரசாண்டதாகக் கூறவில்லை.

இரேணாட்டுச் சோழர்கள் எழுதியுள்ள சாசனங்களில் சிலவற்றை இங்குச் சுருக்கமாக அறிமுகப்படுத்துவது பொருத்தமாகும்.

கடப்பை மாவட்டம் ஜம்மல மடுகு தாலுகாவில் கோசினெ பள்ளி கிராமத்தில் ஒரு களத்துமேட்டில் கருங்கற்றூண் ஒன்று இருக்கிறது. இந்தத் தூணின் மூன்று பக்கங்களில் தெலுங்கு எழுத்தில் சாசனம் எழுதப்பட்டுள்ளது. இதில் சோழ மகாராசன் என்னும் அரசன் பெயர் காணப்படுகிறது. இந்த அரசன், கரிகாற் சோழனுடைய பரம்பரையில் சூரிய குலத்தில் காசிப கோத்திரத்தில் பிறந்தவன் என்று தன்னைக் கூறிக்கொள்கிறான்.[2] மேற்படி தாலுகாவில் முட்டனூருக்கு அருகில், சிலம்கூரிலிருந்து வருகிற சாலையின் ஓரத்தில் உள்ள கருங்கற்சாசனம், சோழ மகாராசன் ஆதித்தபட்டாரகருக்கு நிலத்தையும் பொன்னையும் தானஞ் செய்ததைக் கூறுகிறது.[3] இந்த ஊரிலேயே உள்ள சிவன் கோயில் முற்றத்தில் கிடக்கிற கல்லில் சோழ அரசனுடைய கல்வெட்டெழுத்துச் சாசனம் காணப்படுகிறது. இந்தச் சாசனக் கல்லின் அடிப்புறம் உடைந்து கிடக்கிறது. கல்லின் மேற்புறத்தில் சாசன எழுத்துக்கு மேலே, வாலைச் சுருட்டிக் கொண்டு நிற்கிற புலியின் உருவம் பொறிக்கப்பட்டிருக்கிறது.[4] புலியின் உருவம் சோழருடைய அடையாளக் குறி என்பதையறிவோம். இரேணாட்டுச் சோழரும் புலியின் அடையாளத்தைக் கொண்டிருந்த படியால் இவர்கள் சோழர் குலத்தவர் என்பது தெளிவாகிறது.

கடப்பை மாவட்டம் ஜம்மல மடுகு தாலுக்காவில் பெத்த முடியம் என்னும் ஊரில் சிதைந்து போன கல் எழுத்துச்சாசனம் காணப்படுகிறது. இந்தச் சாசனத்தில் சோழ மகாராசன் என்னும் பெயர் காணப்படுகிறது. சாசனக் கல்லின் மேற்புறத்தில் புலியின் உருவம்

---

2. 408 of 1904.

3. 405 of 1904.

4. 406 of 1904.

பொறிக்கப்பட்டிருக்கிறது. இந்தப் புலி வாயைத் திறந்து கொண்டு (உறுமிக்கொண்டு) நிற்பது போலக் காணப்படுகிறது.[5] இந்த மாவட்டத்தில் சமயபுரம் தாலுகாவில் சிலம்கூறு என்னும் ஊரில் ஒரு வயலில் உடைந்து கிடக்கிற கற்றூணில் தெலுங்கு எழுத்துச் சாசனங்கள் காணப்படுகின்றன. இதில் சோள மாஹாதேவுலு (சோழ மகாதேவர்) என்னும் பெயர் காணப்படுகிறது.[6] இவ்வூர் அகத்தீஸ்வரர் கோவிலின் முன்புறத்தில் விழுந்து கிடக்கிற கற்றூணில் மூன்று பக்கங்களில் தெலுங்கு எழுத்துச் சாசனம் எழுதப்பட்டுள்ளது. இச்சாசனத்தில் **விக்கிரமாதித்திய சோள மஹாராஜுலு எளஞ்சோள மஹாதேவி** (இளஞ்சோழமகாதேவி) என்னும் சோழ அரச அரசியரின் பெயர்கள் காணப்படுகின்றன.[7] கலமள்ள என்னும் ஊரில் உள்ள சென்னகேசவ கோவிலின் முற்றத்தில் உடைந்து கிடக்கிற கற்றூணின் இரண்டு பக்கங்களில் தெலுங்கு எழுத்துச் சாசனம் காணப்படுகிறது. இதில் இரேணாட்டு அரசன் **தனஞ்சயேண்டு** என்பவன் பெயர் காணப்படுகிறது.[8]

கடப்பை மாவட்டம் கமலபுரம் தாலுக்கா மலெபாடு என்னும் ஊருக்கு மேற்கேயுள்ள கிணற்றின் அருகில் கிடக்கிற கற்றூணில் இரேணாட்டுச் சோழ அரசர்கள் சாசனம் எழுதப்பட்டுள்ளது. சித்தி ஆயிரம், இரேணாடு, ஏழாயிரம் ஆகிய நாடுகளை அரசாண்ட சக்தி **கோமார விக்கிரமாதித்தியனின் மகனான சோள மகாராஜாதிராஜ விக்கிரமாதித்திய சத்யாதி துன்று** என்னும் அரசன் நிலங்களைத் தானங்கொடுத்ததை இந்தச் சாசனம் கூறுகிறது.[9] மலெபாடு என்னும் இந்த ஊரிலேயே 1905ஆம் ஆண்டில் இரேணாட்டுச் சோழன் புண்ணிய குமாரனுடைய செப்பேட்டுச் சாசனம் கிடைத்துள்ளது. இந்தச் செப்பேட்டுச் சாசனம் எபிகிறாபியா

5. 351 of 1905

6. 396 of 1904

7. 400 of 1904

8. 380 of 1904

9. 399 of 1904

இந்திகா என்னும், சஞ்சிகையின் பதினொன்றாம் தொகுதியில் திரு. கிருஷ்ணசாஸ்திரியால் வெளியிடப்பட்டுள்ளது.[10] இரணிய இராஷ்டரத்தில் சுப்ரயோக ஆற்றின் தென்கரையில் உள்ள பிரிபாறு என்னும் கிராமத்தில் சில நிலங்களைப் **போர்முக ராமன் புருஷசார்த்துல புண்ணிய குமாரன்** என்னும் அரசன் தானங்கொடுத்ததை இந்தச் செப்பேடு கூறுகிறது. இந்தப் புண்ணிய குமாரனுக்கு மார்த்த வசித்தன், மதனவிலாசன் என்னும் சிறப்புப் பெயர்களும் இருந்தன. இவன், சூரிய குலத்தில் பிறந்த கரிகாலச் சோழனுடைய பரம்பரையில் வந்த **சோளமகாராசனுடைய** மகன் என்றும் **தனஞ்சயவர்மனுடைய** பேரன் என்றும் **நந்திவர்மனுடைய** இரண்டாம் பேரன் என்றும் தன்னை இச்செப்பேட்டில் கூறிக்கொள்கிறான். இந்தச் சாசனம் கி.பி.8 ஆம் நூற்றாண்டில் எழுதப்பட்டது. இந்தச் செப்பேட்டின் தலைப்பில் புலியின் உருவம் எழுதப்பட்டிருக்கிறது. இதைக் கிருஷ்ண சாஸ்திரி சிங்கம் என்று கூறுகிறார். திரு. வெங்கையா அவர்கள் இது புலி என்று கூறுகிறார். சோழர்களுக்குப் புலி அடையாளக்குறியாக இருந்தது. சில கல்வெட்டுச் சாசனங்களிலும் புலியின் உருவம் பொறிக்கப்பட்டுள்ளதை முன்னமே காட்டினோம்.

நன்னிச் சோடன் (நன்னிச்சோழன்) என்னும் பெயருள்ள இரேணாட்டு அரசன் ஒருவன் தெலுங்கு மொழியில் **குமாரசம்பவம்** என்னும் சிறந்த செய்யுள் இலக்கியத்தை எழுதியுள்ளான். அது மிகச் சிறந்த தெலுங்கு இலக்கியமாகப் புகழப்படுகிறது. இந்த நூலில் இந்த அரசன் தன்னுடைய சோழர் குலத்தைக் கூறுகிறான். தான், கரிகால் சோழனுடைய பரம்பரையைச் சேர்ந்தவன் என்றும், உறையூர் சோழ மரபைச் சேர்ந்தவன் என்றும் கூறிக்கொள்கிறான். கற்கோழி கூவிற்று என்றும் கூறுகிறான். உறையூருக்குக் கோழி என்றும் பெயர் உண்டு. உறையூரில் கோழிச் சேவல் ஒன்று யானையோடு போர் செய்து வென்றபடியால் உறையூருக்குக் கோழி (கோழியூர்) என்று பெயர் வந்தது என்று கூறுவர். ஆனால், கல்லினால் செய்யப்பட்ட கோழி கூவிற்று என்று

---

10. Epigraphia, Indica Vol XI, pp 337-46

கூறுவது வியப்பாக இருக்கிறது. இந்தக் குமாரசம்பவம் என்னும் நூலில் பல தமிழ்ச் சொற்கள் உள்ளன என்றும் அச்சொற்களின் பொருள் விளங்கவில்லை என்றும் கூறுகின்றனர். தெலுங்குச் சோழர்களின் கல்வெட்டுக்கள் எல்லாவற்றையும் இங்குக் கூறவேண்டுவதில்லை.

தமிழ்நாட்டையரசாண்ட களப்பிர அரசர் ஆட்சிக்காலத்தில் இரேணாட்டையாண்ட சோழர்களைப் பற்றி மட்டும் இங்குக் கூறுவோம்.

இரேணாட்டை யரசாண்ட சோழர் அங்கு நிலைத்து நெடுங்காலம் அரசாண்டபோதிலும் அவர்கள் முழுச் சுதந்தரராக இருக்க வில்லை. தங்களைவிடப் பேரரசரின் துணையை நாடி வாழ வேண்டியவராக இருந்தனர். முதலில் அவர்கள் தொண்டை நாட்டையரசாண்ட பல்லவ மன்னர்களுக்கு அடங்கியிருந்தனர். அவர்கள் தங்களுக்கு, அக்காலத்துப் பல்லவ மன்னர்கள் பெயரைச் சூட்டிக் கொண்டதிலிருந்து இதனை அறிகிறோம். பிறகு, மேலைச் சாளுக்கியர் வலிமை பெற்று ஓங்கினபோது இவர்கள் சாளுக்கிய மன்னரைச் சார்ந்து வாழ்ந்தனர்.

களப்பிரரின் ஆட்சிக்காலத்தில் இரேணாட்டையாண்ட தெலுங்குச் சோழர்களின் பெயரையும் அவர்கள் சூட்டிக் கொண்டிருந்த பல்லவ அரசர் பெயர்களையும் கீழே தருகிறோம். (பக்கம் 33) அவர்கள் ஆண்ட காலத்தையும் உத்தேசமாகத் தருகிறோம்.

இந்தச் சோழருடைய காலங்களைத் திரு.எம்.இராமராவ் அவர்களின் ‘ஆந்திர தேசத்தின் பழைய வரலாற்று ஆய்வுகள்’ என்னும் நூலிலிருந்து (பக்கம் 148-149) எடுத்துள்ளோம்.[11]

மற்ற இரேணாட்டுச் சோழர்களைப் பற்றி இங்குக் கூறவில்லை. இங்குக் கூறப்பட்ட முதல் ஆறு அரசர்கள் பல்லவ அரசர்களைச் சார்ந்து இருத்ததை அறிகிறோம். கி.பி. 5ஆம் நூற்றாண்டின் கடைசியில் இருந்த ஒரு சோழன் இரேணாட்டில் சோழ இராச்சியத்தை

11. Studies in the Early History of Andhradesa, M.Rama Rao pp 148-149

களப்பிரர் காலத்து இரேணாட்டுச் சோழர் ❁ 35

களப்பிரர் காலத்து இரேணாட்டுச் சோழர்

1. சோழ ராசன் (கி.பி 475–500)

இவனுடைய பெயர் தெரியவில்லை. இவன் இரேணாட்டை வென்று தன் ஆட்சியை நிறுவிய ஆதி சோழன். இவன், முதலாம் நந்திவர்ம பல்லவன் காலத்தில் இருந்தவன். அந்த நந்திவர்மனின் பெயரைத் தன் மகனுக்குச் சூட்டினான்.

2. சோழன் நந்திவர்மன் (கி.பி.500–520)

3. சோழன் சிம்மவிஷ்ணு (கி.பி. 520 –540)

4. சோழன் சுந்தசநந்தன் (கி.பி.540–550)

5. சோழன் தனஞ்சயவர்மன் (கி.பி.550 – 575)

6. சோழன் மகேந்திரவர்மன் (கி.பி. 575–610)

7. சோழன் குணமுடிதன் (கி.பி.610–625)

8. சோழன் புண்ணியகுமாரர் (கி.பி 625–650)

9. சோழன் விக்கிரமாதித்தன் (கி.பி.650 –680)

நிறுவினான். இவன், முதலாம் நந்திவர்மன் என்னும் பல்லவனுடைய சமகாலத்தில் இருந்தவன். இவன் தன்னுடைய மகனுக்குப் பல்லவ நந்திவர்மனுடைய பெயரைச் சூட்டினான். நந்திவர்ம சோழன், சிம்மவிஷ்ணு என்னும் பல்லவ அரசனுடைய சமகாலத்தில் இருந்தவன். இவன் தன்னுடைய மூத்த மகனுக்குச் சிம்மவிஷ்ணுப் பல்லவனுடைய பெயரைச் சூட்டினான். நந்திவர்ம சோழனுடைய முதலாம் இரண்டாம் மூன்றாம் மகன்களான சிம்மவிஷ்ணுவும் சுந்த சனந்தனும் தனஞ்சயனும் பல்லவ சிம்மவிஷ்ணு காலத்தில் இருந்தவர்கள் என்பதை அறிகிறோம். சோழன் தனஞ்சயவர்மனின் ஆட்சிக்காலத்தில் பல்லவ சிம்மவிஷ்ணு, காவிரி பாய்கிற சோழ நாட்டையரசாண்ட களப்பிரனோடு போர் செய்து வென்று சோழ நாட்டைக் கைப்பற்றி அதனைத் தன்னுடைய பல்லவ இராச்சியத்தோடு இணைத்துக் கொண்டான். இந்தப் பல்லவ - களப்பிரப் போரில் இரேணாட்டுத் தனஞ்சயவர்மன் சிம்மவிஷ்ணுப் பல்லவனுக்கு உதவியாக இருந்திருக்கக்கூடும் என்று எண்ணத் தோன்றுகிறது. ஒருவேளை இந்தப் போரில் தனஞ்சயவர்மன் போர்க்களத்தில் இறந்திருக்கக் கூடுமோ என்றும் ஐயம் தோன்றுகிறது. இரேணாட்டுச் சோழன் தனஞ்சயவர்மன் தன்னுடைய மகனுக்கு மகேந்திர விக்ரமன் என்று, முதலாம் மகேந்திர விக்கிரமவர்மனின் பெயரைச் சூட்டினான்.

இரேணாட்டுச் சோழன் மகேந்திர விக்கிரமன் ஆட்சிக் காலத்தில் மேலைச் சாளுக்கிய அரசனான புலிகேசி (இரண்டாம் புலிகேசி) மகேந்திரவர்ம பல்லவன் மேல் படையெடுத்து வந்து அடிக்கடி தொண்டை நாட்டில் போர்செய்தான். அந்தக் கால்த்தில் புலிகேசியின் கை ஓங்கியிருந்தபடியால், இரேணாட்டு மகேந்திரவிக்கிரம சோழன், பல்லவர் சார்பை விட்டுச் சாளுக்கியர் சார்பைச் சேரவேண்டிய நிலை ஏற்பட்டது. ஆகவே, அவன் பல்லவ அரசர் சார்பிலிருந்து நீங்கிச் சாளுக்கியரைச் சார்ந்தான் என்று அறிகிறோம். இவனுடைய பேரனுக்கு இவன் விக்கிரமாதித்தன் என்று சாளுக்கிய அரசனுடைய பெயரைச் சூட்டியிருப்பதிலிருந்து இதனையறியலாம்.

இரேணாட்டை யரசாண்ட முதல் ஐந்து சோழர்கள் களப்பிரர் ஆட்சிக் காலத்தில் தெலுங்கு நாட்டையரசாண்டார்கள். இவர்கள் ஏறத்தாழ கி.பி.475 முதல் 575 வரையில் அரசாண்டார்கள். பல்லவ சிம்மவிஷ்ணு களப்பிரரை வென்று சோழநாட்டைக் கைப்பற்றிக் கொண்ட காலத்தில், பாண்டியன் கடுங்கோன் களப்பிரரை வென்று பாண்டி நாட்டைக் கைப்பற்றிப் பாண்டியர் ஆட்சியை நிலை நாட்டினான் என்பதை வேள்விக்குடிச் செப்பேட்டிலிருந்து அறிகிறோம். களப்பிரர் ஆட்சிக்காலத்தில் சோழநாட்டுச் சோழரில் ஒரு கிளை இரேணாட்டில் அரசாட்சி செய்து கொண்டிருந்தபோது, சோழநாட்டுச் சோழ பரம்பரையார் சோழநாட்டிலேயே சில ஊர்களைக் களப்பிரருக்குக் கீழடங்கி அரசாண்டார்கள். பாண்டியன் கடுங்கோன் களப்பிரரை வென்று பாண்டி நாட்டை மீட்டுக் கொண்டபோது சோழர் களப்பிரரைவென்று தங்கள் சோழநாட்டை மீட்டுக் கொள்ளவில்லை. களப்பிரருடன் போர் செய்து சோழநாட்டைக் கைப்பற்றியவன் சிம்மவிஷ்ணு பல்லவன். ஆகவே களப்பிரருக்குக் கீழடங்கியிருந்த சோழர், சிம்மவிஷ்ணு சோழநாட்டை வென்ற பிறகு, பல்லவருக்குக் கீழடங்கிவிட்டனர்.

களப்பிரர் காலத்து இலங்கை அரசர்

களப்பிரர் தமிழகத்தை ஆண்ட காலத்தில் பக்கத்து நாடாகிய இலங்கையின் அரசியல் நிலை எப்படி இருந்தது என்பதைப் பார்ப்போம். இலங்கையிலும் நிலைத்த ஆட்சியில்லாமல் அரசியல் குழப்பங்களும் கலகங்களும் இருந்தன.

தமிழ்நாட்டுக்கும் இலங்கைக்கும் நெடுங்காலமாக அரசியல் தொடர்பும் வாணிகத் தொடர்பும் சமயத் தொடர்பும் இருந்து வந்தன. ஏறத்தாழ கி.மு.5ஆம் நூற்றாண்டிலிருந்து, இலங்கை - தமிழ்நாடு உறவு இருந்தது. களப்பிரர் காலத்திலும் இரு நாடுகளுக்கும் தொடர்பு இருந்தது. அந்தத் தொடர்பைச் சுருக்கமாகக் கூறுவோம். களப்பிர அரசர்களைப் பற்றின வரலாற்றுச் செய்திகள் வரன்முறையாகத் தெரியவில்லையானாலும் அக்காலத்து இலங்கையரசருடைய வரலாறு வரன்முறையாகவும் தொடர்ச்சியாகவும் தெரிகின்றது. **சூலவம்சம்** என்னும் நூலிலே இலங்கை வரலாறு தெரிகின்றது. பாண்டிய நாட்டைக் களப்பிர அரசர் ஆண்ட காலத்திலே, பாண்டிய அரச குலத்தார் இலங்கையைக் கைப்பற்றிச் சிலகாலம் அரசாண்ட செய்தியை இலங்கை வரலாற்றிலிருந்து அறிகிறோம். களப்பிரர் ஆட்சிக் காலத்தில் இலங்கையை யரசாண்ட அரசர்களைக் கூறுவோம். இந்த அரசர்கள் ஆண்ட காலத்தை 'இலங்கை வரலாற்றுச் சுருக்கம், என்னும் நூலிலிருந்து எடுத்துள்ளோம்.[1]

திஸ்ஸன்

திஸ்ஸன் என்னும் இவன் ஸ்ரீதாசனுடைய மகன். இவன் விவகாரம் (சட்டம்) அறிந்தவனாகையால் ஓகாரிக திஸ்ஸன் என்று பெயர் பெற்றான். இவன் இருபத்திரண்டு ஆண்டுகள் அரசாண்டான். இவனுடைய ஆட்சிக்

---

1. A Short History of Ceylon, H.W.Codrington, 1929.

காலத்தில் இலங்கையில் மகாயான பௌத்த மதம் நுழையத் தொடங்கிற்று. இலங்கையின் பழைய தேரவாதப் பௌத்தத்துக்கு மாறானது மகாயான பௌத்த மதம். தேரவாதப் பௌத்தத்துக்கு இடையூறாக இருந்த மகாயான பௌத்தம் இலங்கையில் நுழைந்தபோது, ஓகாரிக திஸ்ஸன் தன்னுடைய அமைச்சனான கபிலன் என்பவனைக் கொண்டு மகாயானத்தை அடக்கித் தேரவாதப் பௌத்தத்தை நிலைக்கச் செய்தான்.

அபயநாகன்

இவன் ஓகாரிக திஸ்ஸனுடைய தம்பி. இவனுக்கும் இராணிக்கும் கூடா ஒழுக்கம் இருந்தது. இது கண்டறியப் பட்டபோது இவன் தமிழ்நாட்டுக்கு ஓடிவிட்டான். தமிழ்நாட்டில் எங்குத் தங்கினான் என்பது தெரியவில்லை. ஆனால், களப்பிர அரசனுடைய ஆதரவில் தங்கியிருந்தான் என்று கருதலாம். தமிழ்நாட்டில் தங்கியிருந்த இவன் சில காலத்துக்குப் பிறகு பெரிய சேனையை அழைத்துக் கொண்டு இலங்கைக்குப் போய் அண்ணனாகிய அரசனோடு போர் செய்தான். ஓகாரிக திஸ்ஸன் தன்னுடைய இராணியுடன் இலங்கையின் மத்தியில் உள்ள மலைநாட்டுக்கு ஓடினான். அபய நாகன் அவனைத் தொடர்ந்து சென்று போர் செய்து ஓகாரிக திஸ்ஸனைக் கொன்று அவனுடைய இராணியைக் கைப்பற்றிக் கொண்டுவந்து அவளை இராணியாக்கி அரசாண்டான். இவன் எட்டு ஆண்டுகள் அரசாண்டான்.

ஸ்ரீ நாகன் II

இவன் ஓகாரிக திஸ்ஸனுடைய மகன். இவனை இரண்டாம் ஸ்ரீநாகன் என்றும் கூறுவர். அபயநாகன் இறந்த பிறகு ஸ்ரீநாகன் இலங்கையை இரண்டு ஆண்டுகள் அரசாண்டான்.

விஜயகுமரன்

ஸ்ரீநாகனுக்குப் பிறகு அவனுடைய மகனான விஜயகுமாரன் அரசனானான். இவனுடைய ஆட்சிக் காலத்தில் சங்க திஸ்ஸன், சங்கபோதி, கோதாபயன் என்னும் மூன்றுபேர்

வந்து அரசாங்க ஊழியராக அமர்ந்தார்கள். இவர்கள் அரசகுலமல்லாத இலம்பகன்னர்.

ஸ்ரீ கங்கபோதி (கி.பி.252-254)

இவனுடைய ஆட்சியின் இரண்டாம் ஆண்டில், இவனுக்கு அமைச்சனாகவும் பொக்கிஷதாரனுமாக இருந்த கோதாபயன் என்னும் இலம்பகன்னன், நாட்டில் இவனுக்கு எதிராகக் கலகஞ் செய்தான். நாட்டிலே கலகமும் குழப்பமும் ஏற்பட்டன. கோதாபயன் சேனையோடு வந்து இவன்மேல் போர்தொடுத்தான். அரசனான ஸ்ரீசங்கபோதி இவனோடு போர் செய்யாமல் ஓடினான். ஓடிய இவனைப் பிடித்து ஒரு சேனைத் தலைவன் இவன் தலையை வெட்டிக் கோதாபயனிடம் அனுப்பினான். கோதாபயன் அதைத் தக்க முறையில் அடக்கஞ் செய்துவிட்டு, மேகவண்ணாபயன் என்று பெயர் சூட்டிக்கொண்டு அரசனானான்.

மேகவண்ணாபயன் (கி.பி. 254-267)

கோதாபயன், மேகவண்ணாபயன் என்று பட்டப்பெயர் கொண்டு பதின்மூன்று ஆண்டுகள் அரசாண்டான். இவனுடைய ஆட்சிக் காலத்தில் இலங்கையில் பேதுல்லியமதம் (மகாயான பௌத்தம்) பரவத் தொடங்கிற்று, பழைய தேரவாதப் பௌத்தத்துக்கு மாறுபட்டதான பேதுல்லியமத்தை நீக்கி இவ்வரசன் பழைய தேரவாத பௌத்தத்தை நிலைநிறுத்தினான். மகாயான பௌத்தத்தைச் சார்ந்த பௌத்தப் பிக்குகளை இவ்வரசன் நாடு கடத்தினான். நாடுகடத்தப்பட்ட பிக்குகள் தமிழ்நாட்டுக்கு வந்து சோழ நாட்டில் தங்கினார்கள். அக்காலத்தில் சோழநாட்டில் மகாயானப் பௌத்தத் தலைவராக இருந்த சங்க மித்திரன் என்னும் தமிழப் பிக்கு, நாடு கடத்தப்பட்டு வந்த சிங்கள நாட்டுப் பிக்குகள் கூறியதைக் கேட்டுத் தான் இலங்கைக்குப் போய் தன்னுடைய மகாயான பௌத்தத்தை அங்கு நிலை நிறுத்த எண்ணினார். ஆகவே சங்கமித்திரர் இலங்கைக்குப் போய் மேகவண்ணாபய அரசனுடைய சபையில் தேரவாத பௌத்தர்களோடு சமயவாதஞ்செய்து வென்றார். மேகவண்ணாபயன் வெற்றிபெற்ற சங்கமித்திரரை

ஆதரித்தான். தன்னுடைய மக்களான ஜேட்டதிஸ்ஸன், மகாசேனன் என்பவர்களைச் சங்கமித்திரரிடத்தில் கல்வி கற்க விட்டான். மேகவண்ணாபயன் காலமான பிறகு அவன் மகனான ஜேட்டதிஸ்ஸன் அரசனானான்.

ஜேட்டதிஸ்ஸன் I (கி.பி. 267-277)

இவன் மேகவண்ணாபயனுடைய மூத்தமகன். இவன் பத்து ஆண்டுகள் அரசாண்டான். இவன் சங்கமித்திரரிடம் கல்வி பயின்ற மாணவன். ஆனால், அவரிடத்தில் இவன் பகை கொண்டிருந்தான். ஆகையால் சங்கமித்திரர் இவன் காலத்தில் இலங்கையிலிருந்து சோழநாட்டுக்கு வந்துவிட்டார்.

மகாசேனன் (கி.பி. 277-304)

ஜேட்டதிஸ்ஸனுக்குப் பிறகு அவனுடைய தம்பியான மகாசேனன் அரசனானான். இவன் அரசனாவதையறிந்த இவனுடைய குருவாகிய சங்கமித்திரர் சோழநாட்டிலிருந்து இங்கு வந்து தம்முடைய கையினாலே இவனுக்கு முடிசூட்டினார். இவ்வரசனுடைய ஆதரவைப் பெற்ற இவர், மகாயான பௌத்த மதத்தை இலங்கையில் பரவச் செய்தார். இலங்கையில் தேரவாத (ஈனயான) மகாயானச் சமயப் பூசல்கள் ஏற்பட்டன. மகாசேனன் இலங்கையில் அக்காலத்தில் இருந்த பேர்போன சிவன் கோயில்களை இடித்து அழித்தான்.

ஸ்ரீ மேகவண்ணன் (கி.பி. 304-332)

இவன் இலங்கையின் பழைய தேரவாதப் பௌத்தத்தை ஆதரித்தான். பல பரிவேணைகளையும் விகாரைகளையும் கட்டினான். இவனுடைய ஒன்பதாம் ஆட்சியாண்டில் கலிங்க நாட்டிலிருந்து கொண்டுவரப்பட்ட புத்தருடைய பல் தாதுவை அநுராதபுரத்தில் வைத்துச் சிறப்புச் செய்தான். வட இந்தியாவை இவன் காலத்தில் ஆட்சி செய்தவன் சந்திரகுப்தன் (கி.பி.345-380). ஸ்ரீமேகவண்ணன், சந்திரகுப்த அரசனிடத்தில் இரண்டு பௌத்தப் பிக்குகளைத் தூது அனுப்பி, புத்தகயாவுக்கு யாத்திரை போகிற இலங்கைப் பௌத்தப் பிக்குகளுக்குப் பாதுகாப்பு கொடுத்து ஆதரிக்கும்படி கேட்டுக்கொண்டான். இவன்

இருபத்தெட்டு ஆண்டுகள் ஆட்சி செய்தான்.[2] இவனுடைய கல்வெட்டுச் சாசனங்கள் இலங்கையில் கிடைத்துள்ளன. அந்தச் சாசனங்களில் இவ்வரசன் கிரி மேகவண்ண என்றும் கிரி மேகவன் என்றும் கூறப்படுகிறான்.

ஜேட்டதிஸ்ஸன் II (கி.பி. 332-341)

ஜேட்டதிஸ்ஸன், ஸ்ரீ மேகவண்ணனுடைய தம்பி. இவன் யானைத் தந்தத்தில் அழகான உருவங்களையும் கலைப்பொருள்களையும் செய்வதில் வல்லவன். அந்தத் தொழிலைப் பலருக்கும் கற்பித்தான். இவன் இலங்கையை ஒன்பது ஆண்டுகள் அரசாண்டான்.[3]

புத்ததாசன் (கி.பி.341-370)

இவன் ஜேட்டதிஸ்ஸனுடைய மகன். மருத்துவக் கலையில் வல்லவனான இவன் மனிதரின் நோயைத் தீர்த்ததுமல்லாமல் ஒரு பாம்பின் நோயையும் தீர்த்தானாம். நாட்டில் ஆங்காங்கே மருத்துவர்களை நியமித்து நோயாளிகளுக்கு மருத்துவம் செய்ய ஏற்பாடு செய்தான். மருத்துவருக்கு மருத்துவ விருத்தி நிலங்களைக் கொடுத்தான். யானை குதிரைகளின் நோய்களையும் போரில் புண்பட்ட வீரர்களின் நோயையும் போக்க வைத்தியர்களை நியமித்தான்.

இவ்வரசன் காலத்தில் மகாதம்ம கீர்த்தி என்னும் பிக்கு பௌத்த சூத்திரங்களைச் சிங்கள மொழியில் பெயர்த்தெழுதினார். இவ்வரசனுக்கு எண்பது மக்கள் இருந்தார்களாம். ப-ஹியன்(Fa-Hian) என்னும் சீன யாத்திரிகர் இவ்வரசன் காலத்தில் இலங்கைக்கு வந்து தங்கினார். ப-ஹியன் இலங்கையில் கி.பி. 411-12ஆம் ஆண்டு தங்கினார் என்று அறியப்படுகிறது. புத்ததாச அரசன் இருபத்தொன்பது ஆண்டுகள் அரசாண்டான்.[4]

உபதிஸ்ஸன் (கி.பி.370-412)

புத்ததாசன் காலமான பிறகு அவனுடைய மூத்த மகனான உபதிஸ்ஸன் இலங்கையை யரசாண்டான்.

---

2. சூலவம்சம் 3ஆம் பரிச்சேதம் 51-99, Culavamsaa Part I Translated by Wilhelm Geiger. 1929

3. Ibid 100-104

4. Ibid 105-178

இவனை இரண்டாம் உபதிஸ்ஸன் என்பர். பௌத்தப் பள்ளிகளுக்கும் பௌத்தப் பிக்குகளுக்கும் இவன் தான தருமங்களைச் செய்தான். அங்கு ஊனம் உள்ளவர்க்கும் குருடர் நோயாளிகளுக்கும் மருத்துவமனைகளை அமைத்தான். இவன் 42 ஆண்டுகள் அரசாண்டான். இவனுடைய இராணி, இவனுடைய தம்பியான மகாநாமன் என்பவனோடு கூடாவொழுக்கங் கொண்டிருந்தாள். மகாநாமன் பௌத்தப் பள்ளியில் சேர்த்து பௌத்தப் பிக்குவாகத் துறவுகொள்ள இருந்தான். அவன் புத்தப் பள்ளியில் பப்பஜா என்னும் நிலையில் இருந்தான். பப்பஜா என்பது துறவு பூணுவதற்கு முந்திய புகுநிலை. (முழுத்துறவு கொள்வதற்கு உபசம்பதா என்பது பெயர்) மகாநாமனோடு கூடாவொழுக்கங் கொண்டிருந்த இராணி அரசனைக் (உபதிஸ்ஸனை) குத்திக் கொன்றுவிட்டாள். இதையறிந்த பௌத்தப் பள்ளியில் இருந்த மகாநாமன் அரண்மனைக்கு வந்து அரசாட்சியைக் கைக்கொண்டான்.[5]

மகாநாமன் (கி.பி. 412-434)

உபதிஸ்ஸனுக்குப் பிறகு அவனுடைய தம்பியான மகாநாமன் அரசனானான். இவன் தன்னுடைய அண்ணனுடைய இராணியைத் தன்னுடைய பட்ட மகிஷியாக்கிக் கொண்டான். இவர்களுக்கு ஆண் மக்கள் இல்லை. ஒரே ஒரு பெண்மகள் சங்கா என்பவள் இருந்தாள். மகாநாமனுக்கு இன்னொரு மனைவி இருந்தாள். அவள் தமிழ் குலத்தைச் சேர்த்தவள். ஆகவே, அவள் தமிழமகிஷி என்று கூறப்பட்டாள். அந்தத் தமிழ் இராணிக்குச் சொத்திசேனன் என்னும் ஒரு மகன் இருந்தான்.

மகாநாமனுடைய ஆட்சிக்காலத்தில் புத்த கோஷர் என்னும் பெயருள்ள பேர்போன பௌத்தப் பிக்கு இலங்கைக்கு வந்தார். அவர் இலங்கைக்கு வருவதற்கு முன்பு ஆந்திர நாட்டிலும் பிறகு தமிழ்நாட்டிலும் இருத்தார். தமிழ்நாட்டுப் பௌத்த விகாரைகளில் தங்கியிருந்தபோது அவர் சில பௌத்த நூல்களைப் பாலி மொழியில் எழுதினார். காஞ்சிபுரத்துப் பௌத்தப் பள்ளியில் தங்கியிருந்தபோது, அப்பள்ளியில் இருந்த சுமதி, **ஜோதிபாலர்** என்னும்

5. Ibid 179-210

தமிழப்பிக்குகள் புத்தகோஷரை இலங்கைக்குப் போய் அங்குச் சிங்கள மொழியில் எழுதப்பட்டிருந்த பௌத்தமத உரை நூல்களைக் கற்கும்படித் தூண்டினார்கள், புத்தகோஷர், மகாநாமன் ஆட்சிக்காலத்தில் இலங்கைக்கு வந்து தங்கி பௌத்த விகாரைகளில் இருந்த சிங்கள உரை நூல்களைக் கற்றார். இலங்கையில் மகாவிகாரையில் இருந்த பௌத்த சங்கத்தலைவரான சங்கபாலர் என்னும் மகாதேரர் புத்தகோஷருக்குச் சிங்கள மொழியில் இருந்த திரிபிடக உரைகளைக் கூறினார். அவற்றையறிந்த பிறகு புத்தகோஷர் **விசுத்திமக்கம்** முதலான நூல்களைப் பாலி மொழியில் எழுதினார். புத்தகோஷர் சோழநாட்டில் இருந்த பேர்போன ஆசாரிய புத்ததத்ததேரர் என்னும், தமிழ்ப்பிக்குவின் சமகாலத்தவர். புத்தகோஷர் தம்முடைய நூலில், சோழ நாட்டை யரசாண்ட அச்சுதவிக்கந்தன் என்னும் களப்பிர அரசரைக் குறிப்பிடுகிறார்.

மகாநாமன் இருபத்திரண்டு ஆண்டுகள் ஆட்சி செய்த பிறகு காலமானான்.[6]

சொத்திசேனன் (கி.பி.434)

மகாநாமன் இறந்த பிறகு அவனுடைய ஒரே மகனான சொத்திசேனன் இலங்கையின் அரசனானான். இவன் மகாசேனனுக்கும் அவனுடைய தமிழமகிஷிக்கும் பிறந்த மகன். சொத்திசேனன் முடிசூடின அதே நாளில் அவனுடைய மாற்றாந்தாயின் மகளான சங்கா என்பவளால் கொலை செய்யப்பட்டிருந்தான். சங்காவின் தாய் சிங்களவள். அவள் தன்னுடைய முதல் கணவனான உபதிஸ்ஸனைக் கொன்று அரசாட்சியைத் தன்னுடைய காதலனான மகாநாகனுக்குக் கொடுத்ததையறிந்தோம். அவளுடைய மகளான சங்காவும் தன் தாயைப் போலவே, கொலைக்கு அஞ்சாதவளாய்த் தன்னுடைய தம்பியான தமிழ சொத்திசேனனைக் கொன்றுவிட்டாள். ‘தாயைப் போல சேய்’ என்னும் பழமொழிக்கு ஏற்ப தாயினுடைய கொலையுள்ளம் சங்காவுக்கும் இருந்தது.

6. Ibid 210-247

சத்தக் காகசன் (கி. பி. 434)

இவனுடைய இயற்பெயர் தெரியவில்லை. சத்தக்காகசன் என்பது சத்திரக்காகசன் என்பதன் சிதைவு. சத்திரம் என்றால் அரசனுடைய கொற்றக் குடை என்பது பொருள், இவன் மகா நாமனின் கொற்றக்குடை ஏந்தும் அலுவலனாக இருந்தான். மகாநாமன் தன்னுடைய சிங்கள மனைவியின் மகளான சங்கா என்பவளை இவனுக்கு மணஞ்செய்வித்தான். மகாநாமன் இறந்த பிறகு அவனுடைய மகனான சொத்திசேனன் அரசனானான். சொத்திசேனன், மகாநாமனுடைய தமிழ் மகிஷியின் மகன் என்பதையறிந்தோம். இவன் முடி சூடின அன்றையத்தினமே இவனுடைய சிங்களச் சகோதரியினால் கொல்லப்பட்டிறந்ததையும் அறிந்தோம். சொத்திசேனனுக்குப் பிறகு சத்தக்காகசனாகிய இவன் சிங்கள அரசின் சிம்மாசனம் ஏறினான், இவன் ஓராண்டு காலம் அரசாண்டான். இவன் இறந்த பிறகு இவனுடைய உடம்பை அமைச்சன் அரண்மனயிலேயே கொளுத்தி விட்டு, மித்தசேனன் என்பவனை அரசனாக்கினான்.[7]

மித்தசேனன் (கி.பி. 435-436)

சத்தக் காகசன் இறந்த பிறகு, அமைச்சன் (அவன் பெயர் தெரியவில்லை) மித்தசேனன் என்பவனைச் சிங்கள நாட்டு சிம்மாசனத்தில் அமர்த்தினான். அக்காலத்தில் சிங்கள அரச குலத்தைச் சேர்ந்தவர் ஒருவருமிலர் என்று தோன்றுகிறது. அரசனாக அமர்ந்த மித்தசேனன் யார், இவன் எந்த முறையில் அரசாட்சிக்கு உரியவன் என்பது தெரியவில்லை. நிச்சயமாக இவன் அரசுக்கு உரியவனல்லன், ஏனென்றால் இந்த மித்தசேனன் பேர் போன அரிசிக் கொள்ளைக்காரனாக இருந்தவன். இவனை அரசனாக்கிய அமைச்சன் இவனை வெளியில் காட்டாமலே மறைத்து வைத்திருந்தான். அரசன் நோயாக இருக்கிறபடியால் அரண்மனையை விட்டு வெளிய வர இயலாமல் இருக்கிறான் என்று அமைச்சன் நாட்டு மக்களிடம் கூறினான்.

எத்தனை நாள் ஒளிந்திருக்க முடியும்? நாட்டு மக்கள் வற்புறுத்தலின்மேல், மித்தசேனன் திருவிழாக் காலத்தில்

---

7. சூலவம்சம் 88ஆம் பரிச்சேதம் 3-4

யானை ஏறி உலாவந்தான். இவன் ஆட்சிக்காலத்தில், ஓராண்டுக்குப் பிறகு தமிழ்நாட்டிலிருந்து பாண்டிய அரச குலத்துப் பாண்டியன் ஒருவன் படையெடுத்து வந்து மித்தசேனனைப் போரில் கொன்று சிங்கள ஆட்சியைக் கைப்பற்றி யரசாளத்தொடங்கினான்.[8]

இலங்கையில் பாண்டியர் ஆட்சி (கி.பி. 436-463)

தமிழகத்தைக் (சேர சோழ பாண்டிய நாடுகளை) களப்பிர அரசர் ஆட்சி செய்தபோது பழைய சேர சோழ பாண்டிய அரச பரம்பரையார் களப்பிரருக்குக் கீழடங்கிச் சிற்றரசர்களாக இருந்தார்கள். அவர்களைப் பற்றி ஒன்றுமே தெரியவில்லை. பாண்டி நாட்டில், களப்பிரருக்குக் கீழடங்கியிருந்த பாண்டிய பரம்பரையில் ஒரு பாண்டியன், தன்னுடைய இரண்டு மகன்களையும் ஒரு தமிழச் சேனையையும் அழைத்துக் கொண்டு, இலங்கைக்கு வந்தான். அங்கு அரசாண்டு கொண்டிருந்த மித்தசேனனோடு போர் செய்தான். மித்தசேனன் போரில் இறந்து போனான். பாண்டியன் இலங்கையாட்சியைக் கைப்பற்றி அநுராதபுரத்திலிருந்து இலங்கையை யரசாண்டான். இந்தப் பாண்டியனுடைய பெயர் தெரியவில்லை. இவனைப் பாண்டு (பாண்டியன்) என்று இலங்கை வரலாறு கூறுகிறது.

பாண்டு (பாண்டியன், கி.பி. 436-441)

பாண்டியன் இலங்கையை யரசாண்ட போது தலைநகரமான அநுராதபுரத்திலிருந்த சிங்கள அரச குடும்பத்தவரும் பெருங்குடி மக்களும் தெற்கே உரோகண நாட்டுக்குப் போய்விட்டார்கள். இலங்கையின் தென்கிழக்கிலிருந்த உரோகணநாடு அந்தக் காலத்தில் கலகக்காரர்களுக்குப் புகலிடமாக இருந்தது. உரோகண நாட்டுக்குச் சென்றவர்கள் தனக்கு எதிராகக் கலகஞ் செய்வார்கள் என்பதையறிந்த பாண்டியன் தன்னுடைய சிங்கள இராச்சியத்தின் தெற்கெல்லைகளில் பல கோட்டைகளை அமைத்துப் பாதுகாப்புகளைச் செய்தான். அவன் தெற்கு எல்லையில் இருபத்தொரு கோட்டைகளை அமைத்துப் பாதுகாத்தான்.

8. Ibid 4-11

பாண்டியனுடைய இலங்கை இராச்சியம் வழக்கம் போல இராஜரட்டம் (இராஜராட்டிரம்) என்று கூறப்பட்டது. அதன் எல்லை கிழக்கு மேற்கு வடக்குப்புறங்களில் கடல்களும் தெற்கே மாவலிகங்கையாறும் ஆக அமைந்திருந்தன. மாவலிகங்கை என்பது இலங்கையின் பெரிய ஆறு. இதன் சரியான பெயர் மாவாலுக கங்கை என்பது. மா- பெரிய, வாலுகம்- மணல், கங்கை - ஆறு, மாவாலுக கங்கை என்றால் பெருமணல் ஆறு என்பது பொருள். மாவாலுக கங்கை என்பது மாவலிகங்கை என்று வழங்கப்படுகிறது.

அநுராதபுரத்தில் மகாவிகாரை என்னும் பௌத்தப்பள்ளியில் மோரிய குலத்தைச் சேர்ந்த ஒரு பௌத்தப் பிக்கு இருந்தான். அவனுடைய தங்கை மகனான தாதுசேனன் என்பவன், மகாவிகாரையைச் சேர்ந்த தீக சந்தனப் பரிவேணையில் (பரிவேணை - பௌத்த மதக் கல்லூரி) பௌத்த மத நூல்களைப் படித்துக் கொண்டிருந்தான். அவனுக்கு அரசாளும் ஊழ் இருக்கிறது என்று நம்பிய அந்தப் பிக்கு மதக்கல்வியைப் போதிக்காமல் அரசியல் நூல்களைக் கற்பித்துக் கொண்டிருந்தான்.

தனக்கு எதிராகப் பௌத்த விகாரையில் தாதுசேனன் மறைவாக இருக்கிறான் என்பதையறிந்த பாண்டியன் அவனைப் பிடித்துக் கொண்டுவரும்படி தன்னுடைய வீரர்களை அனுப்பினான். பிடிக்க வருகிறார்கள் என்பதை முன்னமேயறிந்த தாதுசேனனும் அவனுடைய மாமனான பிக்குவும் நகரத்தை விட்டுப் புறப்பட்டுத் தெற்கு எல்லையான மாவலிகங்கையைக் கடந்து தெற்கே போய் விட்டார்கள். அவர்கள் தெற்கு சென்று கோண ஓயாவைக் (இப்போதைய காளஓயா) கடந்து உரோகண நாட்டுக்குப் போய் விட்டார்கள். அவர்கள் உரோகண நாட்டில் கலகக்காரர்களோடு சேர்ந்துகொண்டு அரசனுக்கு எதிராகக் கலகஞ் செய்யும் வாய்ப்பை எதிர்பார்த்துக் கொண்டிருந்தார்கள்.

பாண்டியன் இலங்கை இராச்சியத்தை ஐந்து ஆண்டுகள் அரசாண்டபிறகு காலமானான்.[9]

---

9. Ibid 11-29

பரிந்தன் (கி.பி. 441-444)

பாண்டியன் காலமான பிறகு அவனுடைய மூத்த மகனான பரிந்தன் இலங்கையை யரசாண்டான். இவனுடைய ஆட்சிக் காலத்து வரலாறு தெரியவில்லை. இவனுடைய ஆட்சிக்காலத்தில் உரோகண நாட்டிலிருந்த தாதுசேனன் கலகக்காரர்களைச் சேர்த்துக்கொண்டு படைதிரட்டிக் கொண்டிருந்தான் என்று தோன்றுகிறது. பாண்டியன் பரிந்தன் மூன்று ஆண்டுகள் அரசாண்டான்.[10]

இளம்பரிந்தன் (குட்டபரிந்தன், கி.பி.444-460)

பாண்டியன் பரிந்தன் காலமான பிறகு அவனுடைய தம்பியான இளம்பரிந்தன் அரசாண்டான். இவனைக் குட்டபரிந்தன் என்று இலங்கை நூல்கள் கூறுகின்றன. குட்டபரிந்தன் என்றால் இளம்பரிந்தன் என்பது பொருள். அதாவது பரிந்தனுடைய தம்பி என்பது பொருள். இவன் பதினாறு ஆண்டுகள் அரசாண்டான். இவனுடைய ஆட்சிக்காலத்தில், கலகக்காரனான தாதுசேனன் படைதிரட்டிக் கொண்டுவந்து இவனோடு போர் செய்தான். குட்டபரிந்தன் அவனோடு போர் செய்து வென்றான். தோற்றுப் போன தாதுசேனன் போர்க்களத்தைவிட்டு ஓடினான். போரின்போது தாதுசேனனை ஆதரித்துக் கலகஞ் செய்தவர்களை அடக்கினான். குட்டபரிந்தன் 'பல நன்மையான காரியங்களையும் தீமையான காரியங்களையும் செய்தான்' என்று சூலவம்சம் கூறுகிறது.[11] என்ன நன்மைகளைச் செய்தான், என்ன தீமைகளைச் செய்தான் என்று கூறவில்லை. கலகக்காரர்களை அடக்கினது தீமையாகாது.

பாண்டியன் குட்டபரிந்தன் இலங்கை நாட்டின் மதமான பௌத்த மதத்தைச் சேர்ந்தவன் என்று தெரிகிறது. இவனுடைய கல்வெட்டுச் சாசனம் கிடைத்திருக்கிறது. இந்தச் சாசன எழுத்து இலங்கையின் பழைய தலைநகரமான அநுராதபுரத்தில் கண்டு பிடிக்கப்பட்டு இப்போது அநுராதபுரத்து ஆர்க்கியாலஜி இலாகாவின்

---
10. Ibid 29
11. Idid 30 –31

காட்சிச்சாலையில் வைக்கப்பட்டிருக்கிறது. இந்தச் சாசனத்தில் இவன், **பரிதேவன்** என்றும், **பரிததேவன்** என்றும், **புததாசன்** (புத்ததாசன்) என்றும் கூறப்படுகிறான். இவனுடைய இராணி பௌத்த விகாரைக்குத் தானஞ் செய்ததை இந்தக் கல்வெட்டுக் கூறுகிறது.[12]

திரிதரன் (ஸ்ரீதரன், கி.பி. 460)

இவன் குட்டபரிந்தனுக்குப் பிறகு அரசாண்டான். இவன் இளம் பரிந்தனுக்கு எந்தவகையில் உறவினர் என்பது தெரியவில்லை. இவன் அரசனான இரண்டாம் மாதத்தில், கலகக்காரனான தாதுசேனன் இவன் மேல் படையெடுத்து வந்து போர் செய்தான். அந்தப் போரில் இவன் இறந்து போனான். போர்க்களத்தில் இறந்து போனாலும் வெற்றி இவனுக்குக் கிடைத்தது. தாதுசேனன் தோற்று ஓடினான்.[13]

தாட்டியன் (கி.பி. 460-463)

திரிதரன் போர்க்களத்தில் இறந்த பிறகு பாண்டியன் தாட்டியன் அரசனானான். இவனுக்கும் முந்திய அரசனுக்கும் உள்ள உறவு தெரியவில்லை. இவன் தாட்டியன் என்றும் தாட்டிகன் என்றும் மகாதாட்டிக மகாநாகன் என்றும் மகாதானிக மகாநாகன் என்றும் கூறப்படுகிறான். இவன் மேல் போர் செய்யவந்த தாதுசேனனை இவன் வென்று துரத்தினான். உரோகண நாட்டில் உள்ள பேர் போன சுதரகாம (கதிர்காமம்) நகரத்தில் தாட்டிகனுடைய கல்வெட்டுச் சாசனம் சிதைந்து காணப்படுகிறது. இந்தச் சாசனம் இவன் கிரிவிகாரை என்னும் பௌத்தப் பள்ளிக்குத் தானஞ்செய்ததைக் கூறுகிறது. எனவே இவனும் பௌத்த மதத்தைச் சேர்ந்தவன் என்று தெரிகிறான். இலங்கையின் தென்கிழக்குக் கோடியில் இவனுடைய கல்வெட்டுச் சாசனம் கிடைத்திருக்கிற படியால், இவன் தாதுசேனன் இருந்த உரோகண நாட்டின் மேல் படையெடுத்துச் சென்று அவனோடு போர் செய்து வென்றான் என்பது தெரிகிறது. அங்கு வெற்றியடைத்த போது இந்தத் தானத்தைச் செய்து

---

12. Anuradhabura slab inscription of Kuddha Parinda by S.Paranavitana pp. 111–115 Epigraphia Zeylanica. Vol. IV 1934–41

13. சூலவம்சம் 38ஆம் பரிச்சேதம் 32

இக்கல்வெட்டெழுத்தை எழுதினான். உரோகண நாட்டில் இவன் சில காலந்தங்கியிருந்தான் என்று தெரிகிறது.[14]

இந்தப் பாண்டியனுக்கும் கலகக்காரனான தாதுசேனனுக்கும் பல போர்கள் நடந்திருக்க வேண்டும் என்று தெரிகிறது. அந்தப் போர்களைப் பற்றிச் சூலவம்சம் ஒன்றும் கூறவில்லை. கூறாதபடியினால் தாதுசேனன் பல தடவை தோற்றுப் போனான் என்று ஊகிக்கலாம். கடைசியாக நடந்த போரிலே பாண்டியன் மகாதாட்டிக மகாநாகன் இறந்து போனான். இறந்து போனாலும் வெற்றி இவனுக்கே கிடைத்தது.[15]

பிட்டியன் (கி.பி. 463)

தாட்டிகனுக்குப் பிறகு **பிட்டியன்** அரசனானான். களப்பிரர் காலத்தில் இலங்கையை யரசாண்ட பாண்டியர்களில் இவன் கடைசிப் பாண்டியன். இவன் ஆட்சிக் காலத்தில் ஏழாம் மாதத்தில் தாதுசேனன் இவன்மேல் படையெடுத்து வந்து போர் செய்தான். அந்தப் போரில் பிட்டியன் இறந்து போனான். ஆகவே தாதுசேனன் இலங்கையாட்சியைக் கைப்பற்றினான்.

களப்பிரர் ஆட்சிக் காலத்தில் பாண்டிய மரபைச் சேர்ந்த ஆறு பாண்டியர்கள் இலங்கையை இருபத்தேழு ஆண்டுகள் அரசாண்டார்கள்.[16] களப்பிரர் ஆட்சிக் காலத்தில் இலங்கையை யரசாண்ட வேறு சிங்கள அரசர்களைப் பற்றிக் கூறுவோம்.

தாதுசேனன் (கி.பி.463 -479)

பாண்டியருக்கு எதிராக இருபத்தேழு ஆண்டுகளாகக் கலகஞ் செய்துகொண்டிருந்த தாதுசேனன் கடைசியில் இலங்கையின் அரசனானான். ஆனால் தாதுசேனனுடைய வாழ்க்கை துன்பகரமாகவும் இரங்கத் தக்கதாகவும் இருந்தது. இவனுக்கு இரண்டு மனைவியர் இருந்தனர். இவர்களில் ஒருத்தி இவனுக்குச் சமமான குலத்தைச்

---

14. Epigraphia zeylanica Val III pp. 216-219

15. சூலவம்சம் 38ஆம் பரிச்சேதம் 33

16. Ibid 4

சேர்ந்தவள். இவளுக்கு ஒரு அழகான பெண்மகளும் மொக்கல்லானன் என்னும் ஒரு மகனும் பிறந்தனர். தாதுசேனனுடைய இன்னொரு மனைவி இவளைவிடச் சற்றுத் தாழ்ந்த குலத்தைச் சேர்ந்தவள். இவளுக்குக் கஸ்ஸபன் என்னும் ஒருமகன் பிறந்தான். தாழ்த்த குலத்தில் பிறந்தவனாகையினால் கஸ்ஸபனுக்கு அரசாளும் உரிமை இல்லை.

தாதுசேனன் தன்னுடைய அருமை மகளைத் தன்னுடைய மருமகனுக்குத் (தங்கையின் மகனுக்கு) திருமணஞ் செய்து கொடுத்தான். கொடுத்து அவனைத் தன்னுடைய சேனாபதியாக்கிக் கொண்டான். இவனுடைய பெயர் உபதிஸ்ஸன். இவ்வாறு இருந்தபோது, தன்னுடைய மருமகனும் சேனாபதியுமான உபதிஸ்ஸன் தன்னுடைய மனைவியைச் (அரசனுடைய மகளை) சவுக்கினால் துடைகளிலே அடித்துவிட்டான். இரத்தம் பீறிட்டு வெளிப்பட்டது. இதனைக் கண்ட அரசன், தன் மகளைக் கண்போல நேசித்தவனாகையினால், பெருஞ்சினங்கொண்டான். அடித்த காரணத்தை விசாரித்தான். காரணம் இல்லாமலே தன்னுடைய மகள் அடிக்கப்பட்டாள் என்று அறிந்தபோது இதற்குக் காரணமான தன்னுடைய தங்கையை (சேனாபதியின் தாயை) உயிரோடு நெருப்பில் இட்டுக் கொளுத்திக் கொன்று விட்டான். தன்னுடைய தாய் பதைபதைத்துத் தீயில் வெந்து இறந்த கொடுமையைக் கண்ட மருமகனாகிய சேனாபதி அரசன் மேல் பெருஞ்சினங்கொண்டான். தன்னுடைய தாயைச் சுட்டுக் கொன்ற அரசனைப் பழிக்குப்பழி வாங்கத் தீர்மானஞ் செய்து கொண்டான். அரசனை ஆட்சியிலிருந்து விலக்கி அவனைத் துன்புறுத்திக் கொல்லத் திட்டம் இட்டான். தன்னுடைய திட்டத்துக்கு உதவியாக, கருவியாக அரசனுடைய மகனான கஸ்ஸபனைப் பயன்படுத்திக் கொண்டான். அரசு உரிமை இல்லாத கஸ்ஸபனுக்கு அரசாட்சி ஆசையை உண்டாக்கி அரசனுக்கு எதிராகக் கலகஞ் செய்து ஆட்சியைக் கைப்பற்றும்படித் தூண்டி விட்டான்.

உபதிஸ்ஸனுடைய பேச்சைக் கேட்டு அரசாட்சிப் பதவியைப் பெறுவதற்கு ஆசை கொண்ட கஸ்ஸபன் நகர மக்களைத் தன்பக்கம் சேர்த்துக்கொண்டு

தன்னுடைய தந்தையான தாதுசேன அரசனைப் பிடித்துச் சிறைச்சாலையின் இருட்டறையில் அடைத்து விட்டுத் தான் ஆட்சியைக் கைப்பற்றிக் கொண்டான். அரசனைச் சார்ந்தவர்களையெல்லாம் துன்புறுத்தி அடக்கினான். அரசாட்சிக்கு உரிமையுள்ளவனான மொக்கல்லானனை விஷம் இட்டுக் கொல்ல முயன்றான். மொக்கல்லானன் உயிர் தப்பித் தமிழ்நாட்டுக்கு ஓடி அடைக்கலம் புகுந்தான். அவன் தமிழ்நாட்டிலிருந்து சேனையைச் சேர்த்துக்கொண்டு வந்து கஸ்ஸபன் மேல் போர் செய்து ஆட்சியைப் பெறுவதற்காகத் தமிழ்நாட்டுக்குப் போனான். போனவன் களப்பிர அரசரின் ஆதரவைப் பெற அவர்களிடம் சென்றான் போலும். சிறைச் சாலையில் தாதுசேன அரசனுக்குச் சரியாக உணவும் கிடைக்கவில்லை. தன்னுடைய மகனான மொக்கல்லானன் தமிழ்நாட்டுக்குப் போய் விட்டதையறிந்து அவன் மனக்கவலையும் துன்பமும் அடைந்தான். பழிக்குப்பழி வாங்கத் திட்டமிட்ட சேனாபதியான உபதிஸ்ஸன் தன்னுடைய திட்டத்தில் வெற்றியடைந்தான். ஆனால், சேனாபதி இதோடு நிற்கவில்லை. அரசனைச் சித்திரவதை செய்து கொல்லத் திட்டமிட்டான்.

அவன் ஆட்சியைக் கைப்பற்றியுள்ள கஸ்ஸபனிடஞ்சென்று, 'உம்முடைய தந்தை தாதுசேன மன்னன் அரண்மனையில் இரகசியமாகப் பெருஞ்செல்வத்தை வைத்திருக்கிறாரே, அது பற்றி அவர் உம்மிடம் ஒன்றும் சொல்லவில்லையா?' என்று கேட்டான். கஸ்ஸபன் 'ஒன்றுஞ் சொல்லவில்லை' என்று கூறினான். அதற்குச் சேனாதிபதி 'அவருடைய உள்நோக்கம் உமக்குத் தெரியவில்லையா? அவர் தம்முடைய செல்வமகனான மொக்கல்லானனுக்குக் கொடுக்க அதை வைத்திருக்கிறார்' என்று கூறினான். சேனாபதி கூறியதை உண்மை என்று நம்பிய கஸ்ஸபன், பொருளாசை கொண்டவனாகித் தன்னுடைய ஆட்களைச் சிறைச் சாலையிலுள்ள தாதுசேனனிடம் அனுப்பி அவர் பொருள் வைத்திருக்கும் இடத்தையறிந்து வரும்படி சொன்னான். அவர்கள் சென்று கேட்டபோது அரசன் 'இந்தக் கொடியவன் என்னைக் கொன்று விடுவதற்குச் செய்யும் சூழ்ச்சி இது' என்று எண்ணி, பதில் கூறாமல் வாளா இருந்தான். ஆட்கள் திரும்பி வந்து அரசன் ஒன்றும் பேசாமலிருந்ததைக் கூறினார்கள். கஸ்ஸபன்

பலமுறைத் தன்னுடைய ஆட்களை அனுப்பிக் கேட்டான். கடைசியாக வந்து கேட்டபோது, காலவாபியில் என்னை நீராட அழைத்துக் கொண்டு போனால் அங்குச் சென்று அந்த இடத்தைக் காட்டுவேன் என்று கூறினான். ஆட்கள் வந்து அரசன் கூறியதைச் சொன்னார்கள். கஸ்ஸபன், தாதுசேனனை காலாவாபியில் நீராட அனுமதி கொடுத்தான் தாதுசேனன் காலவாபியில் நீராடின பிறகு, அரசனுடைய ஆட்களிடம் ஏரியைக் காட்டி, அதுதான் தான் பொருள் வைத்துள்ள இடம் என்று கூறினான். தாதுசேனன் பொருள் உள்ள இடத்தைத் தெரிவிக்காமல் இருப்பதை அறிந்த கஸ்ஸபன் அரசனைக் கொன்றுவிடும்படி சேனாபதிக்குக் கட்டளையிட்டான்.

இதை எதிர்பார்த்துக்கொண்டிருந்த சேனாபதி, தன்னுடைய பழிவாங்கும் எண்ணம் நிறைவேறிற்று என்று மகிழ்ச்சியடைந்து அரண்மனைக் கட்டடத்தின் ஓரிடத்தில் சுவரில் உயரமாக அமைந்திருந்த மாடத்தில், தாதுசேன அரசனைக் கொண்டுபோய் அவனுடைய ஆடைகளைக் களைந்து அவனை அம்மணமாக மாடத்தில் சுவரோடு சுவராக நிறுத்திச் செங்கல்லினால் மாடத்தை மூடிக் கட்டிவிட்டான். இவ்வாறு சேனாபதி, தன்னுடைய தாயைத் தீயிட்டுக் கொன்ற தாதுசேனனை உயிரோடு சுவரில் வைத்துக் கட்டிப் பழி தீர்த்துக்கொண்டான்.[17]

கஸ்ஸபன் I (கி.பி. 479-497)

தன் தந்தையான தாதுசேன அரசனிடமிருந்து அரசாட்சியைக் கைப்பற்றிக் கொண்டு அவனைச் சிறையில் அடைத்துப் பிறகு கொன்றுவிட்டுக் கஸ்ஸபன் இலங்கையின் அரசனானான். இவனை முதலாம் கஸ்ஸபன் என்று கூறுவர். இவனுடைய தம்பியான மொக்கல்லானன் தமிழ்நாட்டுக்குச் சென்றிருப்பதையறிந்த இவன், எப்படியும் மொக்கல்லானன் தமிழச் சேனையோடு வந்து தன்னைக் கொன்றுவிடுவான் என்று அஞ்சித் தன்னுடைய பாதுகாப்புக்காகச் சீககிரி மலைமேல் கோட்டையமைத்து அதனுள் அரண்மனை கட்டிக்கொண்டு அங்கிருந்து அரசாண்டான். (சீககிரி

17. சூலவம்சம் 38ஆம் பரிச்சேதம் 37-110

என்பது இப்போது சிகிரிம் என்று கூறப்படுகிறது. இந்த மலை அநுராதபுரத்திலிருந்து தென்கிழக்கே 38 கல் தூரத்திலும் தம்புல்லா என்னும் ஊரிலிருந்து வடகிழக்கே பத்துக் கல் தூரத்திலும் இருக்கிறது. கஸ்ஸபன் இந்த மலைமேல் கட்டின கோட்டைக் கொத்தளங்களும் அரண்மனைக் கட்டடமும் இன்றும் சிதைந்த நிலையில் உள்ளன.)

கஸ்ஸபன் பதினெட்டு ஆண்டுகள் அரசாண்டான். உதவியை நாடித் தமிழகத்துக்குச் சென்ற மொக்கல்லானன் தமிழகத்தில் களப்பிரருடைய உதவியை நாடியிருக்க வேண்டும் என்று தோன்றுகிறது. ஆனால் உடனே அவனுக்கு உதவி கிடைக்கவில்லை. பதினெட்டு ஆண்டு அவன் தமிழ்நாட்டிலே தங்கிவிட்டான். பன்னிரண்டு தமிழ் நண்பர்கள் அவனுக்கு உதவியாக வந்தனர். அவர்கள் போர் செய்வதில் தேர்ந்த சேனைத் தலைவர்கள் என்று தோன்றுகிறது. மொக்கல்லானன் சேனையோடு வந்து கஸ்ஸபனோடு போர் செய்தான். போரில் கஸ்ஸபன் தோல்வியடையும் நிலை ஏற்பட்டபோது அவன் தன்னுடைய யானை மேல் இருந்தபடியே வாளால் குத்திக்கொண்டு தற்கொலை செய்துகொண்டான். மொக்கல்லானன் ஆட்சியைக் கைப்பற்றினான்.[18]

கஸ்ஸபனுடைய காலத்தை ஒருவாறு நிச்சயிக்கலாம். இவன் சீன நாட்டு அரசனுக்கு எழுதின திருமுகம் கி.பி.527இல் போய்ச் சேர்ந்தது என்று தெரிகிறபடியால் இவன் அந்த ஆண்டில் வாழ்ந்திருக்கிறான் என்பது தெரிகிறது.[19]

மொக்கல்லானன் I (கி.பி.497 -515)

கஸ்ஸபனுக்குப் பிறகு மொக்கல்லானன் அரசாண்டான். இவன், கஸ்ஸபனால் துரத்தப்பட்டுத் தமிழ்நாட்டுக்குப் போய் அடைக்கலம் புகுந்தான் என்பதை அறிந்தோம் "கஸ்ஸபனுடைய பதினெட்டாம் ஆட்சியாண்டில் மொக்கல்லானன் என்னும் வீர மன்னன் **நிகந்தர்களின்** செய்தியறிந்து பன்னிரண்டு வீரர்களான நண்பர்களோடு

---

18. சூலவம்சம் 39ஆம் பரிச்சேதம் 1-28

19. J.R.A.S.Ceylon Branch XXIV p 85

ஜம்புத்தீவிலிருந்து தமிழ்நாட்டிலிருந்து இங்கே (இலங்கைக்கு) வந்தான் என்று சூலவம்சம் கூறுகிறது.[20] நிகந்தர் என்பது இங்குக் களப்பிரரைக் குறிக்கிறது. நிகந்தர் என்றால் சமணர் அல்லது ஜைனர் என்பது பொருள். களப்பிரர், ஜைனர் ஆகையினாலே அவர்களை நிகந்தர் என்று சூலவம்சம் கூறுகிறது. எனவே மொக்கல்லாளன் தமிழ்நாட்டிலிருந்தும் களப்பிர அரசரின் உதவி பெற்று இலங்கைக்குப் போனான் என்பது தெரிகிறது.

மொக்கல்லானன் அரசனானவுடனே தன்னுடைய தந்தையான தாதுசேனனைக் கொல்வதற்குக் கஸ்ஸபனோடு உதவியாக இருந்த ஆயிரம் பேரைக் கொன்றுவிட்டான். மற்றும் அவனுக்கு உதவியாக இருந்த பலரைப் பிடித்து அவர்களுடைய காதையும் மூக்கையும் அரிந்து அவர்களை நாடுகடத்திவிட்டான். தமிழ்நாட்டிலிருந்து இலங்கை மேல் போர் செய்யப் படையெடுத்து வருவார்கள் எனது அஞ்சி இவ்வரசன் இலங்கையின் மேற்குக் கடற்கரை யோரங்களில் ஆங்காங்கே பாதுகாப்புகளை அமைத்தான். மொக்கல்லானன் பதினெட்டு யாண்டு அரசாண்டான்.[21]

குமார தாதுசேனன் (கி.பி.515-524)

மொக்கல்லானன் இறந்த பிறகு அவனுடைய மகனான குமார தாதுசேனன் அரசாண்டான். இவனும் காளிதாசன் என்பவனும் நெருங்கிய நண்பர்கள், காளிதாசன் மொக்கல்லானனுடைய அமைச்சனுடைய மகன். குமார தாதுசேனன் ஒன்பது ஆண்டு அரசாண்டான்.[22] இவன் தன்னுடைய நண்பனான காளிதாசன் இறந்த போது அந்தத் துயரம் பொறுக்க முடியாமல் அவனுடைய ஈமத்தீயில் விழுந்து உயிர்விட்டான் என்பர்.

கீத்தி சேனன் (கி.பி.524)

பிறகு, குமார தாதுசேனனுடைய மகனான கீத்திசேனன் அரசனானான். இவனுடைய ஆட்சிக்காலத்தில் 9ஆம் மாதம் இவனுடைய தாய் மாமனான சிவன்

---

20. சூலவம்சம் 39ஆம் பரிச்சேதம் 20

21. Ibid 29-58

22. சூலவம்சம் 41ஆம் பரிச்சேதம் 1-3

என்பவன் இவனைக் கொன்று ஆட்சியைக் கைப்பற்றி யரசாண்டான்.[23]

சிவன் (கி.பி.524)

தன்னுடைய மருமகனான கீத்திசேனனைக் கொன்று அரசனான சிவன் இருபத்தைந்தாம் நாளில் உபதிஸ்ஸன் என்பவனால் கொல்லப்பட்டு இறந்தான்.[24]

உபதிஸ்ஸன் III (கி.பி. 525 -526)

சிவனைக் கொன்று இலங்கையாட்சியைக் கைப்பற்றின உபதிஸ்ஸன், மொக்கல்லானனுடைய தங்கையை மணந்தவன். கஸ்ஸபனுக்கு அரசாட்சி ஆசையை யுண்டாக்கித் தாதுசேன அரசனைச் சிறையில் அடைக்கச் செய்து பிறகு அவ்வரசனைச் சுவரில் வைத்துக் கட்டிக்கொன்றவன். இவன் ஆட்சியைக் கைப்பற்றியவுடன் முக்கியமானவர்களுக்கு அரசாங்க அலுவல்களைக் கொடுத்து அவர்களைத் தன் வசப்படுத்திக் கொண்டான். இவன் தன்னுடைய மகளைச் சிலாகாலன் என்பவனுக்கு மணஞ்செய்து கொடுத்தான். இவனுக்குக் கஸ்ஸபன் என்று ஒரு மகன் இருந்தான்.

உபதிஸ்ஸனுடைய மகளை மனஞ்செய்த சிலாகாலன் ஆட்சியில் அமர்ந்து அரசனாக இருக்க ஆசைப்பட்டுத் தன்னுடைய மாமனாரான உபதிஸ்ஸனோடு போர் செய்தான். உபதிஸ்ஸன் வயதானவனாகையால் அவனுடைய மகனான கஸ்ஸபன் சிலாகாலனோடு போர் செய்தான். சில போர்களில் கஸ்ஸபன் வெற்றிபெற்றுச் சிலாகாலனைத் துரத்திவிட்டான். கடைசியில் சிலாகாலன் போரில் வெற்றியடைந்தான். தோல்வியடைந்த கஸ்ஸபன் (சிலாகாலனுடைய மைத்துனன்) போர்க் களத்தில் தற்கொலை செய்துகொண்டிறந்தான். இச் செய்தியையறிந்த வயது தளர்ந்தவனான உபதிஸ்ஸன் மனம் உடைந்து இறந்து போனான். உபதிஸ்ஸன் ஒன்றரை யாண்டு அரசாண்டான்.[25]

23. சூலவம்சம், 41ஆம் பரிச்சேதம் 4

24. Ibid 5-6

25. Ibid 7-26

சிலாகாலன் (கி.பி.526-539)

தன்னுடைய மாமனாரான உபதிஸ்ஸனை வென்று ஆட்சியைக் கைப்பற்றி அரசனான சிலாகாலன் பதின்மூன்று ஆண்டு இலங்கையை அரசாண்டான். இவனை **அம்பா சாமணேர** சிலாகாலன் என்றும் கூறுவர். இவ்வரசனுக்கு மூன்று மக்கள் இருந்தனர். அவர்களின் பெயர் மொக்கல்லானன், தாட்டாபபூதி, உபதிஸ்ஸன் என்பது. மூத்த மகனான மொக்கல்லானனுக்கு ஆதிபத என்று சிறப்புப் பெயர் சூட்டி அவனைக் கிழக்கு நாடுகளின் அதிபதியாக்கினான். இரண்டாவது மகனான தாட்டாபபூதிக்கு மலையராஜன் என்று சிறப்புப் பெயர் கொடுத்து அவளை மலையநாட்டுக்கும் தக்கிண தேசத்துக்கும் அதிபதியாக்கினான். கடைசி மகனான உபதிஸ்ஸனைத் தன்னிடத்தில் வைத்துக் கொண்டான்.

இவன் அரசாண்ட காலத்தில், மகாநாகன் என்னும் வழிப்பறிக் கொள்ளைக்காரன் இருந்தான். அவன் சிலாகாலனிடம் வந்து அரசாங்க அலுவலில் அமர்ந்தான். அலுவலில் அமர்ந்த மகாநாகனைச் சிலாகாலன், தென்கிழக்கேயுள்ள உரோகண நாட்டுக்கு அனுப்பி இறை (வரி) தண்டி வரும்படி நியமித்தான். அவன் சென்று இறை தண்டிவந்து கொடுத்தான். அவனுக்கு அரசன் அண்ட சேனாபதி என்னும் பெயர் கொடுத்து உரோகண நாட்டின் வரிதண்டும் அலுவலனாக அமைத்தான். உரோகண நாட்டுக்குச் சென்ற அண்டசேனாபதி மகாநாகன் அங்கேயே தங்கியிருந்து வரிப்பணத்தைத் தானே வைத்துக்கொண்டு சுதந்தரனாக இருந்தான்.[26]

தாட்டாபபூதி (கி.பி.539-540)

சிலாகாலன் காலமான பிறகு அவனுடைய இரண்டாவது மகனான தாட்டாபபூதி தக்கண நாட்டிலிருந்து வந்து ஆட்சியைக் கைப்பற்றிக்கொண்டான். மூத்த மகனான மொக்கல்லானன் முறைப்படி அரசுக்கு உரியவன். அவனுக்குரிய ஆட்சியை அவனுடைய தம்பியான தாட்டாபபூதி கைப்பற்றிக் கொண்டதைக் கடைசித்

---

26. Ibid 69-89, 26-41

தம்பியான உபதிஸ்ஸன் கண்டித்தான். கண்டித்தவனைத் தாட்டாபபூதி கொன்றுவிட்டான். கிழக்கு நாட்டிலிருந்த மொக்கல்லானன், தனக்குரியதான ஆட்சியைத் தன்னுடைய தம்பியான தாட்டாபபூதி கைப்பற்றிக் கொண்டதையறிந்து படையெடுத்து வந்து போர் செய்யத் தொடங்கினான். இருவர் சேனையும் போர்க்களத்தில் சந்தித்தன. அப்போது மொக்கல்லானன், தாட்டாபபூதிக்கு இவ்வாறு செய்தியனுப்பினான்: நமக்காக போர் வீரர்கள் வீணாக மடிய வேண்டாம். நாம் இருவர் மட்டும் போர் செய்வோம். போரில் வென்றவருக்கே அரசாட்சியுரியதாகும்" என்று சொல்லியதற்குத் தாட்டாபபூதியும் இசைந்தான். இருவரும் தங்கள் தங்கள் யானை மேல் அமர்ந்து போர் செய்யத் தொடங்கினார்கள். மொக்கல்லானனுடைய யானை தாட்டாபபூதியின் யானையைத் தன்னுடைய தந்தங்களினால் குத்திற்று. குத்துண்ட யானை அஞ்சிப் புறங்கொடுத்து ஓடிற்று. அப்போது தனக்குத் தோல்வி நேரிடப் போவதையறிந்த தாட்டாபபூதி தன்னுடைய போர் வாளை எடுத்துத் தன்னையே குத்திக்கொண்டு இறந்து போனான். தாட்டாபபூதி ஆறு திங்கள் ஆறு நாட்கள் அரசாண்டான்.[27]

மொக்கல்லானன் II (கி.பி.540-560)

தாட்டாபபூதி இறந்த பிறகு அவனுடைய அண்ணனான மொக்கல்லானன் இலங்கையை அரசாண்டான். இரண்டாம் மொக்கல்லானனாகிய இவனைச் சுல்ல மொக்கல்லானன் (சிறிய மொக்கல்லானன்) என்று கூறுவர். இவன் இருபது ஆண்டு அரசாண்டான்.[28]

கீர்த்தி ஸ்ரீமேகன் (கி.பி.560-561)

மொக்கல்லானன் இறந்த பிறகு அவனுடைய இராணி, உறவினர்களை நஞ்சு இட்டுக் கொன்றுவிட்டு அரசாட்சியைத் தன்னுடைய மகனான கீர்த்தி ஸ்ரீமேகனுக்குக் கொடுத்தாள். அவள் அரசாட்சியைத் தானே நடத்தினாள். கீர்த்தி ஸ்ரீமேகவண்ணனுக்கு

27. Ibid 42-53

28. Ibid 54-63

முன்பு ஒரு கீர்த்தி ஸ்ரீமேகவண்ணன் இருந்தபடியால் இவனைக் குட்டகீர்த்தி ஸ்ரீமேகவண்ணன் என்று கூறுவர். இவனுடைய தாய் அரச காரியங்களில் அடிக்கடி தலையிட்டபடியால் அரசாட்சி முறையாகவும் ஒழுங்காகவும் நடைபெறவில்லை. ஆட்சி முறையில் குழப்பங்கள் நேர்த்தன. அரசாங்கத்து அலுவலர்கள் கைக்கூலி வாங்கியபடியால் ஆட்சி ஒழுங்கீனமாக இருந்தது. வலியோர் எளியோரை அச்சுறுத்தி வருத்தினார்கள். ஆட்சியில் குழப்பமும் கலகமும் ஏற்பட்டன.

கீர்த்தி ஸ்ரீமேகனுடைய பாட்டனான சிலாகால அரசனால் உரோகண நாட்டில் இறை தண்டும் அலுவலில் நியமிக்கப்பட்டிருந்த மகாநாகன் என்பவன், இராஜராட்டிரத்தில் குழப்பமான ஆட்சி நடப்பதையறிந்து இதுவே தக்கச் சமயம் என்று கண்டு உரோகண நாட்டிலிருந்து படையெடுத்து வந்து கீர்த்தி ஸ்ரீமேகனோடு போர் செய்து வென்று அரசாட்சியைக் கைப்பற்றினான். கீர்த்தி ஸ்ரீமேகன் இலங்கையைப் பத்தொன்பது நாள்கள் அரசாண்டான்.[29]

களப்பிரர் ஆட்சிக் காலத்தில் இலங்கையில் இருத்த அரசியல் நிலையை இதனோடு நிறுத்துகிறோம். அரசனை ஊழியர் கொன்று ஆட்சியைக் கைப்பற்றுவதும் தந்தையை மகன் கொன்றும் அரசனை இராணி கொன்றும் தமயனைத் தங்கை கொன்றும் மருமகனை மாமன் கொன்றும் இவ்வாறெல்லாம் இலங்கை அரசியலில் கொலைகள் மலிந்து இருந்த காலம் அது.

29. Ibid 91-92

களப்பிரர் காலத்து இருக்குவேள் அரசர்

பாண்டி நாட்டின் வடக்கு எல்லைக்கும் சோழ நாட்டுத் தெற்கு எல்லைக்கும் இடைநடுவே கொடும்பாளூர் இருந்தது. கொடும்பாளூரைக் கொடும்பை என்று சிலப்பதிகாரம் கூறுகிறது. இப்போதைய புதுக்கோட்டை மாவட்டத்தில் அடங்கியுள்ள கொடும்பாளூர் புதுக்கோட்டை நகரத்துக்கு இருபத்தைந்து கல் தொலைவில் இருக்கிறது. சங்க நூல்களில் கொடும்பாளூரைப் பற்றியும் அதனையரசாண்ட அரசர்களைப் பற்றியும் கூறப்படவில்லை. அக்காலத்தில் கொடும்பாளூர் வட்டாரம் மிழலைக் கூற்றம் என்று பெயர் பெற்றிருந்ததாகத் தோன்றுகிறது.

தமிழ்நாட்டைக் களப்பிரர் அரசாண்ட காலத்தில் கொடும்பாளூர் வட்டாரத்தை இருக்குவேள் அரசர் அரசாண்டனர். இருக்குவேளிர், களப்பிரருக்குக் கீழடங்கி அரசாண்டனர் என்று தெரிகின்றது. கொடும்பாளூர் மூவர் கோவில் கல்வெட்டு இருக்குவேள் பரம்பரையில் வந்த அரசர்களின் பெயர்களைக் கூறுகிறது. மூவர் கோவில் கல்வெட்டுச் சாசனம் கி.பி. 1907ஆம் ஆண்டில் பழம்பொருள் ஆய்வுத் துறையினரால் கண்டுபிடிக்கப்பட்டது. 1907-08ஆம் ஆண்டு அறிக்கையில் இந்தச் சாசனத்தைப் பற்றிய செய்தி வெளியிடப்பட்டது.[1]

இந்தச் சாசனத்தின் தொடக்கமும் இறுதியும் உடைந்து போனபடியால் இது எழுதப்பட்ட காலத்தை யறிய இயலவில்லை. இது சோழக் கிரந்த எழுத்தினால் சமஸ்கிருத மொழியில் எழுதப்பட்டுள்ளது. இந்தச் சாசனத்தை ஆராய்ந்து திரு. நீலகண்ட சாஸ்திரி 1933ஆம் ஆண்டில் ஒரு கட்டுரை எழுதினார்.[2] பிறகு இதை இவர் தாம் எழுதிய

---

1. Annual Report on Epigraphy (Madras) 1907-80
2. Journal of Oriental Research, Madras 1933.pp.1–10

சோழர் என்ற வரலாற்று நூலிலும் எழுதினார்.[3] மூவர் கோவில் சாசனத்தின் எழுத்து அமைப்பைக் கொண்டு, இது கி.பி. 10ஆம் நூற்றாண்டில் எழுதப்பட்டது என்று சாஸ்திரி கருதினார்.

மூவர் கோவில் கல்வெட்டுச் சாசனத்தை ஆராய்ந்த ஹீராஸ் அடிகள், இச்சாசனத்தில் காணப்படுகிற வரலாற்றுச் செய்திகளைக் கொண்டு இது கி.பி. 7ஆம் நூற்றாண்டில் எழுதப்பட்டது என்று கூறி ஒரு கட்டுரை எழுதினார்.[4] ஹீராஸ் அடிகள் கூறியதே சரி என்று ஏற்றுக்கொள்ளப்பட்டது. அடிகளுடைய மாணவரான டாக்டர் எம். ஆரோக்கியசாமி அவர்கள் தாம் எழுதிய 'வெள்ளாறு வட்டாரத்தின் பழைய வரலாறு' என்னும் நூலில், மூவர் கோவில் சாசனம் கி.பி. 7ஆம் நூற்றாண்டில் எழுதப்பட்டது என்று கொண்டார். இந்தச் சாசனத்தில் கூறப்படுகிற இருக்குவேள் அரசர்களில் பரதுர்க்கமர்த்தனன் என்பவன் வாதாபிஜி (வாதாபி நகரத்தை வென்றவன்) என்று கூறப்படுகிறான். சாளுக்கிய அரசனான இரண்டாம் புலிகேசியோடு போர் செய்து வென்று அவனுடைய வாதாபி நகரத்தைக் கைப்பற்றின முதலாம் நரசிம்மவர்மன் காலத்தில் (மாமல்லன் காலத்தில்) இந்தப் பரதுர்க்கமர்தனன் இருந்தான் என்பதும் இவன் நரசிம்மவர்மன் சார்பாகப் புலிகேசியோடு போர் செய்து வாதாபியை வென்று 'வாதாபிஜித்' என்று பெயர் பெற்றான் என்பதும் தெரிகின்றன. வாதாபி நகரம் கி.பி.642ஆம் ஆண்டில் வெல்லப்பட்டது என்பதை வரலாற்றாசிரியர் யாவரும் ஒப்புக் கொண்டுள்ளனர். ஆகவே இருக்குவேளாகிய பரதுர்க்க மர்த்தனன் கி.பி.642இல் இருந்தவன் என்பதில் சற்றும் ஐயமில்லை. இவனுடைய காலத்தை அடிப்படையாகக் கொண்டு இவனுக்கு முன்னும் பின்னும் இருந்த இருக்குவேள் அரசர் காலங்களை ஒருவாறு அறியலாம். தலைமுறையொன்றுக்கு 30 ஆண்டு என்று கணக்கிட்டால் கீழ்வருமாறு இவர்களின் காலம் தெரிகிறது.

---

3. KA Nilakanta Sastri, The Colas, Vol I (1935)

4. Rev. H.Heras, Journal of the Royal Asiste Society January 1934.

இருக்குவேள் அரசர்	உத்தேசமான காலம் (கி.பி)
1. இருக்குவேள்[5]	435-465
2. பரவீர ஜித்து	465-495
3. வீரதுங்கன்	495-525
4. அதிவீரன்	525-555
5. அநுபமன் (சங்ககிருத்து)	555-585
6. நிருப கேசரி	585-615
7. பரதுர்க்கமர்த்தனன்	615-645
8. சமராபிராமன்	645-675
9. பூதிவிக்கிரம கேசரி	675-705
10. பராந்தகன்	705-735
11. ஆதித்திய வர்மன்[6]	735-765

இதில் கூறப்படும் ஆட்சி ஆண்டுகளில் ஏறத்தாழ ஐந்து ஆண்டுகள் கூடுதல் குறைதலாக இருக்கக் கூடும்.

இதில் கூறப்பட்ட இருக்குவேள்களில் முதல் ஐந்து பேர் களப்பிரர் ஆட்சிக்காலத்தில் அவர்களுக்குக் கீழடங்கியிருந்தவர் என்று தெரிகின்றனர். 6, 7, 8 எண்ணுள்ள அரசர் பல்லவ அரசர்களைச் சார்த்து அவர்களுக்கு அடங்கியிருந்தனர். 9, 10, 11 எண்ணுள்ள அரசர், அக்காலத்தில் சிற்றரசர் நிலையில் இருந்த சோழர் குலத்தோடு உறவுகொண்டு பல்லவ அரசருக்கு எதிரிகளாக இருந்தனர்.

இங்கு, நம்முடைய ஆராய்ச்சிக்கு உரிய களப்பிரர் காலத்தில் கொடும்பாளூரையாண்ட இருக்குவேள் அரசரைப் பற்றிக் கூறுவோம். முதலாமவனாகிய இருக்குவேளின் பெயர் சாசனக் கல்லில் மறைந்துபோய் விட்டபடியால், அவனுடைய பெயர் தெரியவில்லை. இவன் களப்பிர அரசனுக்கு அடங்கிக் கொடும்பாளூரை அரசாண்டான்.

5. பாண்டியனுடைய யானைப்படையை முறியடித்தவன். இவனுடைய பெயர் கல்வெட்டில் மறைந்துவிட்டது.

6. M.Arokiaswamy, The Early History of the Vellar Basin, 1954 p 61.

களப்பிரருக்கு அடங்கியிருந்த பாண்டியர் அடிக்கடி மேலெழுந்து களப்பிர அரசனுடன் போர் செய்து சுதந்தரம் பெற முயன்றனர் என்று தெரிகிறது. அவ்வாறு பாண்டியர் களப்பிரரோடு செய்த போர் ஒன்றில், களப்பிரர் சார்பாக இந்த இருக்குவேள் அரசன் பாண்டியனோடு போர் செய்து பாண்டியரின் யானைப்படையை வென்றான் என்று தெரிகிறது. இவனைப் பற்றி வேறு ஒன்றும் தெரியவில்லை.

இவனுக்குப் பிறகு ஆண்ட பரவீர ஜித்து என்பவன், பகைவரான வீரர்களைப் போரில் வென்றவன் என்று அவனுடைய பெயரில் தெரிகிறது. அவனுக்குப் பிறகு ஆண்ட வீரதுங்கனும் அவனுக்குப் பிறகு ஆண்ட அதிவீரனும் போரில் வல்லவர்கள் என்பதை அவர்களுடைய பெயரிலிருந்து அறிகிறோம். இவர்களுக்குப் பிறகு அரசாண்டவன் இருக்குவேள் அநுபமன் என்பவன், இவனுக்குச் சங்ககிருத்து (சங்கத்தைச் செய்தவன்) என்று சிறப்புப் பெயர் இருந்தது. இதனால் இவன் சைன சங்கத்தை ஆதரித்தவன் என்று தோன்றுகிறான். மலையத் துவஜன் என்னும் ஜைன முனிவர் தேனிமலைக் குகையில் (தேனூர் மலைக்குகையில்) தவஞ் செய்துகொண்டிருந்தார். கொடும்பாளூர் இருக்குவேள் அரசன் இந்த முனிவரைக் கண்டு வணங்கி இவருக்கு நிலத்தைத் தானஞ்செய்தான் என்று இங்குள்ள சாசனம் கூறுகிறது.[7] இந்தக்கல் வெட்டெழுத்து இந்தக் குகைக்கு எதிரில் உள்ள பாறையில் எழுதப்பட்டுள்ளது. அதன் வாசகம் இது:

"ஸ்வஸ்தி ஸ்ரீ மலையத் துவஜன் தேனூர் மலையில் தவஞ் செய்யக் கண்டு இருக்குவேள் வந்தித்து அவிப்புறஞ் செய்த பள்ளிச் சந்தந் நாலே கால், இவ்வறக் காத்தான் அடி நித்தஞ் சென்னி அன."

இந்தக் கல்வெட்டில் தானஞ்செய்த அரசன் பெயர் இருக்கு வேள் என்று எழுதப்பட்டிருக்கிறது. அரசனின் சொந்தப் பெயர் எழுதப்படவில்லை. ஆனால் இந்த இருக்குவேள் **அநுபமன்** என்பவன் என்று கருதப்படுகிறான். இவனுடைய சங்ககிருத்து (ஜைன சங்கத்தைச் செய்தவன், ஆதரித்தவன்)

---

7. புதுக்கோட்டைச் சாசனங்கள் எண்.9

என்ற சிறப்புப் பெயர் இதை உறுதி செய்கிறது. இவனுடைய ஆட்சிக் காலத்தின் பிற்பகுதியில் (இறுதியில்) சிம்மவிஷ்ணு என்னும் பல்லவ அரசன் காஞ்சியிலிருந்து படையெடுத்து வந்து களப்பிர அரசனோடு போர் செய்து வென்று சோழ நாட்டைக் கைப்பற்றினான். அப்போது இந்த இருக்குவேள் (முன்பு களப்பிரரைச் சார்ந்திருந்தவன் பிறகு) சிம்மவிஷ்ணுவுக்குக் கீழடங்கிப் பல்லவரைச் சார்ந்து இருந்தான் என்று தோன்றுகிறான். இவனுடைய பின் சந்ததியர் பல்லவ அரசர்களைச் சார்ந்து இருந்தனர்.

இருக்குவேள் அரசரும் இருங்கோவேள் அரசரும் ஒருவரே என்று ஆரோக்கியசாமி தம்முடைய நூலில் கூறுகிறார்.[8] சங்க காலத்தில் இருந்த இருங்கோவேள் அரசருக்கும் பிற்காலத்தில் இருத்த இருக்குவேள் அரசருக்கும் யாதொரு தொடர்பும் இல்லை. அவர்கள் வேறு, இவர்கள் வேறு. பெயர்களில் காணப்படுகிற ஒற்றுமை பற்றி இருவரையும் ஒருவராக ஊகிப்பது கூடாது.

களப்பிரருக்குக் கீழடங்கியிருந்த வேறு சிற்றரசர்களைப் பற்றி ஒன்றும் தெரியவில்லை.

8. M.Arokiaswamy, The early History of the Vellar Basin, 1954.

களப்பிரரின் வீழ்ச்சி

களப்பிரர் தமிழகத்தை ஏறத்தாழ முன்னூறு ஆண்டுகள் அரசாண்டார்கள். அவர்களுடைய ஆட்சிக் காலத்தில் சைன மதமும் பௌத்த மதமும் நெடுகப்பரவி வளர்ந்து செல்வாக்கடைந்து பெரும்பான்மையோர் மதங்களாக இருந்தபடியாலும் களப்பிரரும் சைன சமயத்தவரானபடியாலும் அவர்களுக்கு நாட்டில் ஆதரவு இருந்தது. களப்பிரர் முக்கியமாகச் சைன சமயத்தை ஆதரித்தார்கள், சைன சமயத்துக்கு அடுத்தபடியாகப் பௌத்த மதத்துக்குச் செல்வாக்கிருந்தது. களப்பிரரை சூலவம்சம் என்னும் சிங்கள நாட்டு நூல் நிகந்தர் (ஜைனர்) என்று கூறுகிறது. மொக்கல்லானன், என்னும் சிங்கள அரசகுமரன் தமிழ்நாட்டுக்கு வந்து களப்பிர அரசரை உதவி கேட்டபோது அவர்கள் அவனுக்கு சேனைத் தலைவரைக் கொடுத்து உதவினார்கள். இதைக் கூறுகிற சூலவம்சம் களப்பிரர் பெயரைக் கூறாமல் நிகந்தர் (ஜைனர்) என்று கூறுவதை முன்னமே காட்டினோம். ஆகவே களப்பிரர் நிகந்தர் என்று அழைக்கப்பட்டனர் என்பது தெரிகிறது. களப்பிரருக்குப் பெரும்பான்மை மதமான ஜைன மதத்தின் ஆதரவு இருத்தபோதிலும், நாட்டில் அரசியல் ஆதரவு இல்லையென்றே தோன்றுகிறது. சேர சோழ பாண்டியர் களப்பிரரை வீழ்த்துவதற்குச் சமயம் பார்த்திருந்தார்கள். தொண்டைநாட்டிலிருந்த பல்லவ அரசர் களப்பிரரை வென்று அவர்களுடைய ஆட்சியைக் கைப்பற்றுவதற்கு நேரத்தைப் பார்த்திருந்தனர். களப்பிரருக்குக் கீழடங்கியிருந்த பாண்டியர் தாங்கள் சுதந்திரம் பெறுவதற்குப் பெருமுயற்சி செய்ததாகத் தெரிகிறது. களப்பிரர் ஆட்சிக்காலத்திலேயே, பாண்டிய அரசர் குலத்தைச் சேர்ந்த ஒரு பாண்டியன் இலங்கைக்குப் படையெடுத்துப் போய் சிங்கள அரசனை வென்று இலங்கையை அரசாண்டான். அவனுடைய பிள்ளைகளும் பேரர்களும் அவனுக்குப் பிறகு அரசாண்டதை முன்னமே அறிந்தோம்.

கி.பி.6ஆம் நூற்றாண்டின் பிற்பகுதியில் பாண்டியர் களப்பிரரை வென்று தங்களுடைய பாண்டிய இராச்சியத்தை மீட்டுக் கொண்டார்கள். பாண்டியன் **கடுங்கோன்** பாண்டு நாட்டு ஆட்சியைக் களப்பிரரிடமிருந்து மீட்டுக் கொண்டான் என்று பாண்டியர் செப்பேடுகள் கூறுகின்றன.

"அளவரிய ஆதிராஜரை அகல நீக்கி அகலிடத்தைக் களப்ரனென்னுங் கலி அரைசன் கைக்கொண்டதனை இறக்கிய பின் படுகடன் முளைத்த பரிதி போலப் **பாண்ட்யாதி ராஜன்** வெளிற்பட்டு விடுகதி ரவிரொளி விலக வீற்றிருந்து வேலை சூழ்ந்த வியலிடத்துக் கோவும் குறும்பும் பாவுடன் முருக்கிச் செங்கோலோச்சி வெண்குடை நீழற் றங்கொளி நிறைந்த தரணி மங்கையைப் பிறர்பாலுரிமை திறவிதி நீக்கித் தன்பா லுரிமை நன்கனமமைத்த **மானம் பேர்த்த தானைவேந்தன்** னொடுங்கா மன்னரொளி நிகரழித்த கடுங்கோ னென்னுங் கதிர்வேற்றென்னான்" என்று வேள்விக்குடிச் செப்பேடு கூறுகிறது.[1]

'கற்றறிந்தோர் திறல் பரவக் **களப்பாழரைக்** களைகட்ட மற்றிரண்டோள் **மாக்கடுங்கோன்** மானம் பேர்த்தருளிய கோன்" என்று தளவாய்புரச் செப்பேடு கூறுகிறது.[2]

பாண்டியன் கடுங்கோன், 'மானம்பேர்த்த தானை வேந்தன்' என்றும் 'மானம் பேர்த்தருளிய கோன்' என்றும் செப்பேடுகளின் தமிழ் வாசகம் கூறுவதைப் போலவே, சமஸ்கிருதச் சுலோகமும் அவனை மானம் பேர்த்த கடுங்கோன் என்று கூறுகிறது.[3] எனவே **'மானம் பேர்த்த கடுங்கோன்'** என்பது அவனுடைய சிறப்புப் பெயர் என்று தோன்றுகிறது.

பாண்டியன் கடுங்கோன் பாண்டிய நாட்டைக் களப்பிரரிடமிருந்து மீட்டுக் கொண்டபோது, ஏறக்குறைய அதே காலத்தில் தொண்டை நாட்டு அரசனான பல்லவ சிம்மவிஷ்ணு சோழ நாட்டைக் களப்பிரரிடமிருந்து கைப்பற்றிக் கொண்டான். இந்த வரலாற்றைப் பள்ளன்

1. வேள்விக்குடிச் செப்பேடு, வரி 39–46

2. தளவாய்புரச் செப்பேடு, வரி 131 –132

3. தளவாய்புரச் செப்பேடு, சுலோகம் 23, வரி 39–40

கோவில் செப்பேடும் வேலூர்ப்பாளையம் செப்பேடும் கூறுகின்றன.

“சிம்மவர்மனுடைய மகன் சிம்மவிஷ்ணு. அந்தச் சிம்மவிஷ்ணு, மற்றொரு சிம்மவிஷ்ணு என்னும் அரசனை வென்றான். அவன், பலத்தில் வெற்றி வீரனாகிய அர்ச்சுனனைப் போன்றவன். வில் வித்தையிலும் வீரன். போரிலே வெற்றி கொள்வதில் சமர்த்தன்” என்றும்,

“உண்மை தியாகம் வணக்கம் போன்ற பரிசுத்தமான நற்குணங்கள் யாரிடத்தில் உள்ளனவோ, வீர குணங்கள் யாரை அடைக்கலமாகக் கொண்டுள்ளனவோ (அந்தச் சிம்ம விஷ்ணு) கவேரன் மகளான காவிரி ஆற்றை மாலையாகவும் செழுமையான நெல்வயல் கரும்பு வயல்களை ஆடையாகவும் கமுகத் தோட்டம் வாழைத் தோட்டங்களை ஒட்டியாணமாகவும் அணிந்த சோழ நாட்டைக் கைப்பற்றினான்” என்றும் பள்ளன் கோயில் செப்பேடு கூறுகிறது.[4]

“புகழ்வாய்ந்த திறலையுடையவனும் பகைவர்களின் ஆற்றலையடக்கும் பலமுள்ளவனுமான சிம்மவர்மனுக்கு வெற்றி வீரனான சிம்மவிஷ்ணு மகனாகப் பிறந்தான். அவன், கமுகத் தோட்டங்களும் நெல்வயல்களும் நிறைந்துள்ள கவேரன் மகளான காவிரி ஆற்றினால் அலங்கரிக்கப்பட்ட சோழ நாட்டைக் கைப்பற்றினான்” என்று வேலூர்ப்பாளையச் செப்பேடு கூறுகிறது.[5]

இவ்வாறு பல்லவ அரசருடைய செப்பேடுகள் கூறுகின்றன. இவற்றிலிருந்து சிம்மவிஷ்ணு என்னும் பல்லவ அரசனுடைய மகனான சிம்மவிஷ்ணு, சோழ நாட்டையாண்ட சிம்மவிஷ்ணு என்னும் அரசனை வென்று சோழ நாட்டைக் கைப்பற்றினான் என்றும் அறிகிறோம். சிம்மவிஷ்ணு பல்லவன் சோழ நாட்டைச் சோழரிடமிருந்து வென்று கொண்டானா, களப்பிரரிடமிருந்து வென்று கொண்டானா என்று செப்பேடுகள் கூறவில்லை. களப்பிரரிடமிருந்து சோழ நாட்டைக் கைப்பற்றினான் என்று வரலாற்று

4. பள்ளன் கோயில் செப்பேடு, சுலோகம் 4.5.

5. வேலூர்ப்பாளையச் செப்பேடு, சுலோகம் 10.

அறிஞர்கள் கருதுவது முற்றிலும் உண்மை. அக்காலத்தில் சோழ நாட்டைச் சோழ மன்னர் ஆளவில்லை. சங்க காலத்தின் இறுதியில் களப்பிரர் தமிழகத்தைக் கைப்பற்றி ஆண்டபோது சோழர் அவருக்குக் கீழடங்கியிருந்தார்கள். ஆகவே சிம்மவிஷ்ணு களப்பிரரிடமிருந்துதான் சோழ நாட்டை வென்றான் என்பது வெளிப்படை. களப்பிரருக்குக் கீழடங்கியிருந்த சோழர், பல்லவர் சோழ நாட்டை வென்ற பிறகு பல்லவருக்குக் கீழடங்கினார்கள்.

பாண்டியன் கடுங்கோனும் பல்லவ சிம்மவிஷ்ணுவும் களப்பிரரை வென்று வீழ்த்தியது ஏறத்தாழ கி.பி. 575 என்று கருதப்படுகிறது. கி.பி.575இல் அல்லது அதற்குச் சற்று முன் பாண்டியன் கடுங்கோன் களப்பிரரை வென்றிருக்க வேண்டும் என்று திரு. சதாசிவ பண்டாரத்தார் கூறுகிறார்.[6] கி.பி. 590இல் களப்பிரர் வெல்லப்பட்டனர் என்று திரு. நீலகண்ட சாஸ்திரி கருதுகிறார்.[7] கி.பி.575இல் களப்பிரர் வீழ்ச்சியடைந்தனர் என்று கொள்வதே சரி என்று தோன்றுகிறது.

கி.பி. 450-க்கும் 550-க்கும் இடையில் களப்பிரர் ஆட்சி தமிழகத்தில் இருந்தது என்று திரு.பி.தி. சீனிவாச அய்யங்கார் கூறுகிறார். பிறகு கி.பி. 6ஆம் நூற்றாண்டின் இறுதியில் பாண்டியர் களப்பிரரிடமிருந்து ஆட்சியைக் கைப்பற்றினார்கள் என்று கூறுகிறார்.[8] அதாவது கி.பி.450 முதல் 600 வரையில் 150 ஆண்டு களப்பிரர் ஆட்சி இருந்ததென்று கூறுகிறார். இவர் கூற்று தவறு என்று தோன்றுகிறது. ஏறத்தாழ கி.பி. 250 முதல் 575 வரையில் தமிழ்நாட்டைக் களப்பிரர் ஆண்டனர் என்று கருதுவது தவறாகாது.

பாண்டி நாட்டைக் கடுங்கோனும் சோழ நாட்டைச் சிம்ம விஷ்ணுவும் வென்றுகொண்டபோது சேர நாட்டைச் சேர அரசன் களப்பிரரிடமிருந்து வென்று கொண்டிருக்க வேண்டும் என்று தோன்றுகிறது. ஆனால் அந்தச் சேரனது பெயர் தெரியவில்லை. களப்பிரர்

---

6. சதாசிவ பண்டாரத்தார், பாண்டியர் வரலாறு. 1969, பக்கம் 31.

7. K.A.N.Sastry, The Pandyan Kingdom.

8. P.T.Srinivasa Iyengar, History of the Tamils, 1929. p.534.

தங்கள் இராச்சியத்தைச் சேர பல்லவ பாண்டியர்களுக்கு இழந்துவிட்ட பிறகு அவர்கள் பேரரசர் நிலையிலிருந்து வீழ்ச்சியடைந்து சிற்றரசர் நிலையை அடைந்தனர். அவர்கள் சோழ நாட்டிலே தஞ்சாவூர், செந்தலை முதலான ஊர்களில் தங்கிச் சிற்றரசர்களாகப் பல்லவ அரசருக்கு அடங்கிவிட்டனர்.

மாமல்லன் (முதலாம் நரசிம்மவர்மன்) இரண்டாம் நந்திவர்மன் ஆகிய பல்லவ அரசர் களப்பிரரை வென்றதாகக் கூறிக் கொள்கின்றனர்.[9] சாளுக்கிய அரசர்களான முதலாம் விக்கிரமாதித்தன், விசயாதித்தன் முதலான அரசர்கள் களப்பிரரை வென்றதாகக் கூறிக் கொள்கின்றனர். இவர்கள் வென்ற களப்பிரர் பேரரசாகத் தமிழ்நாட்டையாண்ட களப்பிரர் அல்லர், அரசை இழந்து சிற்றரசர் நிலையையடைந்த பிற்காலத்துக் களப்பிரர் ஆவார்.

பிற்காலத்தில் களப்பிரர் முத்தரையர் என்று பெயர் பெற்றிருந்தனர் என்று அறிகிறோம். முத்தரையர் என்னும் பெயர் சேர, சோழ, பாண்டியம் என்னும் மூன்று தரைகளை அரசாண்டவர் என்னும் பொருளுள்ள சொல்லாக இருக்கலாம். முத்தரையர், செந்தலை தஞ்சாவூர் நாடுகளை யரசாண்டார்கள். முத்தரையர் களப்பிரர் அல்லர் என்று திரு. சதாசிவ பண்டாரத்தார் கருதுகிறார். "அன்றியும் தமிழ்நாட்டுக் குறுநில மன்னர் குடியினராகிய முத்தரையர் என்போர் களப்பிரரே யாவர் என்று சிலர் கூறுவது சிறிதும் ஏற்புடைத்தன்று."[10]

செந்தலைத் தூண் சாசனங்களிலிருந்து முத்தரையரும் களப்பிரரும் ஒருவரே என்று அறிகிறோம். திருக்காட்டுப்பள்ளிக்கு (தஞ்சை மாவட்டம்) இரண்டு கல் தொலைவில் செந்தலைக் கிராமத்தில் மீனாட்சி சுந்தரேசுவரர் கோவில் மண்டபத் தூண்களில் வட்டெழுத்துக் கல்வெட்டுகள் காணப்படுகின்றன. இவை செந்தலைத் தூண் கல்வெட்டுகள் என்று கூறப்படுகின்றன. இந்தச் சாசனங்களைத் திரு.டி.ஏ. கோபிநாத ராவ் **செந்தமிழ்** ஆறாம் தொகுதியில் வெளியிட்டுள்ளார். திரு.

---

9. கூரம் செப்பேடு, வரி 15; புவ்லூர்ச் செப்பேடு, பட்டத்தால் மங்கலம் செப்பேடு, சுலோகம் 9.

10. பண்டாரத்தார், பாண்டியர் வரலாறு, 1989, பக்கம் 32.

கே.வி. சுப்பிரமணிய அய்யர் இந்தத் தமிழ்ச் சாசனங்களை ஆங்கில எழுத்தில் ‘எபிகிறாபியா இந்திகா’ என்னும் இதழில் வெளியிட்டுள்ளார்.[11] இந்தச் சாசனத்தில்

பெரும்பிடுகு முத்தரைய னாயின குவாவன் மாறன் அவன்
மானிளங் கோ வதியரைய னாயின மாறன்பர மேஸ்வரன்
அவன்மகன் பெரும்பிடுகு முத்தரைய னாயின சுவரன் மாறன்
அவன் எடுப்பித்த படாரிகோயில் அவன் எறிந்த ஊர்களும்
அவன் பேர்களும் அவனைப் பாடினார் பேர்களுமித்
தூண்கண்மே லெழுதின இவை

என்று காணப்படுகிறது.

நான்கு தூண்களிலும் பெரும் பிடுகு முத்தரையனுடைய சிறப்புப் பெயர்கள் எழுதப்பட்டுள்ளன. அப்பெயர்களில் **‘ஸ்ரீ கள்வர கள்வன்’** என்று நான்கு தூண்களிலும் எழுதப்பட்டுள்ளது. கள்வர கள்வன் என்பதைக் களவர கள்வன் என்றும் படிக்கலாம். இதிலிருந்து முத்தரையரும் களவர கள்வரும் (களப்பிரரும்) ஒருவரே என்பது தெரிகிறது. முத்தரையரை **நாலடியார்** கூறுகிறது.[12]

விடேல் விடுகு முத்தரையன், சத்துருபயங்கர முத்தரையன் என்னும் முத்தரையர் பெயர்கள் சாசனங்களில் காணப்படுகின்றன.

களப்பிரரின் பின் சந்ததியார் களப்பாளர் என்னும் பெயர் பெற்றிருந்தனர். சிவஞான போதத்தை எழுதிய மெய்கண்ட தேவருடைய தந்தையாரின் பெயர் அச்சுத களப்பாளர் என்பதாகும். நெற்குன்றம் கிழான் என்றும் ஒரு களப்பாள சிற்றரசன் ஒரு சாசனத்தில் கூறப்படுகிறான்.[13]

---

11. Epigraphia Indica Vol XIII, Sendalai Pillar inscriptions, pp 134-149

12. நாலடியார், தாளாண்மை 10, மானம் 6.

13. செந்தமிழ், தொகுதி 12, பக்கம், 268.

களப்பிரர் ஆட்சியில் சமயங்கள்

தமிழ்நாட்டிலே இருந்த பழமையான மதங்கள் சைவமும் வைணவமும் ஆகும். கி.பி. மூன்றாம் நூற்றாண்டிலே சந்திரகுப்த மௌரியன் காலத்திலும் அவனுடைய பேரனான அசோகச் சக்கரவர்த்தி காலத்திலும் ஜைன மதமும் பௌத்த மதமும் தமிழ்நாட்டுக்கு வந்தன. வந்த மதங்கள் பையப் பையத் தமிழகத்தில் பரவிக் கொண்டிருந்தன. களப்பிரர் ஆட்சிக் காலத்தில் ஜைனமும் பௌத்தமும் மேன்மேலும் சிறப்புப் பெற்றுப் பெருகி வளர்ந்தன. பொதுவாகக் களப்பிர அரசர்கள் ஜைன பௌத்த மதங்களுக்குச் சார்பாக இருந்தார்கள். களப்பிர அரசர் அச்சுதப் பரம்பரையினர் என்று கூறப்படுகிறபடியால் அவர்கள் வைணவ சமயத்தார் என்று கருதவேண்டியிருக்கிறது. கூற்றுவ நாயனார் போன்ற ஒன்றிரண்டு களப்பிர அரசர் சைவ சமயத்தவராக இருந்தனர் என்பதும் உண்மையே. ஆனால் பொதுவாகக் களப்பிரர் ஆட்சிக் காலத்தில் ஜைன பௌத்த மதங்கள் சிறப்படைந்திருந்தன. இந்த மதங்கள் சிறப்படைந்ததற்குக் காரணம் இந்த மதங்களின் பிரச்சாரம் என்று தோன்றுகிறது. சைவ சமயம் சிறப்படையாமல் மங்கிக் கிடந்தது. வைதிக மதமும் மங்கியிருந்தது.

களப்பிரரும் பிராமணரும்

களப்பிரர் பிராமணருக்குப் பகைவர் என்று சிலர் எழுதியுள்ளனர். பாண்டியன் முதுகுடுமிப் பெருவழுதி, கொற்கைகிழான் தற்கொற்றன் என்னும் பிராமணனுக்கு முற்காலத்தில் வேள்விக்குடி என்னும் ஊரைத் தானங்கொடுத்ததை அவனுடைய குடும்பத்தார் பரம்பரையாக அனுபவித்து வந்ததைக் களப்பிரர் தங்கள் ஆட்சிக் காலத்தில் அந்த ஊரைப் பிடுங்கிக் கொண்டனர் என்னும் சாசனச் சான்றை ஆதாரமாகக் காட்டுகின்றனர். வேள்விக்குடிச் செப்பேடு இந்தச் செய்தியைக் கூறுகிறது. "கொல்யானை பலவோட்டிக் கூடாமன்னர் குழாந்

தவிர்த்த **பல்யானை முதுகுடுமிப் பெருவழுதி** என்னும் பாண்ட்யாதிராசன் நாகமா மலர்ச் சோலை நளிர்சினை மிசை வண்டலம்பும் பாகனூர்க் கூற்றமென்னும் பழனக்கிடக்கை நீர்நாட்டுச் சொற்கண்ணாளர் சொலப்பட்ட ச்ருதி மார்க்கம் பிழையாத கொற்கை கிழானற் கொற்றன் கொண்ட வேள்வி முற்றுவிக்கக் கேள்வி அந்தணாளர் முன்பு கேட்க என்றெடுத்துரைத்து வேள்விச் சாலை முன்பு நின்று வேள்விக்குடி என்றப் பதியைச் சீரோடு திருவளரச் செய்தார். வேந்தனப் பொழுதேய் நீரோடட்டிக் கொடுத்தமையால் நீடுபுத்தி துய்த்தபின் னளவரிய ஆதிராஜரை அகல நீக்கி அகலிடத்தைக் **களப்ர** னென்னும் கலியரைசன் **கைக்கொண்டதனை** இறக்கிய பின்[1]...

"அங்கொருநாண் மாடமாமதிற் கூடற்பாடு நின்றவர் ஆக்ரோதிக்கக் கொற்றனேய் மற்றவரைத் தெற்றென நன்கு கூவி 'என்னேய் நுங்குறை' என்று முன்னாகப் பணித்தருள 'மேனாணின் குரவராற் பான்முறையின் வழுவாமை மாகந்தோய் மலர்ச்சோலைப் பாகனூர்க் கூற்றத்துப் படுவது, ஆள்வ தானை அடல் வேந்தேய்! வேள்விக்குடி என்னும் பெயர் உடையது ஒல்காத வேற்றானை ஓடோத வேலி உடன் காத்த **பல்யாக முதுகுடுமிப்பெருவழுதி** என்னும் பரமேச்வரனால் வேள்விக்குடி என்னப்பட்டது. கேள்வியாற்றரப்பட்டதனை துளக்கமில்லாக் கடற்றானை யாய்க் **களப்ர ராலிறக்கப்** பட்டது' என்று நின்றவன் விஞ்ஞாப்யஞ் செய்ய..."[2]

களப்பிரர், வேள்விக்குடி தானத்தை இறக்கினார்கள் என்று செப்பேடு கூறுவது உண்மைதான். ஆனால், அதன் காரணம் பார்ப்பனர் மாட்டுப் பகையன்று. அதற்கு வேறு ஏதோ காரணம் இருக்க வேண்டும் என்று தோன்றுகிறது. களப்பிரர் பிராமணருக்குப் பகைவர் அல்லர். களப்பிரர் பிராமணருக்குத் தானங்கொடுத்து ஆதரித்ததை 'அகலிடமும் அமருலகும்' எனத் தொடங்குகிற செய்யுள் (இணைப்பு 1 காண்க) கூறுகிறது.

---

1. பாண்டியர் செப்பேடு பத்து, தமிழ் வரலாற்றுக் கழக வெளியீடு 1967, வேள்விக்குடி செப்பேடு 31–40)

2. வேள்விக்குடிச் செப்பேடு, வரி 104–112.

பொருகடல் வளாகம் ஒரு குடை நிழற்றி
இருபிறப் பாளர்க் கிருநிதி ஈந்து
மனமகிழ்த்து
அருள்புரி பெரும் அச்சுதர் கோவே

என்று அந்தச் செய்யுள் கூறுவது காண்க. இதனால் களப்பிரர் பார்ப்பனரை வெறுத்தவர் அல்லர் என்பது தெரிகிறது.

ஜைன சமய வளர்ச்சி

ஜைன பௌத்த மதங்கள் செழித்து வளர்ந்ததையும் சைவ வைதிக மதங்கள் ஒடுங்கிப் போவதையும் சேக்கிழார் பெரிய புராணத்தில் தெளிவாகக் கூறுகிறார்.

மேதினிமேல் சமண்சையர் சாக்கியர்தம் பொய்ம்மிகுத்தே
ஆதி அரு மறைவழக்கம் அருகி அரன் அடியார் பால்
பூதிசாதன விளக்கம் போற்றல் பெறாதொழியக் கண்டு
ஏதமில் சீர் சிவபாத விருதயர்தாம் இடருழந்தார்[3]

களப்பிரர் காலத்தில் வளர்ந்து சிறப்படைந்திருந்த ஜைன பௌத்த மதங்கள் அவர்களின் ஆட்சிக் காலத்துக்குப் பிறகும் சிறப்படைந்திருந்ததைச் சேக்கிழார் கூறுகிறார்.

மெய்வகை நெறியில் நில்லா வினை அமண் சமயம் மிக்குக்
கைவகை முறைமைத் தன்மை கழியமுன் கலங்குங்காலை[4]

என்றும்

பூழியர் தமிழ்நாட்டுள்ள பொருவில் சீர்ப்பதிகள் எல்லாம்
பாழியும் அருகர்மேவும் பள்ளிகள் பலவும் ஆகிச்
சூழிருட் குழுக்கள் போலத் தொடை மயிறபீலியோடு
மூழிநீர் கையிற்பற்றி அமணரே யாகி மொய்ப்ப[5]

என்றும்

---

3. திருஞான சம்பந்த நாயனார் புராணம் 18 (சமண் – சமணர்; சாக்கியர் – பௌத்தர்; அருவறை வழக்கம் – வேத வேள்வி செய்யும் வைதிக மதம்: அரன் – சிவன், பூதிசாதனம் – திருநீற்றுச் சாதனம்)

4. திருஞா னசம்பந்த நாயனார் புராணம் 599

5. திருஞானசம்பந்த நாயனார் புராணம் 601. (பூழியர் தமிழ்நாடு பாண்டி நாடு; பாழி குகை; அருகா ஜைனர்)

பறிமயிர்த் தலையும் பாயும் பீலியும் தடுக்கும் மேனிச்
செறியு முக்குடையுமாகித் திரிபவர் எங்கும் ஆகி
அறியுமச் சமயநூலின் அளவினில் அடங்கிச் சைவ
நெறியினில் சித்தஞ் செல்லா நிலைமையில் நிகழுங்காலை[6]

என்றும் சேக்கிழார் கூறுகிறார். இது களப்பிரர் வீழ்ச்சிக் காலத்துக்குப் பின் கி.பி.7ஆம் நூற்றாண்டில் சமயங்கள் இருந்த நிலை. இந்தநிலை களப்பிரர் காலத்திலிருந்து தொடர்ந்து இருந்தது.

மதுரையை யாண்ட களப்பிரர் அரசன் ஒருவன் சிவன் கோவில்களில் வழிபாடு செம்மையாக நடக்காதபடி தடை செய்தான். சிவன் கோவிலில் சந்தனக் காப்பு வழிபாடு நடக்காத படி தடைசெய்தான்.[7] அவன் சடையன் (சிவன்) அடியாரை வன்மை செய்தான்.

மலைக் குகைகளிலே சமண (ஜைன) சமயத்து முனிவர்கள் தங்கித் தவஞ்செய்தார்கள். அவர்கள் பாண்டிய நாட்டிலே எட்டுக் குன்றுகளில் இருந்தனர். அந்த மலைகளை ‘எண்பெருங் குன்றம்’ என்றும், அங்கிருந்து தவஞ்செய்தவர்களை ‘எண்பெருங் குன்றத்து எண்ணாயிவர்’ என்றும் சேக்கிழார் பெரிய புராணத்தில் கூறுகிறார்.[8] ‘ஆனைமாமலை ஆதியாய இடங்களில்’ ஜைனமுனிவர் இருந்ததைத் திருஞானசம்பந்தர் கூறுகிறார்.[9] ‘எண்பெருங் குன்றத்து எண்ணாயிரம் சமணர்’ என்று கூறுவதன் பொருள் மலையொன்றுக்கு ஆயிரம் பேராக எட்டு மலைகளில் எட்டாயிரம் சமணர் என்று கருதக்கூடாது. ஆயிரம் என்பது இங்குப் பெருந்தொகையைக் குறிக்கிறது.

ஆனைமலை, அழகர்மலை, திருப்பரங்குன்றம், சமணர்மலை கழுகுமலை, சித்தன்னவாசல், கொங்கர் புளியங்குளம், கீழைவளவு, முத்துப்பட்டி, நாகமலை (விக்கிரம மங்கலம்), சித்தர்மலை, விருச்சியூர், மருகால்தலை

---

6. திருஞானசம்பந்த நாயனார் புராணம் 602
7. மூர்த்தி நாயனார் புராணம் 17
8. திருஞானசம்பந்த நாயனார் புராணம் 631, 635
9. திருவாலவாய்ப் பதிகம்

முதலான மலைக்குன்றுகளில் ஜைனத் துறவிகள் தங்கித் தவஞ்செய்ததற்கு அடையாளமாக இன்னும் அங்கெல்லாம் ஜைனத் தீர்த்தங்கரர்களின் திருமேனிகளும் வட்டெழுத்துச் சாசனங்களும் காணப்படுகின்றன. களப்பிரர் வருவதற்கு முன்னேயே இந்தக் குகைகளில் ஜைன முனிவர் இருந்து தவஞ்செய்தனர். சில குகைகளில் பௌத்தப் பிக்குகளும் தங்கித் தவஞ்செய்தார்கள்.

களப்பிரர் ஆட்சிக் காலத்திலே, பல்லவ அரசர் ஆட்சி செய்த தொண்டை நாட்டிலும் ஜைனமதம் சிறப்பாக இருந்தது. குணபரன் என்றும் குணதரன் என்றும் சிறப்புப் பெயர் படைத்த மகேந்திரவர்மனும் ஜைன சமயத்தவனாக இருந்தான் என்று அறிகிறோம். தொண்டை நாட்டிலே பாடலிநகரத்தில் (திருப்பாதிரிப் புலியூரில்) அந்தக் காலத்தில் பேர் போன திகம்பர ஜைனமடம் இருந்தது. அந்த ஜைனமடத்தில் **சிம்ம சூரி** என்னும் ஜைனப்பெரியார் இருந்து **லோகவிபாகம்** என்னும் பெயருள்ள ஜைன மத நூலை சமஸ்கிருத பாஷையில் மொழி பெயர்த்தார் என்று அறிகிறோம். பாணராஷ்டிரத்தில் (தொண்டைநாட்டில்) பாடலி நகரத்தில் இருந்தபோது அவர் சகர ஆண்டு 380இல் (கி.பி. 458இல்) சிம்மவர்மன் என்னும் அரசனுடைய 22ஆம் ஆட்சியாண்டில் இந்த நூலை அவர் பெயர்த் தெழுதினார்.[10] இந்த ஜைனமடத்திலே கி.பி.7ஆம் நூற்றாண்டின் தொடக்கத்தில் மருள்நீக்கியார் என்பவர் (பிற்காலத்தில் திருநாவுக்கரசர்) தருமசேனர் என்னும் பெயர்பெற்று மடத்தலைவராக இருந்தார்.[11]

தேவசேனர் என்னும் ஜைன சமய ஆசாரியர், விக்கிரம சம்வத்சரம் 909இல் (கி.பி.853இல்) **திகம்பரதர்சனம்** என்னும் நூலை எழுதினார். அந்த நூலில் அவர், பாண்டி நாட்டில் வச்சிரநந்தி ஆசாரியர் திரமிள (திராவிட - தமிழ்) சங்கத்தை நிறுவினதாக எழுதியுள்ளார். பூஜ்ஜிய பாதர் என்னும் தேவ நந்தி ஆசாரியரின் மாணாக்கர்களில் **வச்சிர**

---

10. Mysore Archalogical Report for the year 1909-10

11. திருநாவுக்கரசு நாயனார் புராணம் 38, 39, 40

நந்தி ஆசாரியரும் ஒருவர். வச்சிர நந்தி விக்கிரம ஆண்டு 525இல் (கி.பி. 470இல்) தக்கிண மதுரையில் (பாண்டி நாட்டு மதுரையில்) திரமிள சங்கத்தை நிறுவினார். இந்தக் காலம் மதுரையில் களப்பிர அரசர் ஆட்சிசெய்த காலம். களப்பிரர் ஜைனமதத்தை ஆதரித்தவராகையால் அவர்கள் காலத்தில் வச்சிரநந்தி திராவிடசங்கத்தை (ஜைன முனிவர்களின் திராவிட சங்கத்தை) நிறுவினார். ஏற்கனவே பாண்டி நாட்டில் வேர் ஊன்றி நிலைத்திருந்த சமண சமயம், ஜைனத் துறவிகளைக் கொண்ட திராவிட சங்கத்தை வச்சிர நந்தி மதுரையில் நிறுவினபோது, மேன்மேலும் தழைத்து வளர்வதற்குக் காரணமாக இருந்தது. சமண சமயத்தை வளர்ப்பதற்காக வச்சிர நந்தி அமைத்த திரமிள சங்கத்தையும் சங்ககாலத்தில் பாண்டியர் தமிழ் மொழியை வளர்க்க அமைத்த தமிழ்ச் சங்கத்தையும் ஒன்று என்று கருதுவது தவறு. இந்த இரண்டு சங்கங்களும் வெவ்வேறு காலத்தில் வெவ்வேறு காரணத்துக்காக அமைக்கப்பட்ட சங்கங்கள். இரண்டையும் ஒன்றாக இணைத்துக் கூறுவது வரலாறு அறியாதவரின் தவறான கூற்றாகும். (இணைப்பு 2 காண்க)

பௌத்த சமய வளர்ச்சி

பௌத்தமதம் கி.மு. மூன்றாம் நூற்றாண்டில் அசோக சக்கரவர்த்தியின் ஆட்சிக்காலத்தில் தமிழகத்துக்கு வந்தது என்று கூறினோம்.[12] பௌத்தப் பிக்குகள் நாடெங்கும் பிரசாரஞ் செய்து பௌத்த மதத்தை வளர்த்தார்கள். ஆகவே பௌத்த மதம் பையப் பைய வளர்ந்து தமிழ்நாட்டில் சிறப்படைந்தது. களப்பிரர் ஆட்சிக் காலத்தில் பௌத்தம் தமிழ்நாட்டில் மேலும் பரவி வளர்ந்தது. தமிழகத்துக்குப் பக்கத்தில் உள்ள இலங்கையிலும் பௌத்த மதம் பரவியிருந்தபடியால் அதன் காரணமாகவும் பௌத்த மதம் வலிவு பெற்றிருந்தது.

திருநாவுக்கரசரும் திருஞானசம்பந்தரும் தங்களுடைய தேவாரப் பாடல்களில் பிண்டியர் போதியரையும் சாக்கியர் சமணரையும் கூறுகிறார்கள். (பிண்டியர் -சமணர், போதியர் - பௌத்தர், சாக்கியர்- பௌத்தர்,

---

12. மயிலை சீனிவேங்கடசாமி, பௌத்தமும் தமிழும்.

சமணர் - ஜைனர்) தேவார காலத்துக்கு முன் (கி.பி.7ஆம் நூற்றாண்டுக்கு முன்பு) களப்பிரர் காலத்தில் சமண சமயத்தைப் போலவே பௌத்த மதமும் செழித்திருந்தது. களப்பிரர் காலத்தில் இருந்த பௌத்தர்களின் ஊர்கள் சில தெரிகின்றன. காவிரிப் பூம்பட்டினம், உறையூர் (உரகபுரம்), பூதமங்கலம், சங்கமங்கை , நாகைப்பட்டினம், மயூரபட்டணம், மதுரை, பாண்டிநாட்டுத் தஞ்சை, காஞ்சிபுரம் முதலான ஊர்கள் பௌத்த மதம் வேரூன்றியிருந்த ஊர்களாகும்.

சாக்கிய நாயனார்

திருத்தொண்டர் புராணத்தில் (பெரியபுராணத்தில்) சாக்கிய நாயனார் புராணமும் ஒன்று. சாக்கிய நாயனார் பௌத்த மதத்தவர். (சாக்கியம் - பௌத்தம்) இவர் பழைய சிவனடியார்களில் ஒருவர். பௌத்தராக இருந்து கொண்டே சிவனை வழிபட்டவர். கி.பி.7ஆம் நூற்றாண்டில் வாழ்ந்திருந்த திருநாவுக்கரசருக்குச் சில நூற்றாண்டுகளுக்கு முன் இருந்தவர். சாக்கிய நாயனார், தொண்டை நாட்டில் சங்கமங்கை என்னும் ஊரில் பிறந்தார். பிறகு காஞ்சிபுரத்துக்குப் போய் அங்கு அக்காலத்தில் பேர்போன பௌத்த ஆசிரியர்களிடம் சென்று சமயக்கல்வி பயின்றார். வயது வந்தபிறகு துறவு பூண்ட இவர் ஆடையணிந்து பௌத்தப் பிக்கு ஆனார்.[13] சில காலஞ்சென்ற பிறகு சைவ சமயத்தை மேற்கொண்டார். சிவலிங்க வழிபாடலைச் செய்ய எண்ணினார். ஆனால், அக்காலத்தில் பௌத்த மதம் பலமாக இருந்தபடியால், வெளிப்படையாகப் பௌத்த மதத்தை விட்டுச் சைவ சமயத்திற்கு வர இயலாமற்போயிற்று. சிவலிங்கப் பூசைசெய்த பிறகு உணவு கொள்ள வேண்டும் என்று அவர் உறுதி கொண்டார். இவர் அணிந்த பௌத்தத் தோற்றத்தை மாற்றாமலே ஒரு பொட்டலில் இருந்த சிவலிங்கத்தைச் சிறு கல்லால் எறிந்து, அக்கல்லை மலர் போலப் பாவித்துப் பூசை செய்தார். இவ்வாறு நாள்தோறும் தவறாமல் செய்து வந்தார். இச்செயலைக் கண்ட பௌத்தர் சிவலிங்கத்தைக் கல்லால் எறிகிறார் என்று எண்ணி மகிழ்ந்தனர். இதனால், அக்காலத்தில் பௌத்தமதம்

13. சாக்கியநாயனர் புராணம் 2, 3, 4

ஆதிக்கம் பெற்றிருந்தது என்பதும், சைவசமயம் எளிய நிலையில் இருந்ததென்பதும் தெரிகின்றன.

களப்பிரர் ஆட்சிக்காலத்தில் தமிழ்நாட்டில் பேர்போன பௌத்தர்கள் இருந்தார்கள். அவர்களுடைய முழுவரலாறு தெரியவில்லை. அங்குமிங்குமாகச் சில பௌத்தப் பெரியார்களுடைய வரலாறுகள் தெரிகின்றன.

சங்கமித்திரர்

இவர் சோழ நாட்டில் இருந்த தமிழ்ப் பௌத்தர். கி.பி.4ஆம் நூற்றாண்டின் முற்பாதியில் இருந்தவர். மகாயான பௌத்த மதத்தைச் சேர்ந்த இவர் இலங்கைக்குச் சென்று தம்முடைய மகாயான பௌத்தக் கொள்கையை அங்குப் பிரசாரஞ்செய்தார். இவர் காலத்தில் இலங்கையில் கோதாபயன் (மேகவண்ணாபயன்) என்னும் அரசன் (கி. பி.302-315) அரசாண்டிருந்தான், அக்காலத்தில் இலங்கையில் தேரவாதப் பௌத்தம் (ஈனயானம்) நெடுங்காலமாக இருந்து வந்தது. அப்போது அநுராதபுரத்தில் அபயகிரி விகாரையில் இருந்த அறுபது பௌத்தப்பிக்குகள் வைதுல்ய மதத்தை (மகாயானபௌத்தத்தை) மேற்கொண்டனர். அதுகண்ட மகாவிகாரையில் இருந்த தேரவாத பௌத்தப்பிக்குகள் அரசனிடஞ்சென்று அபயகிரிவிகாரைப் பிக்குகள் மகாயான பௌத்தத்தை மேற்கொண்டதையும் பழைய தேரவாத பௌத்தத்தைத் கைவிட்டு விட்டதையும் கூறினார்கள். கோதாபய அரசன், மகாயான பௌத்தத்தைக் கைக்கொண்ட அறுபது பிக்குகளையும் நாடுகடத்திவிட்டான்.

நாடு கடத்தப்பட்ட பிக்குகள் சோழ நாட்டுக்கு வந்து சங்கமித்திரரைக் கண்டனர். சங்கமித்திரர், இலங்கைக்குப் போய்த் தம்முடைய மகாயான பௌத்தக் கொள்கையை நிலைநாட்ட உறுதி கொண்டார். அவர் இலங்கைக்குப் போய் தலைநகரமான அநுராதபுரத்தில் மகாயான பௌத்தத்தைப் போதித்தார். அப்போது தேரவாத பௌத்தப் பிக்குகள் இவரைப் பற்றி அரசனிடம் கூறினார்கள். அரசன் சங்கமித்திரரை அழைத்துத் தேரவாத பௌத்தரின் தலைவரான சங்கபாலருடன் சமயவாதம் செய்யும்படிக் கூறினான். சங்கபாலரும் சங்கமித்திரரும் அரச சபையில் வாதம் செய்தார்கள். வாதத்தில் மகாயான பௌத்தரான

சங்கமித்திரர் வெற்றியடைந்தார். அரசன் இவருடைய ஆழ்ந்த புலமையையும் கல்வியையும் பாராட்டினான். தன்னுடைய பிள்ளைகளான ஜேட்டதிஸ்ஸன், மகாசேனன் என்பவர்களை இவரிடம் கல்விகற்க மாணாக்கராகவிட்டான். இதனால், சங்கமித்திரரின் மகாயான பௌத்தம் இலங்கையில் பரவத் தொடங்கிற்று.

கோதாபயன் இறந்தபிறகு அவனுடைய மகனான ஜேட்ட திஸ்ஸன் முடி சூடி அரசாண்டான் (கி.பி. 323-333). அவன் காலத்தில் சங்கமித்திரர் சோழ நாட்டுக்கு வந்துவிட்டார். ஜேட்டதிஸ்ஸனுக்குப் பிறகு அவனுடைய தம்பியான மகாசேனன் அரசனானான். (கி.பி.334-361) இந்த அரசன் காலத்தில் சங்கமித்திரர் சோழ நாட்டிலிருந்து இலங்கைக்குப் போய் மீண்டும் தம்முடைய மகாயான பௌத்த மதத்தைப் பிரசாரஞ்செய்து பரப்பினார். அரசனுடைய அமைச்சனான சோணன் என்பவன் இவருக்கு உதவியாக இருந்தான். தேரவாத (ஈனயான) பௌத்தருக்கும் மகாயான பௌத்தருக்கும் சமயச் சார்பாகப் பகைமை முற்றிற்று. அதன் காரணமாக சங்கமித்திரர் கொல்லப்பட்டு இறந்தார்.[14]

புத்ததத்த மகாதேரர்

புத்ததத்த மகாதேரர் சோழநாட்டுத் தமிழர். பௌத்த மதத் துறவியாக வாழ்ந்தவர். பாலிமொழியில் எழுதப்பட்ட பௌத்த மத நூல்களையும் திரிபிடகங்களையும் நன்றாகக் கற்றவர். பாலி மொழியில் இனிமையாகக் கவி இயற்றும் ஆற்றல் பெற்றவர். கி.பி.5 ஆம் நூற்றாண்டின் முற்பாதியில் வாழ்த்திருந்தார். தேரர் என்பது பௌத்தப் பிக்குகளில் சிறந்தவருக்கு வழங்கும் பெயர். ஆசாரியர் என்றும் தேரர் என்றும் இவர் சிறப்புப் பெயர் பெற்று ஆசாரிய புத்ததத்ததேரர் என்று பெயர் கொண்டிருந்ததிலேயே இவருடைய சிறப்பும் உயர்வும் நன்கு தெரிகிறது. இலங்கையையாண்ட சிறிகுட்டன் (கி.பி.409 430) காலத்தில் இவர் இலங்கைக்குச் சென்று அநுராதபுரத்திலிருந்த மகாவிகாரை என்னும் பௌத்த விகாரையில் தங்கியிருந்தார். சிறிகுட்ட அரசனுக்கு மகாநாமன், ஸ்ரீநிவாகன் என்னும் பெயர்களும் இருந்தன.

14. மகாவம்சம், 37–பரிச்சேதம் 36

புத்ததத்த மகாதேரர் கவீரபட்டினம் (காவிரிப்பூம்பட்டினம்) உரகபுரம் (உறையூர்) பூதமங்கலம், காஞ்சிபுரம் முதலான ஊர்களில் இருந்த பௌத்த விகாரைகளில் தங்கியிருந்தார். அநுராதபுரத்து மகாவிகாரையில் இருந்தபோது அந்த விகாரையின் தலைவரான சங்கபால மகாதேரரின் வேண்டுகோளின்படி இவர் உத்தரவினிச்சயம் என்னும் நூலை எழுதினார். காவிரிப்பூம்பட்டினத்தில் களப்பிர அரசனுடைய அமைச்சனாக இருந்த கண்ணதாசன் கட்டின பௌத்த விகாரையில் இவர் தங்கியிருந்தபோது தம்முடைய மாணவரான புத்தசிகா என்பவரின் வேண்டுகோளின்படி இவர் மதுராந்த விலாசினீ என்னும் நூலை எழுதினார். இது திரிபிடகத்தில் ஒன்றான சூத்திரபிடகத்தில் குட்டக நிகாயம் என்னும் பிரிவில் புத்தவம்சம் என்னும் உட்பிரிவுக்கு உரையாகும். ஆகையால் இந்த நூலுக்கு புத்தவம்சாட்டகதா (புத்தவம்சத்தின் அர்த்த கதை) என்றும் பெயர் உண்டு. இவர் தம்முடைய சீடரான புத்தசிகா என்பவரின் வேண்டுகோளின்படி வினயவினிச்சயம் என்னும் நூலை எழுதினார். சோழ நாட்டில் பூதமங்கலம் என்னும் ஊரில் வேணு தாசர் என்பவர் கட்டிய பௌத்த விகாரையில் தங்கியிருந்த போது இவர் இந்த நூலை எழுதினார். இந்த நூல், களப்பிர அரசன் அச்சுத விக்கந்தன் ஆட்சிக் காலத்தில் எழுதப்பட்டது.[15]

புத்ததத்த மகாதேரர் தம்முடைய இன்னொரு மாணவரான சுமதி என்பவரின் வேண்டுகோளுக்கு இணங்கி அபிதம்மாவதாரம் என்னும் நூலையும் எழுதினார். இது, திரிபிடகங்களில் ஒன்றான அபிதம்ம பிடகத்துக்குப் பாயிரம் போன்றது. ரூபா ரூப விபாகம் என்னும் நூலையும் இவர் எழுதியுள்ளார். புத்த பெருமானைப் பற்றி ஜினாலங்காரம் என்னும் நூலையும் இவர் எழுதியதாகக் கூறுவர். இவர் எழுதிய இந்த நூல்கள் எல்லாம் பாலி மொழியில் எழுதப்பட்டவை. புத்ததத்த மகாதேரரும் புகழ்பெற்ற புத்தகோஷ மகாசாரியரும் சம காலத்தவர். இவர்கள் இருவரும் ஒருவரை யொருவர் சந்தித்துள்ளனர்.[16]

---

15. பௌத்தமும் தமிழும் என்னும் நூலைக் காண்க.

16. Ibid.

சுமதி, ஜோதிபாலர்

இவர்கள் இருவரும் தமிழப் பௌத்தப் பெரியார்கள். புத்ததத்த மகாதேரர் வாழ்ந்த கி.பி 5ஆம் நூற்றாண்டில் இருந்தவர்கள். காஞ்சிபுரத்தில் ஒரு பௌத்த விகாரையில் இவர்கள் இருந்தனர். புத்தகோஷ ஆசாரியர் காஞ்சிபுரத்துக்கு வந்து இவர்கள் இருந்த விகாரையில் தங்கியிருந்தார். இவர்களின் விருப்பப்படி புத்த கோஷாசாரியர் ஸாரத்த பகாசினீ, மனோரத பூரணி என்னும் இரண்டு பௌத்த மத நூல்களைப் பாலி மொழியில் எழுதினார். சுமதியும் ஜோதிபாலரும் புத்தகோஷரை இலங்கைக்குப் போய் அநுராதபுரத்து மகாவிகாரையில் இருந்த பௌத்த மத நூல்களை ஆராயும்படி தூண்டினார்கள். அப்படியே அவர் அங்குப் போய்ப் பௌத்த மத நூல்களை எழுதினார். இந்தச் செய்தியை அவர் எழுதிய மனோரத பூரணீ என்னும் நூலில்,

> *ஆயாசிதோ ஸூ மேதினாதேரேன பத்தந்த ஜோதிபாலேன*
> *காஞ்சீபுரா திஸூ மயா புப்பே ஸத்திம் வலம்தேன*

என்று கூறியுள்ளார்.[17]

புத்தமித்திரர்

புத்தமித்திரர் என்று பெயர் பெற்ற பௌத்தத் தேரர்கள் சிலர் இருந்தனர். அவர்களில் வீரசோழியம் என்னும் இலக்கண நூலை எழுதிய புத்தமித்திரர் களப்பிரர் காலத்தவர் அல்லர். பிற்காலத்தில் இருந்தவர். இங்குக் கூறப்படுகிற புத்தமித்திரர் மயூரப்பட்டணத்தில் ஒரு பௌத்த விகாரையில் இருந்தவர். மயூரப்பட்டணம் என்பது இப்போது 'மாயவரம்' என்று கூறப்படுகிற மாயூரமாக இருக்கலாம். புத்தகோஷாசாரியர் மயூர பட்டணத்துப் பௌத்த விகாரைக்கு வந்து தங்கியிருந்தபோது இந்தப் புத்த மித்தரரின் விருப்பப்படி 'பஞ்ச சூடானி' என்னும் நூலைப் பாலி மொழியில் எழுதினார். இந்த நூல் திரிபிடகத்தின் ஒரு பகுதியாகிய மஜ்ஜிம நிகாயத்துக்கு உரை நூல் ஆகும்.

---

17. Ibid

ஆசாரிய திக்நாகர்

இவரைத் தின்னாகர் என்றுங் கூறுவர். காஞ்சிபுரத்துக்குத் தெற்கே இருந்த சிம்மவக்தரம் என்னும் ஊரில் இவர் பிறந்தார். சிம்மவக்தரம் என்பது சீயமங்கலம் என்னும் ஊராக இருக்கலாம் என்று தோன்றுகிறது. (சிம்மம் - சிங்கம் - சீயம்) சீயமங்கலம் செங்கற்பட்டு மாவட்டம் காஞ்சிபுரம் தாலுகாவில் உள்ளது. இவ்வூரில் பிராமண குலத்தில் பிறந்தவராகிய இவர் வைதிக நூல்களைக் கற்றுப் பிறகு காஞ்சிபுரத்தில் பௌத்த நூல்களைக் கற்றுப் பௌத்தப் பிக்கு ஆனார். பிறகு வடஇந்தியாவுக்குப் போய் அங்குப் பேர் போன வசுபந்து என்னும் பௌத்த ஆசிரியரிடத்தில் மகாயான பௌத்த நூல்களைக்கற்றுத் தேர்ந்தார். பின்னர் நளாந்தா பல்கலைக் கழகத்துக்குச் சென்று பல நாள் தங்கி அங்குப் பல நூல்களைக் கற்றார். இவருடைய மாணவர்களில் காஞ்சிபுரத்திலிருந்த தருமபால ஆசாரியரும் ஒருவர்.

ஆசாரிய திக்நாகர் தர்க்க நூல்களை நன்கு கற்றவர். நியாயப் பிரவேசம், நியாயத்துவாரம் என்னும் இரண்டு தர்க்க நூல்களை இவர் வடமொழியில் எழுதினார். இவர், பௌத்த மதத்தில் விஞ்ஞானவாதப் பிரிவை உண்டாக்கினார் என்பர். வசுபந்து கி.பி.420 முதல் 500 வரையில் வாழ்ந்திருந்தார் என்று கூறப்படுகிறபடியால் அவரிடம் பயின்ற இவரும் கி.பி.5ஆம் நூற்றாண்டில் வாழ்ந்தவராதல் வேண்டும். இவர், பற்பல நாடுகளுக்குச் சென்று பலரோடு தர்க்கவாதம் செய்து மீண்டும் காஞ்சிபுரத்துக்கு வந்தார் என்பர். காஞ்சிபுரத்துக்கு வருவதற்கு முன்பே ஒருயா நாட்டில் காலமானார் என்று சிலர் கூறுவர்.[18]

போதிதருமர்

இவர் காஞ்சிபுரத்தை யரசாண்ட ஓர் அரசனுடைய மகன். இவர் பௌத்த மதத்தைச் சேர்ந்த பௌத்தப் பிக்கு ஆனார்; பௌத்த மதத்தில் தியான மார்க்கம்

---

18. பொத்தமும் தமிழும் என்னும் நூல் தமிழ்நாட்டுப் பௌத்தப் பெரியார் என்னும் தலைப்புக் காண்க

என்னும் பிரிவைச் சேர்ந்தவர். கி.பி.520இல் இவர் சீன நாட்டுக் கான்டன் பட்டினம் போய்ச் சேர்ந்தார். கி.பி.525இல் சீன தேசத்துக்குப் போனார் என்று சிலர் கூறுவர். சீன நாட்டிலும் ஐப்பான் தேசத்திலும் இவர் தம்முடைய பௌத்தக் கொள்கையைப் பரப்பினார். இவர் போதித்த பௌத்தக் கொள்கையைச் சீனர் சா'ன் மதம் என்பர். ஐப்பானியர் ஜென்மதம் (Zen Buddhism) என்பர். போதிதருமரைச் சீனர் தமக்குரிய இருபத்தெட்டுச் சமய குரவர்களில் ஒருவராகப் போற்றுகிறார்கள். ஐப்பான் தேசத்திலும் சீன தேசத்திலும் இவருடைய நினைவாகக் கோயில்கள் உண்டு.[19]

காஞ்சி தருமபால ஆசாரியர்

இவர் காஞ்சிபுரத்தில் பிறந்து வாழ்ந்தவர். காஞ்சிபுரத்து அரசனுடைய அமைச்சராக இருந்த ஒருவரின் மகன். பெற்றோர் இவருக்குத் திருமணஞ்செய்யத் தொடங்கினபோது இவர் திருமணத்துக்கு உடன்படாமல் பௌத்த மதத்தைச் சேர்ந்து பௌத்தத் துறவியானார். பல நாடுகளுக்குச் சென்று தம்முடைய கல்வியை வளர்த்துக் கொண்டார். திக்நாகரிடத்திலும் இவர் சமயக் கல்வி பயின்றார். வடநாட்டில் சுற்றுப் பிரயாணம் செய்தபோது கௌசாம்பி நகரத்தில் பௌத்தருக்கும் வேறு மதத்தாருக்கும் சமயவாதம் நடந்தபோது பௌத்தர் எதிர்வாதம் செய்ய முடியாத நிலையில் இருந்ததைக் கண்டு இவர் தனித்து நின்று எதிர்வாதம் செய்து வெற்றி பெற்றார். எதிர்வாதம் செய்தவர்களையும் தலைமை தாங்கிய அராசனையும் பௌத்தமதத்தை மேற்கொள்ளச் செய்தார். இவர் மகாயான பௌத்த மதத்தைச் சேர்ந்தவர். ஈனயான பௌத்தரோடு ஏழுநாட்கள் சமயவாதஞ் செய்து அவர்களை வென்று தம்முடைய மகாயான பௌத்தக் கொள்கையை நிலை நாட்டினார்.

தருமபால ஆசாரியர் பல நூல்களைக் கற்றுத் தேர்ந்து பேராசிரியராக விளங்கினபடியால், அக்காலத்தில் புகழ் பெற்றிருந்த நளாந்தாப் பல்கலைக்கழகத்தின் தலைமைப் பேராசிரியராக இவர் நியமிக்கப்பட்டார்.

---

19. Ibid

இந்தப் பதவி எளிதில் வாய்ப்பது அன்று. துறைபோகக் கற்ற பேரறிஞர்கட்கே இந்தப் பதவி கிடைக்கும். இவர் இளமையிலேயே காலமானார் என்பர். கி.பி.528 முதல் 560 வரையில் இவர் உயிர்வாழ்ந்திருந்தார் என்று தெரிகிறது. இவருக்குப் பிறகு இவருடைய மாணாக்கரான சீல பத்திரர் நளாந்தாப் பல்கலைக் கழகத்தின் தலைவரானார்.[20]

தஞ்சை தருமபால ஆசாரியர்

இவர் பாண்டி நாட்டுத் தஞ்சாவூரில் இருந்தவர். தம்பரட்டே வசந்தேன நகரே தஞ்சா நாமகே' என்று கூறப்படுகிறபடியால், தம்பராட்டிரமான தாம்பிரபரணி பாய்கிற திருநெல்வேலியில் இருந்த தஞ்சை நகரத்தைச் சேர்ந்தவர் என்று தெரிகிறார். சோழ நாட்டுத் தஞ்சாவூரில் இவர் இருந்தார் என்று திரு.பி.ஸி.லா அவர்கள் கருதுவது தவறு.[21] தருமபால ஆசாரியர் பாலி மொழியிலுள்ள பௌத்தமத நூல்களை நன்குக் கற்றவர். தமிழ் சிங்களம் பாலி மொழிகளை நன்றாகக் கற்றவர், பௌத்த உரையாசிரியர்களில் சிறந்தவர். இலங்கையின் அநுராதபுரத்தில் இருந்த மகாவிகாரை என்னும் பௌத்தப் பள்ளிக்குப் போய் அங்குத் திரிபிடகங்களுக்குச் சிங்கள மொழியில் எழுதப்பட்டிருந்த உரைநூல்களைப் பயின்றார். பிறகு தமிழ்நாட்டுப் பௌத்தப் பள்ளிகளில் இருந்த பிடக நூல்களின் திராவிட (தமிழ்) உரைநூல்களைப் பயின்றார்.

சூத்திரபிடகத்தின் ஐந்தாவது பிரிவாகிய குட்டக நிகாயத்தைச் சேர்ந்த உதான, இதிவுக்தக, விமானவத்து, பேதவத்து, தேரகாதா, தேரிகாதா, சரியாபிடகம் என்னும் பகுதிகளுக்கு தரும பால ஆசாரியர் பாலி மொழியில் சிறந்த உரை எழுதினார். இவர் எழுதின உரைக்குப் 'பரமார்த்த தீபனீ' என்று பெயர். மற்றும் பரமார்த்த மஞ்சுஸா, நெட்டிப கரணாட்டகதா என்னும் நூல்களையும் இவர் எழுதினார். 'இதிவுத்தோதான சரியாபிடக தேர தேர் விமானவத்து பேதவத்து நெட்டியட்டகதாயோ ஆசாரிய தம்ம பால தேரோ அகாஸீ ஸோ ச ஆசாரிய தம்ம பால தேரோ ஸீஹள தீபஸ்ஸ ஸமீபே தமிள நாட்டே படராதித்தமிஹி

---

20. Ibid

21. B.C.Law, Geography of Early Buddhism.

நிவாஸித்தா ஸீஹளதீபே ஏவ ஸங்கஹேத்வா வத்தபோ' என்று சாசனலம்சம் என்னும் நூல் இவரைப் பற்றிக் கூறுகிறது. இதன் கருத்து ஆசாரிய தம்ம பாலதேரர் சிங்களத் (இலங்கை) தீவுக்கு அருகில் உள்ள தமிழ்நாட்டில் படராதித்த விகாரையில் இருந்தபோது இதிவுத்தகம், உதானம், சரியாபிடகம், தேரசாதா, தேரிசாதா, விமானவத்து, பேதவத்து, நெட்டியட்டகதா என்னும் உரை நூல்களை எழுதினார். இந்த ஆசாரியதம்ம பாலிதேரர் சிங்களத்தீவுக்கு அருகில் உள்ள தமிழ்தேசத்தில் படராதித்த விகாரையில் இருந்தபோது இவற்றை எழுதினார்' என்பது. இவர் கி.பி.6ஆம் நூற்றாண்டின் முற்பாதியில் களப்பிரர் ஆட்சிக் காலத்தில் இருந்தவர் எனத் தெரிகிறது.

களப்பிரர் ஆட்சிக்காலத்தில், பௌத்தமதம் சமண சமயத்தைப் போலவே நாட்டில் பரவி வளர்ந்திருந்தது. பௌத்த மத நூல்கள் பிற்காலத்தில் அழிந்து போனபடியால் பௌத்த மதத்தின் முழு வரலாற்றையறிய முடியவில்லை.

முரண்பட்ட மூன்று மதங்கள்

கி.மு. மூன்றாம் நூற்றாண்டிலேயே சமண சமயமும் பௌத்த மதமும் வடநாட்டிலிருந்து தென்னாட்டுக்கு வந்தன என்பதையறிவோம். அந்தக் காலத்திலேயே இன்னொரு மதமும் தமிழ்நாட்டுக்கு வந்தது. அது வடமொழி வேதத்தை முதன்மையாகக் கொண்ட மதம். ரிக் யஜுர் சாமம் அதர்வனம் என்னும் நான்கு வேதங்களை அடிப்படையாகக் கொண்ட வைதிக மதம் அக்காலத்தில் தமிழ்நாட்டுக்கு வந்தது. வைதிக மதத்தைப் பிராமணர் போற்றினார்கள். வேள்வி (யாகம்) செய்வதையே முதன்மையாகக் கொண்டது வைதிக மதம். பிராமணர் மிகச் சிறு தொகையினர். அன்றியும் சாதி வேறுபாட்டை அடிப்படையாகக் கொண்ட குறுகிய நோக்கமுடையது. பிராமணரைத் தவிர வேறு சாதியார் வேதம் ஓதுவது கூடாது, பிராமணர்தான் உயர்ந்தசாதி, இவ்வாறு குறுகிய சிறிய கொள்கையுடைய வைதிக பிராமணர் மதம் நாட்டில் செல்வாக்கடையாமல் - மக்களிடையே பரவாமல் மூலையில் முடங்கிக் கிடந்தது.

ஜைன மதமும் பௌத்த மதமும் தத்தம் மதக்கொள்கையை நாடெங்கும் பிரசாரஞ் செய்து மக்களைத் தங்கள் மதத்தில் சேரும்படி அழைத்தன. தங்கள் மதக்கொள்கைகளை நாடெங்கும் பரப்பின. எந்தச் சாதியரானாலும் இந்த மதங்களைச் சேர்த்து ஒழுகினால் அவர்களைச் சிறப்புச் செய்து போற்றின. சமய நூல்களை நன்கு கற்று அதன்படி ஒழுகுகிறவர்களைச் சமய காரியர்களாக உயர்த்தி வைத்தன. ஆகவே பௌத்த மதமும் சமண சமயமும் நாட்டில் செல்வாக்குப் பெற்றுப் பரவி வளர்ந்தன. வைதிக மதமாகிய பிராமண மதமோ வேதத்தைப் பிறருக்குப் போதிக்கவில்லை. பிறர் வேதத்தைப் படிக்கவும் விடவில்லை. பிராமணப் பதவி என்னும் பதவியை அமைக்காமல் பிராமணப் பிறப்பு என்று ஜாதிக்கு ஏற்றம் தந்தது. ஆகவே, வைதிகப் பிராமணமதம் தாழ்ந்து மங்கி மூலையில் கிடந்தது.

பௌத்தம் சமணம் வைதிகம் என்னும் இந்த மூன்று மதங்கள் ஆதிகாலம் முதல் பிறவிப் பகைமையுடைய மதங்கள் பிராமணர் பௌத்த சமண சமயங்களைப் பகைத்து வெறுத்து விஷம் போலக் கருதினார்கள். பிராமணர் பௌத்த சமண சமயங்களைத் தாக்கிப் பிரசாரஞ் செய்தார்கள். அது போலவே பௌத்த மதம் வைதிகமதத்தையும் சமண மதத்தையும் கண்டித்து ஒதுக்கியது. வைதிகம் சமண சமயக் கொள்கைகளைத் தாக்கிக் கண்டித்தது. சமண சமயமும் வைதிக மதத்தையும் பௌத்த மதத்தையும் பகைத்து அந்த மதக்கொள்கைகளை வெறுத்துப் பிரசாரஞ் செய்தது. இவ்வாறு வைதிக மதம் சமண சமயம் பௌத்த மதம் ஆகிய மூன்று மதங்களும் ஒன்றையொன்று பகைத்துக் கண்டித்து முரண்பட்டு இருந்தன. வட நாட்டிலும் சரி தென்னாட்டிலும் சரி இந்த மூன்று மதங்களும் ஒன்றையொன்று வெறுத்துப் பகைத்து வந்தன. களப்பிரர் ஆட்சிக்காலத்திலும் இந்த நிலைமைதான் இருந்தது. பௌத்தமும் சமணமும் விரிந்து பரந்த கருத்துள்ள மதங்களாகையால் நாட்டில் செழித்து வளர்த்தன. வைதிக மதமான பிராமண மதம் குறுகிய கொள்கையும் சுருங்கிய கருத்தும் கொண்டிருந்தபடியால் நாட்டில் செல்வாக்குப் பெறாமலும் வளர்ச்சியடையாமலும் முடங்கிக் கிடந்தது.

வைணவ சமயம்

சைவ சமயத்ததைப் போலவே வைணவ சமயமும் மிகப் பழமையானது. களப்பிர அரசர் வைணவ சமயத்தவர் என்பதை முன்னமே கூறினோம். திருமாலுக்கு அச்சுதன் என்னும் பெயரும் உண்டு. களப்பிர அரசர் தங்களை அச்சுத குலத்தவர் என்று கூறிக்கொண்டனர். அதாவது திருமாலின் வழிவந்தவர் என்பது பொருள். அவர்கள் திருமாலை (விஷ்ணுவை) வழிபட்டு திருமாலின் அருளினால் பெரிய இராச்சியத்தைப் பெற்றார்கள் என்பதை முன்னமே கூறினோம்.

இருளறு திகிரியொடு வலம்புரித் தடக்கை
ஒருவனை வேண்ட இருநிலம் கொடுத்த
நந்திமால்வரை சிலம்பு நத்தி

என்று களப்பிர அரசர் கூறப்பட்டதைக் கூறினோம். திகிரி (சக்கரம்)யையும் வலம்புரியையும் (வலம்புரிச் சங்கு) கையில் ஏந்தியுள்ள திருமாலை வேண்ட அவர் இவனுக்குப் பெரிய நிலத்தைக் (இராச்சியத்தை) கொடுத்தார் என்பதை அறிந்தோம். இதனால் களப்பிரர் அச்சுதனை (திருமாலை) வழிபட்டவர் என்பது தெரிகிறது.

களப்பிரர் சமண சமயச் சார்புடையவர் என்று வரலாற்றாசிரியர் பலரும் எழுதியுள்ளனர். அது தவறான கருத்து என்று தோன்றுகிறது. கன்னட நாட்டில் களபப்பு (சிரவணபெளகொள) என்னும் நாட்டைக் களப்பிரர் ஆதிகாலம் முதல் அரசாண்டவர் ஆனபடியாலும், களபப்பு நாட்டைச் சேர்ந்த சிரவண பெளகொளத்தில் பத்திரபாகு முனிவரும் சந்திர குப்த மௌரிய அரசரும் ஜைன முனிவர்களோடு வந்து தங்கின இடமாகையால் ஜைன மதச் சூழலில் நெடுங்காலம் இருந்தபடியாலும் களப்பிரர் சமண சமயச் சார்பு கொண்டிருந்தனர் என்று கருதுவது தவறாகாது. ஆனால், அவர்களின் சொந்த சமயம் வைணவம் என்பது ஐயமில்லாமல் தெரிகிறது.

ஆனால், வைணவ மதம், பௌத்த சமண சமயங்களின் வளர்ச்சியினால் சிறப்புப் பெறாமல் தாழ்ந்த நிலையை யடைந்திருந்தது என்பதையறிகிறோம்.

சைவ சமயம்

களப்பிரர் ஆட்சிக் காலத்தில் தமிழ்நாட்டில் சைவ சமயம் குன்றிக் குறைந்திருந்தது என்பதை அறிகிறோம். களப்பிர அரசர்கள் சைவ சமயத்துக்கு மாறுபட்டவர் என்றும் சமண சமயத்துச் சார்புடையவர் என்றும் பொதுவாகக் கருதப்படுகின்றனர். ஒரு களப்பிர அரசன், பாண்டி நாட்டில் சிவன் கோயிலில் வழிபாடு நடைபெறாதபடிச் செய்தான் என்பதைப் பெரிய புராணம் மூர்த்தி நாயனார் புராணத்தில் அறிகிறோம் என்றாலும் சைவ சமயத்தைச் சார்ந்த கூற்றுவன் என்னும் களப்பிர அரசன் சிவன் கோயில்களுக்குச் சிறப்புச் செய்து வழிபட்டதைக் கூற்றுவ நாயனார் புராணத்தில் அறிகிறோம். ஏதோ ஒரு களப்பிர அரசன் சைவ சமயத்துக்கு மாறுபாடாக இருந்தான் என்பது பற்றி எல்லாக் களப்பிர அரசர்களும் சைவ சமயத்துக்கு மாறுபட்டவர் என்று கருதுவது கூடாது. களப்பிரர் ஆட்சிக்காலத்தில் சைவ சமயம் பொதுவாக மங்கி மறையும் நிலையில் இருந்ததற்குக் காரணம் பௌத்த சமண சமயங்களின் பிரசாரமே என்று கருதலாம். தத்தம் மதங்களைப் பிரசாரஞ் செய்து வளர்த்த சமண பௌத்தப் பிரசாரகர் தங்கள் மதங்களை உயர்த்திப்பேசி அதே சமயத்தில் சைவத்தைத் தாழ்த்திக் குறைத்துப் பேசிப் பிரசாரம் செய்தார்கள். இதனால் சைவ சமயம் செல்வாக்குப் பெறாமலும் உயர்வு அடையாமலும் குன்றிக் குறைவதாயிற்று. பௌத்த சமண சமயத்தாரைப் போலச் சைவ சமயத்தார் சைவ சமயத்தைப் பற்றிப் பிரசாரஞ் செய்யாததும் சைவ சமய வீழ்ச்சிக்கு இன்னொரு காரணமாகும்.

கி.மு. நான்காம் நூற்றாண்டின் தொடக்கத்திலிருந்து சைவ சமயத்தைப் பௌத்தரும் சமணரும் தாக்கினார்கள் என்பது தெரிகிறது. அக்காலத்தில் இலங்கையை யரசாண்ட மகாசேனன் என்னும் சிங்கள அரசன், இலங்கையில் அக்காலத்தில் பேர்போன சிவன் கோயில்களை இடித்து அழித்து அந்த இடங்களில் பௌத்த விகாரைக் கட்டினான். கோகன்ன (கோகர்ண) விகாரை, எரகாவில்ல விகாரை, கலந்த விகாரை, மிக்காம விகாரைகளைக் கட்டினான்

என்று மகாவம்சம் கூறுகிறது.[22] கோகர்ண விகாரை இலங்கையின் கிழக்குக் கரையோரமாக இருந்தது என்றும் மற்ற இரண்டு விகாரைகள் இலங்கையின் தென்கிழக்கே உரோகண நாட்டில் இருந்தன என்றும் இதனுடைய டீகை (உரை) கூறுகிறது. மற்றும் இந்த உரை இதனைக் கீழ் வருமாறு விளக்குகிறது. 'ஏவம் ஸப்பத்த லங்க தீபமிஹி குதிட்டகானம் ஆலயம் வித்தம்ஸேத்வர ஸிவலிங்காயதோ நாஸேத்வர புத்த ஸாஸனம் ஏவ பதிட்டபேஸி' இதன் பொருள் 'இலங்கைத் தீவெங்கும் ஆலயங்களை அழித்துச் சிவலிங்கம் முதலானவைகளை நாசஞ் செய்து புத்த சாசனத்தை நிறுவினான்' என்பது.

இதனால், அக்காலத்தில் மதப் பூசல்கள் இருந்தது தெரிகிறது.

பக்தி இயக்கம்

சைவ சமயம் நாளுக்கு நாள் நலிவடைந்து குன்றிக் குறைந்து மங்கி வருவதைக் கண்ட சைவ சமயத்தார் விழிப்படைந்தனர். சைவ சமயத்தை வளர்த்து ஓங்கச் செய்வதற்கு முயன்றார்கள். நாட்டில் பொது மக்களின் ஆதரவு பெற வழிவகைகளைத் தேடினார்கள். தேடி நல்லதோர் கொள்கையைக் கண்டார்கள். அதுதான் பக்தி இயக்கம். செல்வாக்குப் பெற்று வளர்ந்து கொண்டிருந்த பௌத்த சமண சமயங்களை வீழ்த்தவும் சைவசமயத்தை ஓங்கச் செய்யவும் பக்தி இயக்கம் அரியதோர் சாதனமாக அமைந்தது. பக்தி இயக்கம் களப்பிரர் ஆட்சிக்காலத்தில் கி.பி.6ஆம் நூற்றாண்டின் தொடக்கத்தில் (வச்சிர நந்தியின் திராவிட ஜைனசங்கம் ஏற்பட்ட பிறகு) தோன்றியது. பக்தி இயக்கத்தில் வைணவரும் சேர்ந்து தங்கள் வைணவ மதத்தை வளர்க்க முயன்றார்கள். பக்தியால் முக்தி எளிதாகும், பக்தியினால் இம்மை மறுமைப் பயன்களை எளிதில் பெறலாம் என்பதே பக்தி இயக்கத்தின் அறைகூவலாக இருந்தது. பக்தி இயக்கம் நாட்டு மக்களின் மனத்தைக் கவர்ந்தது. இந்த இயக்கம் நாளடைவில் பௌத்த சமண சமயங்களை வீழ்த்துவதற்கும் சைவ வைணவ மதங்களை வளர்ப்பதற்கும் ஏற்றதோர் கருவியாக

22. மகாவம்சம், 37ஆம் பரிச்சேதம், 40 – 41

அமைந்தது. அடுத்த நூற்றாண்டில் சைவ நாயன்மார்களும் வைணவ ஆழ்வார்களும் தோன்றிப் பௌத்த சமணசமயங்களை அழிக்கவும் சைவ வைணவ மதங்களை வளர்க்கவும் பக்தி இயக்கம் காரணமாக இருந்தது. பக்தி இயக்கம் நாட்டில் மக்களிடையில் செல்வாக்குப் பெற்று சைவ வைணவ மதங்களின் வளர்ச்சிக்கும் பௌத்த சமண சமயங்களின் வீழ்ச்சிக்கும் காரணமாக இருந்தது. தெய்வ வழிபாட்டில் நாயக நாயகி பாவக் கொள்கை ஏற்படுவதற்கும் பக்தி இயக்கம் காரணமாக இருந்தது. அதாவது சிவனை நாயகனாகவும் (தலைவனாகவும்) அவனை வழிபடும் அடியார்களை நாயகிகளாகவும் (தலைவிகளாகவும்) பாவிக்கும் வழிபாட்டுமுறை ஏற்பட்டது. வைணவர்களும் நாயக நாயகி பாவத்தை ஏற்றுக்கொண்டனர்.

ஆனால், சைன சமயத்தவரும் பௌத்த மதத்தவரும் நாயக நாயகி பாவத்தை (பேரின்பக் காதலை) ஏற்றுக்கொள்ளவில்லை. அவர்கள் இந்தக் கொள்கைக்கு மாறுபட்டிருந்தனர். சைவ வைணவ பக்தர்கள் தங்கள் கடவுளை நாயகனாகவும் தங்களை நாயகியாகவும் பாவித்து அகத்துறையமைந்த பாடல்களைப் பாடியது போல சைன பௌத்த மதத்தினர் நாயக நாயகி பாவம் அமைந்த பாடல்களைப் பாடவே இல்லை. ஆகையால்தான் சைவ-வைணவ சமய இலக்கியங்களில் காணப்படுகிற அகத்துறைப் பாடல்களைப் போன்ற பாடல்கள் சைன - பௌத்தச் சமய இலக்கியங்களில் காணப்படவில்லை.

பக்தி இயக்கம் தோன்றுவதற்கு முன்புள்ள அகப்பொருள் இலக்கண இலக்கிய நூல்கள் மனிதக் காதலைக் கூறுகின்றனவே யல்லாமல் தெய்வ மனிதக் காதலைக் கூறவில்லை. சைன பௌத்த மதத்தவர் நாயக நாயகி பக்திக் கொள்கையை ஏற்றுக் கொள்ளாதது போலவே, சைன பௌத்தரல்லாத ஏனைய தமிழர்களும் இந்தப் புதிய நாயக-நாயகிக் கொள்கையை ஏற்றுக்கொள்ளத் தயங்கினார்கள். ஆகையால் இந்தக் கொள்கைக்கு ஆதாரமான நூல் வேண்டியிருந்தது. அந்த ஆதார நூல்தான் 'இறையனார் அகப்பொருள்' என்னும் களவியல் நூல். (இந்த இறையனார் அகப்பொருள் என்னும் களவியல் நூலைப் பற்றி இந்நூலில் இணைப்பு 3இல் காண்க)

பக்தி இயக்கமும் பேரின்பக்காதல் (நாயக-நாயகி பாவம்) கொள்கையும் சைவ - வைணவ மதத்துக்குப் பேருதவியாக இருந்தன. இந்தக் கொள்கைகள் சைன பௌத்த மதங்களை வீழ்த்திச் சைவ- வைணவ மதங்களை வளர்ப்பதற்குப் பேருதவியாக இருந்தன. சைவ நாயன்மார்களும் வைணவ ஆழ்வார்களும் சைவ வைணவ மதங்களை ஓங்கி வளரச் செய்யவும் சைன - பௌத்த மதங்களைத் தாழ்த்தவும் செய்ததற்கு முதற்காரணமாக இருந்தது பக்தி இயக்கந்தான் என்பதில் சற்றும் ஐயமில்லை.

களப்பிரர் காலத்தில் தமிழ் மொழி

கன்னட மொழியைத் தாய்மொழியாகக் கொண்ட களப்பிரர் ஆட்சிக்காலத்தில் தமிழ் மொழிக்கு அவர்கள் ஆக்கம் அளித்ததாகத் தெரியவில்லை. ஆனால், களப்பிரர் ஆட்சிக்காலத்தில் தமிழர் தமிழ் மொழியைப் புதிய முறையில் வளர்த்தார்கள். இந்த முயற்சியில் அக்காலத்துத் தமிழர் மதபேதம் பாராட்டாமல் ஒன்றாக இணைந்து தாய்மொழியை வளர்த்தனர். பௌத்த சமண சைவ வைணவ சமயத்துத் தமிழ்ப் புலவர் அனைவரும் தமிழை வளர்த்தார்கள். புதுவகையான பாக்களும் புதுவகையான இலக்கியங்களும் களப்பிரர் ஆட்சிக்காலத்தில் உண்டாக்கப்பட்டன. அந்த வளர்ச்சி புதுமையான வளர்ச்சியாகவே இருந்தது.

வட்டெழுத்து

சங்க காலத்தில் வழங்கி வந்த பிராமி எழுத்து சங்க காலத்தின் இறுதியில் மாற்றம் அடையத் தொடங்கியது. இந்த மாற்றம் எழுது கருவிகளின் மூலமாக ஏற்பட்ட மாற்றம். பனையோலையும் எழுத்தாணியுமே அக்காலத்து எழுது கருவிகளாக இருந்தபடியால் இந்த மாற்றம் ஏற்பட்டது. களப்பிரர் ஆட்சிக்காலத்தில் பிராமி எழுத்தின் மாற்றம் முழுமாற்றமாகிப் பையப் புதுவகையான எழுத்தாயிற்று. இப் புதுவகையான எழுத்து வட்டெழுத்து என்று பெயர் பெற்றது. வட்டெழுத்து தமிழ் நாடெங்கும் பரவி வழங்கிற்று. சேர சோழ பாண்டிய நாடுகளிலும் தொண்டை நாட்டிலும் வட்டெழுத்து நெடுங்காலம் வழங்கிவந்தது. வட்டெழுத்து கி.பி.10ஆம் நூற்றாண்டு வரையில் வழக்கத்தில் இருந்தது. களப்பிரர் ஆட்சிக் காலத்தில் தமிழ்நாடு முழுவதும் வட்டெழுத்து வழங்கியது என்பதில் ஐயம் இல்லை.

பிராகிருத மொழியையும் சம்ஸ்கிருத மொழியையும் எழுதுவதற்காகப் புது வகையான கிரந்த எழுத்துக்களைப் பௌத்தரும் சைனரும் உண்டாக்கினார்கள். அந்தக்

கிரந்த எழுத்து தென்னிந்தியாவில் குமரி முதல் விந்தியம் வரையில் வழங்கிவந்தது. களப்பிரர் ஆட்சிக் காலத்தில் பிராகிருத சம்ஸ்கிருத மொழிச் சொற்கள் பௌத்த சமண சமயங்களின் வழியாகத் தமிழில் கலந்து விட்டன.

புதுவகைப் பாக்கள்

களப்பிரர் காலத்துக்கு முன்பு கடைச்சங்க காலத்தின் இறுதி வரையில் தமிழில் நான்கு வகைப் பாக்களே இருந்தன. அவை வெண்பா, ஆசிரியப்பா, கலிப்பா, வஞ்சிப்பா என்பவை.

ஆசிரியம் வஞ்சி வெண்பாக் கலியென
நாலியற் றென்ப பாவகை விரியே

என்று தொல்காப்பியம் கூறுகிறது.[1]

கடைச் சங்க இறுதிக் காலம் ஏறத்தாழ கி.பி. 250 என்று கொள்ளலாம். அதற்குப் பிறகு களப்பிரர் ஆட்சி தமிழகத்தில் ஏற்பட்டது. அவர்களுடைய ஆட்சிக்காலத்தில் சைன சமயமும் பௌத்த மதமும் தமிழகத்தில் பரவலாகவும் விரைவாகவும் வளர்ந்தன. அவர்களுடைய 'தெய்வ பாஷை' பிராகிருத மொழி, சைன சமயத்தாரின் 'தெய்வ பாஷை' சூரசேனி என்னும் பிராகிருதம். பௌத்த மதத்தாரின் 'தெய்வ பாஷை' பாலி என்னும் பிராகிருதம். பிராகிருத மொழிகள், சம்ஸ்கிருதம் தோன்றுவதற்கு நெடுங்காலத்துக்கு முன்னமே இந்தியாவில் வழங்கிவந்தன. சமண சமய நூல்களும் பௌத்த மத நூல்களும் முறையே சூரசேனி, பாலி என்னும் பிராகிருத மொழிகளில் எழுதப்பட்டிருந்தன. ஆகவே, அந்த மதத்தவர் தங்கள் மத நூல்களைச் சூரசேனியிலும் பாலியிலும் ஓதினார்கள். அந்த மதங்கள் தமிழ்நாட்டில் பெருவாரியாகப் பரவின. களப்பிரர் ஆட்சிக் காலத்தில், பிராகிருத மொழிகளின் தொடர்பு காரணமாகத் தமிழ்ப்பா வகையில் புதிய செய்யுட்கள் தோன்றத் தொடங்கின. பிராகிருத மொழிகளோடு சம்ஸ்கிருத மொழியும் அக்காலத்தில் அந்த மதத்தவரால் பயிலப்பட்டது. இந்த மொழிகளின் தொடர்பு காரணமாகத் தமிழ்ச் செய்யுள் வகையில் புதிய பாவினங்களை உண்டாக்கினார்கள்.

---

1. தொல்காப்பியம் செய்யுளியல் 101

புதியனவாகத் தோன்றிய பாவினங்கள் தாழிசை, துறை, விருத்தம் எனப் பெயர் பெற்றன.

பழமையான நான்கு வகைப் பாக்களோடு புதுவகையான மூன்று பாவினங்களை அமைத்துப் பன்னிரு வகையான செய்யுட்களை உண்டாக்கினார்கள். பழைய ஆசிரியப்பாவோடு ஆசிரியத் தாழிசை, ஆசிரியத்துறை, ஆசிரிய விருத்தம் என்றும், வெண்பாவோடு வெண்டாழிசை, வெண்டுறை, வெளிவிருத்தம் என்றும், கலிப்பாவோடு கலித்தாழிசை, கலித்துறை, கலிவிருத்தம் என்றும் வஞ்சிப்பாவோடு வஞ்சித்தாழிசை, வஞ்சித்துறை, வஞ்சி விருத்தம் என்றும் பாவகைகளை வளர்த்தார்கள். பாவினங்களின் அமைப்பு திடீரென்று அமைந்துவிடவில்லை. அவை சரியானபடி முழு உருவை அடைவதற்குப் பல ஆண்டுகள், சில தலைமுறைகள் சென்றிருக்க வேண்டும். புத்தம் புதிய முயற்சியில் தொடக்கக் காலத்தில் சில பல குறைகள் இருக்கும். அக்குறைபாடுகள் நீங்கி நிறைவான வடிவம் அமைவதற்குப் பல ஆண்டுகள் சென்றிருக்க வேண்டும். புதிய பாவினங்களைப் புலவர் உலகம் சம்மதித்து ஏற்றுக்கொள்வதற்குப் பல ஆண்டுகள் சென்றிருக்க வேண்டும். இந்தப் புதிய ஆக்கம், தமிழர் சமஸ்கிருத பிராகிருத மொழிகளைப் பயில வாய்ப்பு ஏற்பட்ட காலத்தில் உண்டான வளர்ச்சியாகும். இந்தப் புதிய முயற்சியில் அக்காலத் தமிழர் தமிழ்மொழியின் தனித்தன்மையும் இயல்பும் கெடாதபடி பார்த்துக்கொண்டார்கள். கன்னடர், தெலுங்கர், மலையாளிகள் பிராகிருத சம்ஸ்கிருத எழுத்துக்களையும் சொற்களையும் அப்படி அப்படியே சேர்த்துக்கொண்டு கன்னடம் தெலுங்கு மலையாள மொழிகளின் தூய்மையையும் தனித்தன்மையையும் கெடுத்துக் கொண்டது போல, பாவினங்களை அமைத்த காலத்தில் தமிழர் பிராகிருத சம்ஸ்கிருத மொழிச் சொற்களையும் எழுத்துக்களையும் அப்படி அப்படியே எடுத்துக்கொண்டு தமிழின் தூய்மையையும் தனித்தன்மையையும் கெடுத்துவிடவில்லை. பிராகிருத சம்ஸ்கிருத மொழிச் சொற்கள் ஓரளவு தமிழில் கலந்தபோதிலும், அச்சொற்கள் தமிழ் மரபுக்கேற்பக் கிருதம் பெற்றபடியால் தமிழ், திராவிட இயல்பை இழக்காமல் இருக்கிறது.

புறப் பொருளும் அகப்பொருளும் – புதிய கருத்துக்கள்

பழமையான நான்கு வகைப் பாக்களோடு புதுவகையான பாவினங்கள் உண்டாக்கப்பட்டதைக் கூறினோம். இது தமிழ் மொழியில் ஏற்பட்ட நல்லதோர் ஆக்கமாகும். களப்பிரர் ஆட்சிக் காலத்தில் இன்னொரு மாற்றமும் தமிழ் இலக்கியத்தில் ஏற்பட்டது. அது அகப்பொருள் புறப்பொருள்களில் உண்டான புதிய கருத்துக்கள் ஆகும். சங்க காலத்தில் அகப் பொருளையும் புறப் பொருளையும் மக்களின் வாழ்க்கையோடு அமைத்துச் செய்யுட்களைப் பாடினார்கள். போர் வீரர் தங்களுடைய வீரத்தினால் பகைவரை வென்றதைப் பாராட்டிச் சங்கப் புலவர் செய்யுட்களைப் பாடினார்கள். அவ்வாறே மக்களின் காதல் வாழ்க்கையைச் சிறப்பித்துச் செய்யுட்களை இயற்றினார்கள். இந்தப் பழைய புறப்பொருள் அகப்பொருள்களுக்குப் புதிய கருத்துகள் தோன்றின. புறப்பகைவரைப் போரிலே கொன்று வெற்றி பெறுகிற உலகியல் வெற்றியைவிட அகப்பகையை வென்று வெற்றி கொள்வது சிறந்த உயர்ந்த வெற்றி என்னும் புதிய கருத்தைச் சைனரும் பௌத்தரும் உண்டாக்கினர். மெய், வாய், கண், மூக்கு, செவி ஆகிய ஐம்புலன்களையும் அடக்கிக் காமம், வெகுளி, மயக்கம் என்னும் அகப்பகைகளை வெல்கிற வெற்றி போர்க்களத்தில் பகைவரைக் கொல்கிற வெற்றியைவிட மேலான வெற்றி என்று புறப்பொருளுக்குப் புதிய கருத்துத் தோன்றிற்று. அகப் பகையை வென்ற அருகரும் (தீர்த்தங்கரரும்) புத்தர் பெருமானும், 'ஜினர்' (வெற்றி பெற்றவர்) என்றும் அந்த வெற்றியே மனிதன் உயர்கதிக்குச் செல்லக்கூடிய சிறந்த வெற்றி என்றும் சைனரும் பௌத்தரும் தங்கள் மதச்சார்பாகப் புறப்பொருளுக்குப் புதுப் பொருள் கூறினார்கள். அதாவது, மாந்தனின் போர்க்கள வெற்றியைப் புகழ்ந்து பாடுவதைவிட ஜினர்களின் ஐம்புல வெற்றியைப் பாடுவது சிறந்தது என்னும் கருத்தைத் தோற்றுவித்தனர்.

பௌத்தரும் சைனரும் புறப்பொருளுக்குப் புதிய கருத்தை உண்டாக்கியதைப் போல, சைவ வைணவர் அகப் பொருளுக்குப் புதியதோர் கருத்தைக் கூறினார்கள். மனித

வாழ்க்கையில் ஆணும் பெண்ணும் காதலித்துப் பெறுகிற சிற்றின்பத்தைவிட உயிர்கள் கடவுளைக் காதலித்துப் பெறுகிற பேரின்பம் சிறந்தது என்னும் புதிய கருத்தை அகப்பொருளுக்கும் கற்பித்தார்கள். உயிர்கள் (அதாவது ஆணும் பெண்ணும் ஆகிய உயிர்கள்) தலைவிகள் (காதலிகள்) என்றும் கடவுள் (சிவனும் திருமாலும்) தலைவன் (காதலன்) என்றும் இந்த முறையில் காதலி - காதலன் பாவத்தில் கடவுளிடம் பக்தி செய்தால் பேரின்பமாகிய மோட்சம் (வீடுபேறு) பெறலாம் என்றும் சைவ வைணவர் அகப் பொருளுக்குப் புதிய கருத்துக் கூறினார்கள். அதாவது, நாயகி நாயகன் பாவத்தில் அகப்பொருள் கருத்து அமையக் கடவுளின்மேல் பக்திப்பாடல் பாடுவது சிறந்தது என்று கூறினார்கள். ஆனால், அகப்பொருளைப் பற்றிய இந்தப் புதிய கருத்தைச் சைனரும் பௌத்தரும் ஏற்றுக்கொள்ளவில்லை. அவர்கள் நாயகி நாயகன் பாவத்தில் தங்களுடைய கடவுளின் மேல் அகப்பொருட்டுறை யமைந்த செய்யுட்களை இயற்றவில்லை. சைவ வைணவ சமயத்தார் மட்டும் அகப்பொருட்டுறை யமைந்த பாடல்களைத் தங்கள் கடவுளின் மேல் பாடினார்கள். இந்த மாற்றங்கள் கி.பி. 5ஆம் நூற்றாண்டில் களப்பிரர் ஆட்சிக் காலத்தில் உண்டாயின என்று தோன்றுகின்றன.

பக்தி இயக்கம் தோன்றின காலத்திலிருந்து அகப்பொருள் துறைகள் அமைந்த தோத்திரப் பாடல்களைச் சைவ வைணவர்கள் இயற்றத் தொடங்கினார்கள். இவ்விதப் பாடல்களைச் சங்ககாலத்தில் சங்கப் புலவர்கள் பாடவில்லை. பிற்காலத்து நாயன்மார்களும் ஆழ்வார்களும் அகப்பொருட்டுறையமைந்த பாடல்களைத் தங்கள் கடவுள் மேல் பாடினார்கள். இந்த மரபு தொடர்ந்து வந்து கொண்டிருக்கிறது. சைன பௌத்தர்களுக்கு இந்தக் கருத்து உடன் பாடில்லையாகையால் அவர்கள் தங்கள் கடவுளின்மேல் அகப் பொருட்டுறைப் பாடல்களைப் பாடவில்லை.

யாப்பிலக்கண நூல்கள்

பழைமையான நால்வகைப் பாக்களுக்குப் புதிதாகப் பாவினங்கள் உண்டாக்கப்பட்டன என்று கூறினோம். புதிய பாவினங்களுக்கு இலக்கணம் தேவைப்பட்டது. ஆகவே, யாப்பிலக்கணம் (செய்யுள் இலக்கணம்)

எழுதப்பட்டது. அந்தக் காலத்தில் பல புலவர்கள் புதிதான செய்யுள் இலக்கண நூல்களை எழுதினார்கள். பல செய்யுள் இலக்கண நூல்கள் எழுதப்பட்டன. அந்தச் செய்யுள் இலக்கண நூல்கள் பிற்காலத்தில் வழக்கிழந்து மறைந்து போயின. மறைத்து போன அந்நூல்களைப் பற்றிச் சிறிதளவு, பிற்காலத்து நூலாகிய யாப்பருங்கல விருத்தியுரையில் மேற்கோள் காட்டப்பட்டிருப்பதிலிருந்து அறிகிறோம். மறைந்து போன அந்த நூல்களைப் பற்றி நாம் அறிந்த வரையில் கூறுகிறோம்.

அவிநயம்

அவிநயம் என்னும் இந்த நூலை எழுதியவர் அவிநயனார். இவர் சைன சமயத்தவர் என்று தெரிகிறார். அவிநயனார்யாப்பு என்னும் பெயரும் இதற்கு உண்டு. இராசப்பவுத்திரப் பல்லவ தரையன் என்னும் புலவர் இந்நூலுக்கு உரை எழுதினார். கி.பி.10ஆம் நூற்றாண்டு வரையில் இந்த நூல் வழங்கிவந்து பிறகு மறைந்து போயிற்று. இந்த நூலிலிருந்து உரையாசிரியர் சிலர் சில சூத்திரங்களை மேற்கோள் காட்டியுள்ளனர்.

அவிநயப் புறனடை என்றும் நாலடி நாற்பது என்றும் பெயருள்ள இன்னொரு நூலை அவிநயனாரே எழுதியுள்ளார். இந்நூலும் பிற்காலத்தில் மறைந்து போயிற்று. இந்நூற் செய்யுட்கள் சில உரையாசிரியர்களால் மேற்கோள்காட்டப்பட்டுள்ளன.[2]

காக்கைபாடினியம்

இந்த யாப்பிலக்கண நூலை எழுதியவர் காக்கைபாடினியார், காக்கை பாடினியார் என்னும் பெயருள்ளவர் இருவர் இருந்தனர். குறுந்தொகை 210ஆம் செய்யுளையும், புறநானூறு 278-ஆம் செய்யுளையும் பதிற்றுப்பத்து ஆறாம்பத்தையும் பாடினவர் சங்ககாலத்துக் காக்கைபாடினியார். காக்கைபாடினியம் என்னும் செய்யுளிலக்கண நூலை எழுதிய இவர் பிற்காலத்திலிருந்த காக்கைபாடினியார். சிறு காக்கை பாடினியம் என்று இன்னொரு யாப்பிலக்கண நூலும் உண்டு. அந்த நூலை எழுதியவர் சிறுகாக்கைப்

---

2. இந்த நூல்களைப் பற்றிய விவரங்களை மறைந்து போன தமிழ் நூல்கள் என்னும் புத்தகத்தில் காண்க

பாடினியார். இந்த இரண்டு செய்யுளிலக்கண நூல்களிலிருந்து சூத்திரங்களைப் பிற்காலத்து உரையாசிரியர் தங்களுடைய உரையில் மேற்கோள் காட்டியுள்ளனர்.[3]

நக்கீரர் அடிநூல், நக்கீரர் நாலடி நானூறு என்னும் செய்யுள் இலக்கண நூலை யாப்பருங்கல விருத்தியுரைகாரர் தம்முடைய உரையில் குறிப்பிடுகிறார். இவ்விரண்டும் ஒரே நூலாக இருக்க வேண்டும் என்று தோன்றுகிறது. இந்த நக்கீரர் சங்க காலத்து நக்கீரர் அல்லர், பிற்காலத்தில் (பக்தி இயக்கம் தோன்றின காலத்தில்) இருந்த நக்கீரர் என்று தோன்றுகிறார்.

நத்தத்தம்

இப்பெயருள்ள செய்யுள் இலக்கண நூலை இயற்றியவர் நத்தத்தனார். (இவர் பெயர் நற்றத்தனார் என்றும் இவருடைய நூல் நற்றத்தம் என்றும் கூறப்படுகிறது). தத்தனார் என்பது இவருடைய பெயர் என்பதும் ந என்றும் சொல் சிறப்புப் பெயரை உணர்த்துகிறது என்றும் தோன்றுகிறது. இந்த நூலும் மறைந்து போயிற்று. இந்நூலிலிருந்து சில சூத்திரங்கள் யாப்பருங்கலம், யாப்பருங்கலக்காரிகை உரைகளில் மேற்கோள் காட்டப்பட்டுள்ளன.[4]

பல்காப்பியம், பல்காப்பியப் புறனடை

இந்த இரண்டு யாப்பிலக்கண நூல்களை எழுதியவர் பல்காப்பியனார். இந்த நூல்கள் பிற்காலத்தில் மறைந்துபோயின. இந்நூல்களிலிருந்து சில சூத்திரங்கள் உரையாசிரியர்களால் மேற்கோள் காட்டப்பட்டுள்ளன.[5]

பல்காயம்

பல்காயனார் என்னும் புலவர் இந்நூலை இயற்றினார். இந்நூல் பிற்காலத்தில் மறைந்து போயிற்று. இந்நூலிலிருந்து சில நூற்பாக்கள் உரையாசிரியர்களால் மேற்கோள் காட்டப்பட்டுள்ளன.[6]

---

3. Ibid
4. Ibid
5. Ibid
6. Ibid

இலக்கிய நூல்கள் (சமணர் இயற்றியவை)

களப்பிரர் ஆட்சிக் காலத்தில், கி.பி.250 முதல் 575 வரையில் என்னென்ன தமிழ் இலக்கிய நூல்கள் உண்டாயின என்பதற்கு முழுவிவரங்கள் கிடைக்கவில்லை. அந்தக் காலத்தில் புதுவகையான பாவினங்கள் தோன்றின என்பதை அறிந்தோம். புதிய பாக்களினாலே புதிய தமிழ் நூல்கள் பல தோன்றியிருக்க வேண்டும் என்பது உறுதி. நமக்குத் தெரிகிற வரையில் அக்காலத்தில் தோன்றின தமிழ் இலக்கிய நூல்களைக் கூறுவோம்.

நரிவிருத்தம்

கி.பி.7ஆம் நூற்றாண்டில் திருநாவுக்கரசு சுவாமிகள் தம்முடைய தேவாரப்பதிகத்தில் நரிவிருத்தம் என்னும் நூலைக் கூறுகிறார்.

எரிபெருக்குவர் அவ்வெரி ஈசானது
உருவருக்க மாவது உணர்கிலர்
அரி அயற்கு அரியானை அயர்த்துபோய்
நரிவிருத்தம தாகுவர் நாடரே[7]

நரி விருத்தம் என்பதன் பொருள் நரியின் வரலாறு என்பது. (விருத்தம் - விருத்தாந்தம், வரலாறு) விருத்தம் என்பதற்கு விருத்தப் பாவாலான நூல் என்றும் கூறலாம். இந்நூலாசிரியர் திருத்தக்க தேவர் என்று பெயர் பெற்ற புலவர். சோழ அரசர் குலத்தில் பிறந்தவரான திருத்தக்கதேவர் சமண சமயத்துத் துறவியாகிச் சமண சமயத்துத் தேவகணத்தைச் சேர்ந்திருந்தார். இவர் சீவகன் என்னும் அரசனுடைய வரலாற்றைச் சிவகசிந்தாமணி என்னும் பெயரினால் பாட எண்ணித் தம்முடைய சமய குருவின் அனுமதியைக் கோரினார். சீவகன் சரிதையில் சிற்றின்பச் செய்திகளும் உலகியல் செய்திகளும் அதிகமாக இருப்பதால் அதை எழுத முன்வந்த திருத்தக்கதேவர் தம்முடைய துறவு நிலையில் உறுதியுள்ளவராக இருக்கிறாரா என்பதை அறிய விரும்பின குரு. இவரை முதலில் நிலையாமையைப் பற்றி ஒரு நூல் எழுதிக்காட்டும்படி கட்டளையிட்டார். அவர் கட்டளையை மேற்கொண்டு

7. நாவுக்கரசர் தேவாரம், ஆதிபுராணத் திருக்குறுந்தொகை 7

எழுதப்பட்டதுதான் நரி விருத்தம். நரிவிருத்தத்தைப் படித்த ஆசிரியர் திருத்தக்கதேவரின் உறுதியான துறவு நிலையையறிந்து, சீவக சிந்தாமணிக் காவியத்தை இயற்றுவதற்கு அனுமதி கொடுத்தார். ஆகவே நரிவிருத்தம், சீவகசிந்தாமணிக்கு முன்னோடியாகச் செய்யப்பட்ட நூல் என்பது தெரிகிறது. நூறு செய்யுட்களைக் கொண்ட நரிவிருத்தம் இப்போதும் இருக்கிறது.

சீவகசிந்தாமணி

நரிவிருத்தத்தைப் பாடிய திருத்தக்கதேவர் தம்முடைய ஆசிரியரின் அனுமதிப்படி சிந்தாமணிக் காவியத்தை இயற்றினார். இது சீவகசிந்தாமணி என்றும் மணநூல் என்றும் பெயர் பெற்று விளங்குகிறது. சீவக சிந்தாமணி, சிலப்பதிகாரக் காவியத்துக்கு அடுத்தபடி, சிறந்த காவியமாகப் போற்றப்படுகிறது. புதிய விருத்த யாப்பினால் இயற்றப்பட்ட முதல் காவியம் இது. சீவக சிந்தாமணியின் தலைவனான சீவககுமாரன் வர்த்தமான மகாவீரரின் காலத்தில் இருந்தவன். மகாவீரர் நிர்வாணமோட்சம் அடைந்து இப்போது 2500 ஆண்டுகள் ஆகின்றன. எனவே, சீவகனும் அந்தக் காலத்தில் இருந்தவன் ஆவன்.

இவ்விடத்தில் ஒரு செய்தியை விளக்கிக்கூற வேண்டும். சீவக குமாரன், பல்லவதேசத்தின் அரசன் மகளை மணஞ்செய்தான் என்று கூறப்படுகிறான். பல்லவ தேசம் என்பது எது என்பதை அறியவேண்டும். பல்லவ அரசர் தமிழ்நாட்டுத் தொண்டை மண்டலத்தைக் கி.பி. 6ஆம் நூற்றாண்டு முதல் சிறப்பாக அரசாண்டதை வரலாற்றினால் அறிகிறோம். கி.மு.6ஆம் நூற்றாண்டிலிருந்த சீவகன் கி.பி. 6ஆ-ம் நூற்றாண்டில் இருந்த பல்லவ அரசன் மகளை மணஞ்செய்ய இயலுமா? "படுமழை பருவம் பொய்யா பல்லவ தேயம் என்னும், தடமலர்க் குவளை பட்டத்தழுவிய யாணர் நன்னாடு" (1185) என்றும், "கோங்குபூத் துதிர்ந்த குன்றிற் பொன்னணி புளகம் வேய்ந்த, பாங்கமை பருமயானைப் பல்லவ தேசமன்னன்," (2253) என்றும், "பாகத்தைப் படாத நெஞ்சிற் பல்லவ தேயமன்னன், சேவகன் சிங்கநாதன் செருக்களம் குறுகினானே" (2278) என்றும் பல்லவ தேசமும் பல்லவ

தேயமன்னனும் சீவக சிந்தாமணியில் கூறப்படுகின்றனர். இங்கு கூறப்பட்ட பல்லவ தேசம் தமிழ்நாட்டில் இருந்த பல்லவ தேயம் அன்று. சீவகன் வாழ்ந்த காலத்தில் தமிழ்நாட்டில் பல்லவ தேசமும் பல்லவ அரசரும் இருந்திலர். இதில் கூறப்படுகிற பல்லவதேசம் இப்போது ஈரான் என்று பெயர் கூறப்படுகிற பழைய பாரசீக தேசமாகும். பழைய பாரசீக தேசத்தையாண்டவர் பஃலவர் என்றும் அந்த நாடு பஃலவ நாடு என்றும் கூறப்பட்டது. பஃலவ தேசம் என்றது தமிழில் பல்லவதேசம் என்றாயிற்று. சீவக சிந்தாமணி கூறுகிற பல்லவதேசம் பழைய பாரசீக நாடாகிய பஃலவ தேசம் ஆகும்.

சீவக சிந்தாமணி களப்பிரர் ஆட்சிக்காலத்தில், சமண சமயம் ஓங்கி வளர்த்திருந்த காலத்தில், கி.பி. 5 அல்லது 6ஆம் நூற்றாண்டில் இயற்றப்பட்ட நூலாகும்.[8]

எலிவிருத்தம், கிளிவிருத்தம்

கி.பி.7ஆம் நூற்றாண்டில் இருந்த திருஞானசம்பந்த மூர்த்தி நாயனார் தம்முடைய தேவாரப் பதிகத்தில் எலிவிருத்தம், கிளிவிருத்தம் என்னும் இரண்டு நூல்களைக் கூறுகிறார். “கூட்டினார் கிளியின் விருத்தம் உரைத்ததோர் ‘**எலியின்தொழில்**, பாட்டு மெய்கொலிப் பக்கமே செலுத்தும்”[9] நரிவிருத்தம் போன்று இந்த நூல்களும் சமண சமய நூல்களே. இந்த நூல்கள் பிற்காலத்தில் மறைந்து போயின. இந்நூல் செய்யுட்களில் கலித்துறைச் செய்யுட்களும் பயின்றுள்ளன என்பது தெரிகின்றது. “குண்டலகேசி விருத்தம் **கிளிவிருத்தம் எலிவிருத்தம் நரிவிருத்தம்** முதலாயுள்ளவற்றுள் கலித்துறைகளும் உளவாம்” என்று வீரசோழிய உரையாசிரியர் எழுதியுள்ளார்.

8. சீவக சிந்தாமணி சொற்பொழிவு நினைவு மலர் 1952, பக்கம் 217 சீவக சிந்தாமணி கி.பி. 8ஆம் நூற்றாண்டில் எழுதப்பட்ட நூல் என்று இந்நூலாசிரியர் முன்பு எழுதியது தவறு. செந்தமிழ்ச் சித்தாமணி, கால ஆராய்ச்சி என்றும் கட்டுரையில் கி.பி. 8ஆம் நூற்றாண்டில் சிந்தாமணி எழுதப்பட்டதென்று இத்நூலாசிரியர் எழுதியுள்ளார். அது தவறு என்பதும் கி.பி. 5 அல்லது 6ஆம் நூற்றாண்டில் இயற்றப்பட்டிருக்க வேண்டும் என்பதும் இப்போது தெரிகிறது.

9. திருவாசகம் 5

விளக்கத்தார் கூத்து

இது கூத்து நூல். இதைச் செய்தவர் விளக்கத்தார் (விளக்கத்தனார்) என்னும் புலவர். இந்த நூல் பிற்காலத்தில் மறைந்துவிட்டது. இந்த நூலின் கடவுள் வாழ்த்துச் செய்யுளை யாப்பருங்கல விருத்தியுரையாசிரியர் தம்முடைய உரையில் மேற்கோள் காட்டியுள்ளார்.[10] இந்தக் கடவுள் வாழ்த்துச் செய்யுளில் இவர் அச்சுதன் என்னும் களப்பிர அரசனை வாழ்த்துகிறார்.

அடுதிறல் ஒருவ நிற் பரவுதும், எங்கோன்
தொடுகழற் கொடும்பூண் பகட்டெழு மார்பிற்
கயலொடு கிடந்த சிலையுடைக் கொடுவரிப்
புயலுறழ் தடக்கைப் பேர்வேல் அச்சுதன்
ஒன்றுகடல் உலகம் முழுவதும்
ஒன்றுபு திகிரி யுருட்டுவே னெனவே

இதனால் இந்த நூல் களப்பிர அரசன் ஆட்சிக்காலத்தில் இயற்றப்பட்டது என்பது தெரிகிறது. இந்த நூலின் வரலாற்றை 'மறைந்துபோன தமிழ் நூல்கள்' என்னும் புத்தகத்தில் காண்க.

பெருங்கதை

பெருங்கதை என்னும் இந்த நூலுக்கு 'மாக்கதை' என்றும் 'உதயணன் கதை' என்றும் சுருக்கமாகக் 'கதை' என்றும் பெயர் உண்டு. இதனை இயற்றியவர் கொங்கு நாட்டில் வாழ்ந்திருந்த கொங்குவேள். இதனால் இதனைக் 'கொங்குவேள் மாக்கதை' என்றும் கூறுவர். கொங்குவேள் கொங்கு நாட்டு விசயமங்கலம் என்னும் ஊரில் இருந்தவர். பெருங்கதையின் தொடக்கமும் அதன் முதற்காண்டமும் இறுதிக்காண்டமும் இப்போது கிடைக்கவில்லை. இவற்றைத் தவிர மற்ற பகுதிகள் எல்லாம் கிடைத்துள்ளன. இந்த நூலில் திரி சொற்கள் அதிகம். சற்றுக் கடினமான நடைதான். மணிமேகலை காவியம் போலவே பெருங்கதையின் செய்யுட்கள் ஆசிரியப் பாவாலானவை. இப்பாக்களின் இறுதிகள் மணிமேகலை காவியம் போன்றே 'என்' என்று முடிகின்றன. இந்த

---

10. இணைப்பு 1இல் முதல் செய்யுள் காண்க

நூலைக் கொங்குவேள் களப்பிரர் ஆட்சிக்காலத்தில் இயற்றியிருக்க வேண்டும் என்று தோன்றுகிறது.

கி.பி. எட்டாம் நூற்றாண்டில் இருந்த திருமங்கையாழ்வார் பெருங்கதையைப் படித்திருக்கிறார் என்பது அவருடைய சிறிய திருமடல் என்னும் செய்யுளில் பெருங்கதையின் தலைவியாகிய வாசவதத்தையைப் பற்றிக் கூறுவதிலிருந்து அறிகிறோம்.

ஆரானும் ஆதானும் அல்லள் அவள் காணீர்
வாரார் வனமுலை வாசவ தத்தை என்று
ஆராலும் சொல்லப் படுவாள்-அவளுந்தன்
பேராயம் எல்லாம் ஒழியப் பெருந்தெருவே
தாரார் தடந்தோள் தனைக்காலன் பின்போனாள்
ஊரார் இகழ்ந்திடப் பட்டாளே[11]

கி.பி 2ஆம் நூற்றாண்டின் இறுதியில் எழுதப்பட்ட மணிமேகலை காவியத்தில் பெருங்கதையின் குறிப்புக் காணப்படுகிறது.[12] அக்காலத்திலேயே பெருங்கதையைத் தமிழர் அறிந்திருந்தனர் என்பது தெரிகிறது. ஆனால் அவர்கள் காலத்தில் கொங்குவேளின் பெருங்கதை எழுதப்படவில்லை. வேறுயாரோ எழுதிய பெருங்கதையை அவர்கள் அறிந்திருந்தனர்.

பெருங்கதையின் மூல நூல் பிருஹத்கதை என்பது (பிருஹத் கதை - பெருங்கதை) பிருஹத்கதையை குணாட்டியர் என்னும் புலவர் பைசாச பாஷையில் எழுதினார். குணாட்டியர், தக்கண தேசத்தை அரசாண்ட சாதவாகன அரசனுடைய அமைச்சராக இருந்தவர். சாதவாகன அரசர்களுக்குச் சதகர்ணி என்றும் பெயர் உண்டு. சாதவாகன அரசர்களாகிய சதகாணியசரைத் தமிழர் நூற்றுவர்கன்னர் என்று கூறினார்கள். ஏறத்தாழக் கி.பி. முதல் நூற்றாண்டில் குணாட்டியர் என்னும் அமைச்சர் பிருஹத்கதையைப் பைசாச பாஷையில் எழுதினார். இது விந்திய மலைப் பிரதேசத்தில் பேசப்பட்ட மொழி ஆகும். பைசாச பாஷை திராவிட இனத்தைச் சேர்ந்த மொழி என்பர். பைசாச பாஷை என்பது பிராகிருத பாஷையைச் சேர்ந்தது. பிருஹத்கதையின்

11. திருமங்கையாழ்வார், சிறுத்திருமடல்

12. மணிமேகலை 15: 58–66

பெரும் பாகம் அழிந்துபோயிற்று. எஞ்சி இருக்கும் பகுதியே இப்போதுள்ள பெருங்கதை.

பிருகத் கதையைத் தமிழில் எழுதியவர் கொங்குவேள் என்னும் சைனர். சைனர்கள் பிராகிருத பாஷைகளைக் கற்றவர்கள். எப்படி என்றால் சைனசமய நூல்கள் பிராகிருத பாஷையில் எழுதப் பட்டுள்ளபடியால் அக்காலத்து சைனர் பிராகிருத பாஷையையும் நன்கு கற்றிருந்தார்கள். அந்த முறையில் சைனராகிய கொங்குவேள் நேரே, பைசாச பாஷையில் எழுதப்பட்ட குணாட்டியரின் பெருங்கதையைப் படித்து அதைத் தமிழில் பெயர்த்தெழுதினார் என்பதில் தவறு இல்லை. துர்விநிதன் என்னும் கன்னட நாட்டு அரசன் குணாட்டியருடைய பிருகத்கதையை வடமொழியில் பெயர்த்து எழுதினான் என்றும் அந்த வடமொழியிலிருந்து கொங்குவேள் பெருங்கதையைத் தமிழில் எழுதினார் என்றும் சிலர் கூறுவர். இவர்கள் கூற்று ஏற்கத்தக்கதன்று. பிராகிருத பாஷையை அறிந்தவரான சைனராகிய கொங்குவேள் நேரே பைசாச பாஷையிலிருந்து பெருங்கதையைப் பெயர்த்தெழுதினார்.

நூல்களும் கருத்துக்களும் (சொற்களும் கூட) சம்ஸ்கிருதத்தில் வந்த பிறகுதான் தமிழில் மொழிபெயர்க்கப்பட்டது என்றும் முட்டாள்தனமான மூடக்கொள்கை ஆராய்ச்சி இல்லாத சம்ஸ்கிருதப் பண்டிதர்களிடம் இருந்து வருகிறது. இந்த மூடத்தனத்தைத் தமிழ்ப்பண்டிதர் சிலர் உண்மை எனக் கருதிக் கொண்டுள்ளனர். பௌத்த சைனர் காலத்தில் பிராகிருத மொழியிலிருந்து தமிழில் நூல்களும் கருத்துக்களும் வெளிவந்தன. சம்ஸ்கிருதம் போலக் காணப்படுகிற பல சொற்கள் உண்மையில் பிராகிருத மொழியிலிருந்து தமிழில் வந்தவை. சைனப் புலவர்களில் தமிழ் பிராகிருதம் சம்ஸ்கிருதம் ஆகிய மொழிகளை நன்கு கற்றவர்கள் பலர் அக்காலத்தில் இருந்தார்கள். சைன சமயத்துத் தமிழராகிய கொங்குவேள் பிராகிருதப் பாஷையைக் கற்றவராகையினால் அவர் பைசாச மொழியிலிருந்த பிருகத்கதையை நேராகத் தமிழில் எழுதினார்.

களப்பிரர் காலத்தில் பௌத்த மதமும் சிறப்புற்றிருந்தது. அக்காலத்தில் பௌத்தர்களும் நூல் எழுதினார்கள். அவர்களுடைய நூல்கள் முழுவதும் மறைந்துபோயின.

இலக்கிய நூல்கள் (சைவ சமய நூல்கள்)

சமண சமய நூல்களைப் பற்றி மேலே கூறினோம். இனி, களப்பிரர் காலத்தில் தோன்றிய சைவ சமய இலக்கியங்களைப் பற்றிக் கூறுவோம். தமிழ்நாட்டில், முக்கியமாகப் பாண்டி நாட்டில் சமண சமயமும் பௌத்த மதமும் பரவி ஆதிக்கம் செலுத்தியதைக் கண்டு சைவ சமயத்தார் தங்கள் சமயம் ஓங்கி வளர வழிவகைகளைத் தேடிக் கடைசியில் பக்தி என்னும் புதிய இயக்கத்தை உண்டாக்கினார்கள் என்று கூறினோம். அகப்பொருளுக்குப் பேரின்பத் தொடர்பான கருத்தைக் கற்பித்து மாந்தருக்கும் (உயிர்களுக்கு) கடவுளுக்கும் தெய்வீகக் காதலைப் பொருத்தி அதைப் பக்தியுடன் இணைத்தார்கள். இந்தப் புதிய கொள்கைக்கு ஆதாரமாக ஒரு நூல் வேண்டுமல்லவா? அதற்காக **இறையனார் அகப்பொருள்** என்றும் **களவியல்** என்றும் பெயருள்ள ஒரு நூலை எழுதினார்கள். அது தெய்வீகக் களவியலுக்கு ஆதார நூல் என்று கூறினார்கள். அந்த நூலைச் சிவபெருமானே (இறையனார்) இயற்றினார் என்று கூறினார்கள்.[13] இனி அக்காலத்தில் உண்டான சைவ சமய நூல்களைப் பார்ப்போம்.

மூத்த திருப்பதிகங்கள்

திருவாலங்காட்டுச் சிவபெருமான்மேல் பாடப்பட்ட படியால் திருவாலங்காட்டு மூத்த திருப்பதிகங்கள் என்று கூறப்படும் இந்தப் பதிகங்களைப் பாடியவர் காரைக்கால் அம்மையார் என்னும் அடியார். இவர் அறுபத்து மூன்று சைவ அடியார்களில் ஒருவர். இவருடைய வரலாற்றைத் திருத்தொண்டர் புராணத்தில், காரைக்கால் அம்மையார் புராணத்தில் காண்க. திருப்பதிகங்களைப் பாடியவர் திருநாவுக்கரசு நாயனார். அவர் காலத்திலே திருப்பதிகங்களைப் பாடியவர் அவருக்கு வயதில் இளையவராகிய திருஞான சம்மந்த மூர்த்தி நாயனார். இவர்கள் பாடிய பதிகங்களுக்குத் தேவாரத் திருப்பதிகங்கள் என்பது பெயர். இவர்களுக்கு முன்பு முதன் முதலாகத் திருப்பதிகம் பாடியவர் காரைக்கால் அம்மையாரே. ஆகையினால் அம்மையார் பாடிய திருப்பதிகங்களுக்கு

---

13. இது பற்றி இணைப்பு: 3 காண்க

'மூத்த திருப்பதிகம்' என்று பெரியோர் பெயரிட்டுள்ளனர். அம்மையார் பாடிய மூத்த திருப்பதிகங்கள் இரண்டே. இவற்றில் முதலாம் மூத்த திருப்பதிகம் கொங்கை திரங்கி நரம்பெழுத்து என்று தொடங்கும் பதிகம். இதன் பண் நட்டபாடை. இந்தப் பதிகம் பதினொரு செய்யுட்களைக் கொண்டது. இரண்டாவது மூத்த திருப்பதிகம் 'எட்டி இலவம் ஈகை சூரை' என்று தொடங்குவது. இதன் பண் இந்தளம். இதுவும் பதினொரு பதிகங்களைக் கொண்டது. காரைக்கால் அம்மையார் 7ஆம் நூற்றாண்டிலிருந்த திருநாவுக்கரசருக்கு முந்தியவர் ஆகையால் இவர் கி.பி. 5.அல்லது 6-வது நூற்றாண்டில் இருந்தவராதல்வேண்டும். பழைய தேவாரப் பதிப்புகளில் காரைக்கால் அம்மையாரின் மூத்த திருப்பதிகங்களை முதலில் அச்சிட்டுப் பிறகு மற்றத் தேவாரப் பதிகங்களை அச்சிடுவது வழக்கமாக இருந்தது.

திருவிரட்டை மணிமாலை

இதனையியற்றியவரும் காரைக்கால் அம்மையாரே. இது கட்டளைக் கலித்துறையும் வெண்பாவும் ஆக இரண்டு செய்யுட்களால் ஆனது. அந்தாதியாகப் பாடப்பட்டது. இருபது செய்யுட்களைக் கொண்டது.

அற்புதத் திருவந்தாதி

இதை இயற்றியவரும் காரைக்கால் அம்மையாரே, நேரிசை வெண்பாவினால் அந்தாதியாக நூற்று ஒன்று செய்யுட்களைக் கொண்ட நூல். சிவபெருமான் மேல் பாடப்பட்டது.

காரைக்கால் அம்மையார் இயற்றிய இந்தத் தோத்திரப் பாடல்கள் பதினோராந் திருமுறையில் தொகுக்கப்பட்டுள்ளன.

கயிலைபாதி காளத்திபாதித் திருவந்தாதி

இது நேரிசை வெண்பாவினால் அந்தாதித் தொடையாகச் செய்யப்பட்ட நூறு செய்யுட்களையுடையது. கயிலை மலையிலும் காளத்தி மலையிலும் எழுந்தருளியுள்ள சிவபெருமான் மேல் பாடப்பட்டது. இதனைப் பாடியவர் நக்கீரதேவநாயனார். இவர் கடைச் சங்க காலத்திலிருந்த நக்கீரர் அல்லர், களப்பிரர் ஆட்சிக்காலத்தில் இருந்த மற்றொரு நக்கீரர்.

திரு ஈங்கோய்மலை எழுபது

ஈங்கோய்மலையில் எழுந்தருளியுள்ள சிவபெருமான் மேல் பாடப் பட்ட எழுபது வெண்பாக்களால் ஆன நூல். இதில் 49 முதல் 61 வரையில் உள்ள பதின்மூன்று பாடல்கள் மறைந்து போயின. இந்த நூலைப் பாடியவரும் கபிலதேவ நாயனாரே.

திருவலஞ்சுழி மும்மணிக்கோவை

இது திருவலஞ்சுழியில் கோயில் கொண்டுள்ள சிவபெருமான் மேல் பாடப்பட்ட தோத்திர நூல். அகவல் வெண்பா கலித்துறை என்னும் மூன்றுவகைச் செய்யுட்களினால் அந்தாதித் தொடையமையப் பாடப்பட்ட பதினைந்து செய்யுட்களையுடையது. இதுவும் நக்கீரதேவநாயனாரால் இயற்றப்பட்டது.

திருவெழு கூற்றிருக்கை

இது அகவற்பாவினால் இயற்றப்பட்ட 56 அடிகளைக் கொண்டது. கடைசியில் ஒரு வெண்பாவையும் உடையது. இச்செய்யுளை யாப்பருங்கல விருத்தியுரையாசிரியர் ஒழிபு இயல் உரையில் மேற்கோள் காட்டியுள்ளார். அதில் இதனை, இணைக்குறள் ஆசிரியப்பா என்று கூறுகிறார். பதினோராந் திருமுறையில் அச்சிடப்பட்டுள்ள இந்தச் செய்யுளுக்கும் யாப்பருங்கல விருத்தியுரையில் மேற்கோள் காட்டப்பட்டுள்ள இச்செய்யுளுக்கும் பாடபேதங்கள் உள்ளன. இதனை இயற்றியவர் நக்கீர தேவநாயனார்.

பெருந்தேவபாணி

இது அறுபத்தேழு அடிகளைக் கொண்ட ஆசிரியப் பாவாலானது. இதன் இறுதியில் ஒரு வெண்பாவும் உண்டு. இதனை இயற்றியவரும் நக்கீரதேவநாயனாரே.

கோபப்பிரசாதம்

இது தொண்ணூற்றொன்பது அடிகளைக் கொண்ட அகவற் பாவாலான நூல், சிவபெருமான் மேல் பாடப்பட்டது. நக்கீர தேவநாயனாரால் இயற்றப்பட்டது.

காரெட்டு

இது எட்டு வெண்பாக்களால் ஆன சிறு நூல், காருக்கும் (மழைக்கும்) சிவபெருமானுக்கும் உவமை கூறுமுகத்தான் சிவனை வாழ்த்துகிறது இந்நூல். இதுவும் நக்கீர தேவ நாயனாரால் இயற்றப்பட்டது.

போற்றிக் கலிவெண்பா

கலிவெண்பாவினால் சிவ பெருமானைப் போற்றிக் கூறுகிறது இந்நூல். இதுவும் நக்கீரதேவநாயனாரால் இயற்றப்பட்டது.

திருக்கண்ணப்பதேவர் திருமறம்

நூற்று ஐம்பத்தெட்டு அடிகளைக் கொண்ட அகவற் பாவினாலானது. இந்நூல் கண்ணப்ப நாயனார் சிவபெருமானிடம் பக்தி (அன்பு) செய்து முக்தி பெற்ற வரலாற்றைக் கூறுகிறது. இறுதியில் ஒரு வெண்பாவையும் உடையது. நக்கீரதேவநாயனாரால் பாடப்பட்டது.

இந்தச் செய்யுட்களைப் பாடிய நக்கீர தேவநாயனார், சங்க காலத்தில் இருந்த நக்கீரர் அல்லர். ஆனால், அவரும் இவரும் ஒருவரே என்று கூறுகின்றனர். இது தவறான கருத்து. நக்கீர தேவநாயனார் பாடிய மேற்காட்டிய செய்யுட்கள் எல்லாம் பதினோராந் திருமுறையில் தொகுக்கப்பட்டுள்ளன. பதினோராந் திருமுறையை முதன்முதலாக அச்சிற் பதிப்பித்த திரிசிரபுரம் சோடசாவதானம் சுப்புராய செட்டியார் அவர்கள், 'மதுரைக் கடைச் சங்கத்துத் தெய்வப் புலவர்களு ளொருவராகிய நக்கீரதேவ நாயனார் அருளிச் செய்த கயிலைபாதி காளத்திபாதித் திருவந்தாதி' என்று ஏட்டுச் சுவடியில் இருந்தபடியே எழுதியுள்ளார். கடைச் சங்க காலத்தில் இருந்த சங்கப் புலவரான நக்கீரரைப் பிற்காலத்தில் (களப்பிரர் காலத்தில்) இருந்த நக்கீர தேவநாயனார் என்பவருடன் இணைத்து இருவரும் ஒருவரே என்று கூறுவது பொருந்தாது. சங்க காலத்து நக்கீரருக்குத் தேவர் என்றும் நாயனார் என்றும் சிறப்புப் பெயர்கள் இருந்ததில்லை.

கடைச் சங்க காலத்துப் புலவரான நக்கீரர் இயற்றிய திருமுருகாற்றுப் படை பதினோராந் திருமுறையில் தொகுக்கப்பட்டுள்ளது. அதில் 'நக்கீரதேவ நாயனார்

அருளிச்செய்த திருமுருகாற்றுப்படை' என்று குறிக்கப்பட்டுள்ளது. இவ்வாறு சங்க காலத்து நக்கீரரையும் பிற்காலத்திலிருந்த நக்கீரதேவநாயனாரையும் சைவ சமயத்தவர் பிற்காலத்தில் ஒருவரே என்று தவறாகக் கருதினார்கள். (திருமுருகாற்றுப்படை. கடைச்சங்க காலத்திலிருத்த நக்கீரரால் இயற்றப்பட்டது. திருமுருகாற்றுப்படை பிற்காலத்து நூல் என்று சிலர் கருதுவர். இவர்கள் கருத்துத் தவறானது.[14] (திருமுருகாற்றுப்படை கடைச்சங்க காலத்தில் இருந்த நக்கீரரால் இயற்றப்பட்டது. அது பற்றிய ஆராய்ச்சி இங்கு வேண்டா)

நக்கீரர் அடிநூல், நக்கீரர் நாலடி நானூறு என்னும் இரண்டு செய்யுள் இலக்கண நூல்களைப் பற்றி முன்பு கூறினோம். அந்நூற்களின் ஆசிரியராகிய நக்கீரரே, இங்கு கூறப்பட்ட நக்கீரதேவ நாயனார் என்று தோன்றுகிறது. நக்கீரதேவ நாயனார் வேறு, நக்கீரர் வேறு என்பதையறிய வேண்டும்.

திருக்கண்ணப்பதேவர் திருமறம்

நக்கீரதேவ நாயனார் இயற்றிய திருக்கண்ணப்பதேவர் திருமறம் என்னும் நூலை மேலே கூறினோம். இந்தத் திருக்கண்ணப்ப தேவர் திருமறத்தைப் பாடியவர் கல்லாடதேவநாயனார். இது முப்பத்தெட்டு அடிகளைக் கொண்ட அகவற்பாவாலானது. கண்ணப்ப நாயனாருடைய பக்தியைப் புகழ்ந்து பேசுகிறது இந்நூல். இந்தச் செய்யுள், சைவத் திருமுறைகளில் ஒன்றான பதினோராந் திருமுறையில் தொகுக்கப்பட்டிருக்கிறது. கடைச் சங்க காலத்தில் இருந்த கல்லாடர் என்னும் புலவர் வேறு, பிற்காலத்தவரான கல்லாடதேவ நாயனார் வேறு. அகநானூற்றில் ஏழு செய்யுட்களையும் குறுந்தொகையில் ஒரு செய்யுளையும் புற நானூற்றில் ஐந்து செய்யுட்களையும் பாடிய கல்லாடனார் என்னும் சங்கப் புலவர், தலையாலங்கானத்துச் செருவென்ற பாண்டியன் நெடுஞ்செழியன் காலத்தில் இருந்தவர். அந்தப் பாண்டியனை நேரில் பாடியவர். கண்ணப்பதேவர் திருமறம் பாடிய கல்லாடதேவ நாயனார் பிற்காலத்தில்

14. இணைப்பு 4, நக்கீரர் காலம் காண்க.

(களப்பிரர் அரசர் காலத்தில்) இருந்தவர். இருவரும் வெவ்வேறு காலத்திலிருந்த வெவ்வேறு புலவர்கள். இருவரையும் ஒருவராகக் கருதுவது தவறு.

மூத்த நாயனார் இரட்டை மணிமாலை

இது, மூத்தநாயனார் (ஆனைமுகன்) மேல் பாடப்பட்ட வெண்பாவும் கலித்துறையும் ஆகிய செய்யுட்களினால் செய்யப்பட்ட இருபது செய்யுட்களையுடைய அந்தாதி நூல். இதனைச் செய்தவர் கபிலதேவ நாயனார். இது பதினோராந் திருமுறையில் தொகுக்கப்பட்டுள்ளது.

சிவபெருமான் திருவிரட்டை மணிமாலை

வெண்பாவும் கலித்துறையும் ஆகிய இரண்டு வகைச் செய்யுட்களினால் சிவபெருமான் மேல் பாடப்பட்ட தோத்திர நூல். முப்பத்தேழு செய்யுட்களைக் கொண்டது. கபிலதேவ நாயனாரால் பாடப்பட்டது. பதினோராந் திருமுறையில் தொகுக்கப்பட்டுள்ளது.

சிவபெருமான் திருவந்தாதி

வெண்பாக்களினால் அந்தாதித் தொடையாகச் செய்யப்பட்ட நூறு செய்யுட்களைக் கொண்ட தோத்திரநூல், கபிலதேவ நாயனார் செய்தது. இதுவும் பதினோராந் திருமுறையில் தொகுக்கப்பட்டிருக்கிறது.

இந்த மூன்று செய்யுட்களையும் (மூத்த நாயனார் இரட்டை மணிமாலை, சிவபெருமாள் இரட்டைமணிமாலை, சிவபெருமான் திருவந்தாதி) பாடியவர் கபிலதேவநாயனார், இவர் கடைச்சங்க காலத்தில் இருந்த கபிலர் அல்லர். பிற்காலத்தில் இருந்த கபில தேவநாயனார். சங்க காலத்தில் இருந்த கபிலர் ஐங்குறு நூற்றில் குறிஞ்சித் திணையையும் கலித்தொகையில் குறிஞ்சிக்கலியையும் பாடியவர். அகநானூற்றில் பதினெட்டுச் செய்யுட் களையும், குறுந்தொகையில் இருபத்தேழு செய்யுட் களையும், புறநானூற்றில் இருபத்தெட்டுப் பாடல்களையும், பத்துப்பாட்டில் குறிஞ்சிப் பாட்டையும் பாடினார். மற்றும் பதிற்றுப்பத்து ஏழாம் பத்தைச் செல்வக்கடுங்கோ வாழியாதன் மேல் பாடியுள்ளார். அவர் வேறு,

களப்பிரர் காலத்தில் பக்தி இயக்கம் தோன்றிய காலத்தில் இருந்த கபிலதேவநாயனார் வேறு. பதினெண் கீழ்க்கணக்கு நூல்களில் ஒன்றான இன்னா நாற்பது என்னும் நூலைச் செய்தவர் கபில தேவநாயனாரே. சங்ககாலத்தில் மூத்தநாயனார் (கணபதி, பிள்ளையார்) வணக்கம் ஏற்படவில்லை. மூத்த நாயனார் இரட்டை மணிமாலையை ஆனைமுகன் மேல் பாடிய கபிலதேவ நாயனார் பிற்காலத்தவர் என்பது வெளிப்படை. இவர் இயற்றிய இன்னா நாற்பது என்னும் நூலைப் பற்றிப் பதினெண் கீழ்க்கணக்கு என்னும் தலைப்பில் இந்நூலில் வேறு இடத்தில் காண்க.

வித்துவான் திரு. வேங்கடராஜுலு ரெட்டியாரும் இக்கருத்தையே கூறுகிறார். "பிற்காலத்து நூல்களிலேயே முதலில் விநாயக வணக்கம் காணப்படுகின்றது. இவற்றால், கி.பி.6ஆம் நூற்றாண்டு வரையில் தமிழ்நாட்டில் விநாயக வழிபாடு நடைபெற்றிலது என்பது அறியலாகும். 'மாணிக்கவாசகர் வரலாறும் காலமும்' என்னும் நூலிலும் இவ்வாறே கூறப்பட்டுள்ளது. இவற்றால், பண்டைத் தமிழ்ப் புலவராய் விளங்கிய கபிலர், தமது காலத்தில் வழக்காற்றிலில்லாத கடவுளை வழிபட்டுப் பாடியுள்ளார் என்று கூறுதல் பொருத்தமுடையதாகாது. அன்றியும் இரட்டை மணிமாலை போன்ற பிரபந்தங்களும் அவர் காலத்தில் தோன்றியிருக்கவில்லை. கட்டளைக் கலித்துறைப் பாட்டுக்களும் கபிலர் காலத்தில் வழங்கவில்லை. அவ்வாறே பிரபந்தங்கள் பலவும், கபிலர் வாழ்ந்த காலத்தில் வழங்கின என்றால் பொருந்தாதே. அவை, அவர் காலத்துக்குப் பல நூற்றாண்டுகளின் பின்னர்த் தோன்றியனவே. ஆசிரியர் நச்சினார்க்கினியர் கருத்தும் இதுவே யாதலறிக. இவையெல்லாவற்றையும் ஆராயாது பெயரொற்றுமை யொன்று மட்டும் கருதி, கபிலதேவநாயனாரைக் கபிலர் என்றும் பழம் புலவர் என்றும் கோடல் மயக்க உணர்வேயாகும்.[15]

'பதினென் கீழ்க்கணக்கு நூல்களில் ஒன்றான **இன்னா நாற்பது** என்னும் நூலைச் செய்தவரும் கபிலதேவநாயனாரே. இவர் இந்நூலில் கபிலர் என்று கூறப்படுகின்றார். இவர் சங்ககாலத்துக் கபிலர் அல்லர். மூத்த நாயனார் இரட்டை

---

15. வித்துவான் வே. வேங்கடராஜுலு ரெட்டியார், கபிலர், 1936, பக்கம் 65.

மணிமாலை, சிவபெருமான் இரட்டை மணிமாலை, சிவபெருமான் திருவந்தாதி இவற்றைச் செய்தவரே இந்தக் கபிலர் என்று தோன்றுகிறது.[16]

சிவபெருமான் திருவந்தாதி

பரணதேவநாயனார் இயற்றியது சிவபெருமான் திருவந்தாதி. இது நூறு வெண்பாக்களினால் அந்தாதித் தொடையாகப் பாடப்பட்டுள்ளது. பதினோராந் திருமுறையில் தொகுக்கப்பட்டுள்ளது. இவ்வந்தாதியின் கடைசியில் இதன் சிறப்பைக் கூறுகிற வெண்பா ஒன்று காணப்படுகிறது. இவர் சங்க காலத்தில் இருந்த பரணர் அல்லர். பக்தி இயக்க காலத்தில் களப்பிரர் ஆட்சிக் காலத்தில் இருந்த நக்கீர தேவநாயனார், கல்லாடதேவ நாயனார், கபிலதேவ நாயனாரைப் போலவே இந்தப் பரணதேவநாயனாரும் பிற்காலத்தில் இருந்தவர்.

சங்க காலத்துப் பரணர் அகநானூற்றில் 34 செய்யுட்களையும் குறுந்தொகையில் 16 பாடல்களையும் நற்றிணையில் 12 செய்யுட்களையும் புறநானூற்றில் 13 செய்யுட்களையும் பாடியுள்ளார். மற்றும் சேரன் செங்குட்டுவன் மேல் பதிற்றுப்பத்து ஐந்தாம் பத்தைப் பாடினார். சோழன் உருவப் பஃறேரிளஞ் சேட் சென்னியையும் வையாவிக் கோட்பெரும் பேகனையும் பாடியுள்ளார். அவர் கி.பி.2ஆம் நூற்றாண்டின் முற்பகுதியில் கடைச்சங்க காலத்தில் இருந்தவர். சிவபெருமான் திருவந்தாதி பாடிய இந்தப் பரணதேவ நாயனார் பிற்காலத்தில் களப்பிரர் ஆட்சிக் காலத்தில் இருந்தவர். இவர் வேறு அவர் வேறு.

கீழ்க்கணக்கு நூல்கள்

இதுவரையில் களப்பிரர் காலத்தில் சைவ சமண சமயத்தவர் எழுதிய தமிழ் நூல்களைக் கூறினோம். களப்பிரர் காலத்தில் எழுதப்பட்ட வேறு நூல்களும் உள்ளன. அவை கீழ்க்கணக்கு நூல்கள். கீழ்க்கணக்கு நூல்களைப் பதினெட்டாகப் பிற்காலத்தில் தொகுத்துள்ளனர். பதினெட்டு கீழ்க்கணக்கு நூல்களில்

---

16. மேற்படி நூல், கபிலரகவல் என்னும் தலைப்பில்.

காலத்தால் முற்பட்டவையும் பிற்பட்டவையும் உள்ளன. ஆனால், அவைகளில் பெரும்பான்மையானவை களப்பிரர் ஆட்சிக் காலத்துக்குள்ளாக எழுதப்பட்டவை. பதினெண் கீழ்க்கணக்கு நூல்களாவன:- 1. நாலடியார் 2. நான்மணிக்கடிகை 3. இன்னாநாற்பது 4. இனியவை நாற்பது 5. கார்நாற்பது 6. களவழி நாற்பது 7. ஐந்திணை ஐம்பது 8. திணைமாலை நூற்றைம்பது 9. திணைமாலை ஐம்பது 10. திணை மொழி ஐம்பது 11. ஐந்திணை எழுபது 12. முப்பால் (திருக்குறள்) 13. திரிகடுகம் 14. ஆசாரக்கோவை 15 சிறுபஞ்ச மூலம் 16. முதுமொழிக் காஞ்சி 17. ஏலாதி 18. கைந்நிலை.

இந்தக் கீழ்க்கணக்குப் பதினெட்டு நூல்களில் திருக்குறள், களவழிநாற்பது, முதுமொழிக்காஞ்சி ஆகிய மூன்றும் கடைச்சங்க காலத்தில் கி.பி.250-க்கு முன்பு எழுதப்பட்ட நூல்கள். நாலடியார் என்னும் நூல் கி.பி. 7ஆம் நூற்றாண்டில், களப்பிரர் ஆட்சிக்குச் சற்று பின்பு எழுதப்பட்டது. பிற பதினான்கு நூல்களும் களப்பிரர் ஆட்சிக் காலத்தில் கி.பி.3ஆம் நூற்றாண்டுக்கும் 6ஆம் நூற்றாண்டுக்கும் இடைப்பட்ட காலத்தில் எழுதப்பட்டவை. திரு. பி.தி. சீனிவாச அய்யங்கார் போன்ற சிலர் பதினெண்கீழ்க் கணக்கு நூல்கள் எல்லாம் கி.பி. 6ஆம் நூற்றாண்டு முதல் கி.பி.8ஆம் நூற்றாண்டுக்கு இடைப்பட்ட காலத்தில் எழுதப்பட்டன என்று கூறுவர்.[17] இவர் கூறுவது தவறு. இது பற்றிய ஆய்வுரையை இணைப்பு 5இல் காண்க.

கீழ்க்கணக்கு என்பதன் பொருள் என்ன என்பதைப் பார்ப்போம். மாந்தர் தம்முடைய உலக வாழ்க்கையில் அடைய வேண்டியவை அறம் பொருள் இன்பம் வீடு என்னும் நான்கு பயன்களாகும். இந்த நான்கு பயன்களில் வீடு (மோட்சம்) என்பது மறுமையில் பெறப்படுவது. மற்ற அறம் பொருள் இன்பம் ஆகிய மூன்றும் இம்மையில் (இவ்வுலக வாழ்க்கையில்) அடையப்படுவன. அறம் பொருள் இன்பம் ஆகிய மூன்றையும் கூறுகிற நூல்களுக்குக் கீழ்க்கணக்கு என்று பெயர் கூறினார்கள். இதைப் பழைய உரையாசிரியர்களும் திருநாவுக்கரசரும்

---

17. P.T.Srinivasa Aiyangar, History of the Tamils

கூறியுள்ளனர். அவற்றைக் காட்டுவோம். பேராசிரியர் என்னும் உரையாசிரியர், தொல்காப்பியம் பொருளதிகாரம் செய்யுளியல் 547ஆம் சூத்திரத்துக்கு உரையில் இவ்வாறு கூறுகிறார்:

வனப்பியல் தானே வகுக்குங் காலை
சின்மென் மொழியாற்றிறாய பனுவலொடு
அம்மை தானே அடிநிமிர் பின்றே

"'தாய பனுவலொ'டென்பது **அறம் பொருள் இன்ப**மென்னும் மூன்றிற்கும் இலக்கணஞ் சொல்லும்; வேறிடையிடை அவை யன்றியும் தாய்ச்செல்வ தென்றவாறு. அஃதாவது பதினெண் கீழ்க்கணக்கென உணர்க. அதனுள் இரண்டடியானும் ஐந்தடியானும் ஒரே செய்யுள் வத்தவானும். அவை சிலவாய் மெல்லிய சொற்களான் வந்தவானும், **அறம் பொருள் இன்ப**மென அவற்றுக்கு இலக்கணங் கூறிய பாட்டுப் பயின்று வருமாறும் கார்நாற்பது களவழிநாற்பது முதலாயின வந்தவாறுங் கண்டு கொள்க."

திருநாவுக்கரசு சுவாமிகள் கீழ்க்கணக்கைப் பற்றிக் கூறுவதைப் பார்ப்போம். திருக்குறுந்தொகை இன்னம்பர் பதிகத்தில் அடிகள் இவ்வாறு கூறுகிறார்.

தொழுது தூமலர் தூவித் துதித்து நின்று
அழுது காமுற்று அலற்று கின்றாரையும்
பொழுது போக்கிப் புறக்கணிப் பாரையும்
எழுதும் கீழ்க்கணக்கு இன்னம்பர் ஈசனே

இம்மை வாழ்க்கையில் அறம் பொருள் இன்பங்களைப் பெற்று மறுமைக்கு அடையவேண்டிய கடவுள் வழிபாட்டைச் செய்யாதவர்களைக் கடவுள் கணக்கு எழுதிவைக்கிறார் என்று கூறுகிறார். அறம் பொருள் இன்பம் என்னும் இம்மைப் பயன்களைக் கீழ்க்கணக்கு என்று கூறுவது காண்க.

அடி நிமிர் வில்லாச் செய்யுட் டொகுதி
அறம் பொருள் இன்பம் அடுக்கி அவ்வகைத்
திறம்பட வருவது கீழ்க்கணக் காகும்

என்பது பன்னிருபாட்டியல்.

உலக வாழ்க்கையில் பெறவேண்டிய அறம் பொருள் இன்பம் ஆகிய மூன்றும் கீழ்க்கணக்கு என்று கூறப்பட்டதைக் கண்டோம். இனி, களப்பிரர் காலத்தில் எழுதப்பட்ட கீழ்க்கணக்கு நூல்களைக் கூறுவோம்.

நான்மணிக்கடிகை

இது 104 செய்யுட்களையுடையது. விளம்பிநாகனார் என்பவரால் செய்யப்பட்டது. இப்பெயரைக் கொண்டு இவர் விளம்பி என்னும் ஊரில் இருந்தவர் என்பது தெரிகிறது. ஒவ்வொரு வெண்பாவிலும் நான்கு நான்கு நீதிகளைக் கூறுகிறபடியால் நான்மணிக்கடிகை என்று பெயர்பெற்றது. இவர் வைணவ சமயத்தவர் என்பது இந்நூல் கடவுள் வாழ்த்தினால் அறிகிறோம்.

மதிமன்னு மாயவன் வாண்முகம் ஒக்கும்
கதிர் சேர்ந்த ஞாயிறு சக்கரம் ஒக்கும்
முதுநீர்ப் பழனத்துத் தாமரைத் தாளின்
எதிர்மலர் மற்றவன் கண்ணொக்கும் பூவைப்
புதுமலர் ஒக்கும் நிறம்

என்பது இந்நூலின் கடவுள் வாழ்த்து.

இன்னா நாற்பது

இன்னாதவைகளைத் (துன்பந்தருகிற செயல்களை) தொகுத்துக் கூறுகிறபடியால் இந்நூல் இன்னாநாற்பது என்று பெயர் பெற்றது. நாற்பது வெண்பாக்களையுடையது. தனியாகக் கடவுள் வாழ்த்து ஒன்றைப் பெற்றுள்ளது. சிவபெருமான், பலராமன், மாயவன் (திருமால்) சத்தியான் (வேலாயுதனாகிய முருகன்) ஆகியோரைக் கடவுள் வாழ்த்தில் இதன் ஆசிரியர் கூறுகிறார்.

முக்கட் பகவன் அடி தொழாதார்க் கின்னா
பொற்பனை வெள்ளையை யுள்ளாது ஒழுகின்னா.
சக்கரத் தானை மறப்பின்னா ஆங்கின்னா
சத்தியான் தாள் தொழா தார்க்கு

என்பது இந்நூல் கடவுள் வாழ்த்து.

இதன் ஆசிரியர் பெயர் கபிலர். இந்த ஆசிரியரும் முன்பு கூறப்பட்ட சுபில தேவநாயனார் என்பவரும் ஒருவரே.

இந்தக் கபிலர் (கபில தேவநாயனார்) சங்க காலத்தில் பாரிவள்ளலின் நண்பரும் அவ்வள்ளல் இறந்த பிறகு செல்வக்கடுங்கோ வாழியாதனைப் பதிற்றுப்பத்து 7ஆம் பத்தில் பாடியவருமான சங்க காலத்துக் கபிலர் அல்லர். இந்தக் கபிலர் களப்பிரர் காலத்தில் இருந்த கபிலர். இந்தக் கபிலரும் மூத்த நாயனார் இரட்டை மணிமாலை சிவபெருமான் திருவந்தாதி முதலான செய்யுட்களை இயற்றிய கபில தேவநாயனாரும் ஒருவரே.

இன்னாநாற்பது பாடிய கபிலரும் மூத்த நாயனார் திருவிரட்டை மணிமாலை, சிவபெருமான் திருவிரட்டை மணிமாலை, சிவபெருமான் திருவந்தாதி என்ற நூல்களைப் பாடிய (பதினோராந் திருமுறையில் தொகுக்கப்பட்டவை) கபிலதேவநாயனாரும் வெவ்வேறு கபிலர்கள் என்று திரு. சதாசிவபண்டாரத்தார் கருதுகிறார். இவர் மூன்று கபிலர்களைக் கூறுகிறார். சங்ககாலத்தில் இருந்த கபிலர், அவருக்குப் பிறகு இன்னாநாற்பது பாடிய கபிலர், மூத்த நாயனார் இரட்டை மணிமாலை முதலான நூல்களை இயற்றிய கபிலதேவதாயனார் ஆகிய மூன்று கபிலர்கள் என்று கூறுகிறார். இதற்கு இவர் கூறும் காரணம் கபிலதேவநாயனார் மூத்த பிள்ளையார் மீது இரட்டை மணிமாலை பாடியிருப்பதும் சிவபெருமான் திருவந்தாதியில் திருச்சிராப்பள்ளி மலையில் சிவபெருமான் எழுந்தருளியிருப்பதாகக் கூறியிருப்பதும் ஆகும். அதாவது, மூத்த பின்ளையார் (கணபதி) கி.பி.7ஆம் நூற்றாண்டில் நரசிம்மவர்மன் மாமல்லன் காலத்தில், சிறுத்தொண்ட நாயனார் (பரஞ்சோதியார்) வாதாபியிலிருந்து கணபதி உருவங்களைக் கொண்டுவந்து தமிழ்நாட்டில் முதல் முதலாகக் கணபதி வணக்கத்தை உண்டாக்கினார் என்று பொதுவாகக் கூறப்படும் கருத்தை உடன்பட்டு, மூத்த பிள்ளையார் இரட்டைமணிமாலை பாடியிருப்பதனாலும் அந்தாதியில் திருச்சிராப்பள்ளிமலையில் சிவனுக்குக் கோயில் இருந்ததைக் கூறியிருப்பதனாலும், (திருச்சி மலையில் முதலாம் மகேந்திரவர்மன் ஒரு குகைக்கோயிலை அமைத்தான் என்பது கொண்டும்) சதாசிவ பண்டாரத்தார் கபிலதேவநாயனார் கி.பி. 7ஆம் நூற்றாண்டில் இருந்தவர் என்று கருதுகிறார்.[18]

---

18. பண்டாரத்தார், தமிழ் இலக்கிய வரலாறு கி.பி. 250-600

மாமல்லன் முதலாம் நரசிம்மவர்மன் காலத்தில் சேனாதிபதியான பரஞ்சோதியார் (சிறுத்தொண்ட நாயனார்) இரண்டாம் புலிகேசியின் நகரமான வாதாபியை வென்று அங்கிருந்து கணபதி உருவங்களைக் (வாதாபி கணபதி) கொண்டுவந்து கணபதீச்சரம் என்னும் ஊரில் கணபதிக்குக் கோயில் கட்டினார் என்பது வரலாற்றறிஞரின் பொதுவான கருத்து. ஆனால், சிறுத்தொண்ட நாயனாருக்கு முன்பே களப்பிரர் ஆட்சிக் காலத்தில் கணபதி வழிபாடு தமிழகத்தில் இருந்தது என்று இப்போது ஆராய்ச்சியினால் அறியப்படுகிறது. மற்றும், கபிலதேவநாயனாரின் 'சிவபெருமான் திருவந்தாதி'யில் சிவபெருமான் திருச்சிராப்பள்ளி மலையில் எழுந்தருளியிருப்பதாகக் கூறியிருப்பது கொண்டு, அந்த மலையில் மகேந்திரவர்மன் *I* (கி.பி.*600-630*) குகைக்கோயிலை சிவபெருமானுக்கு அமைத்தபடியால் அந்த மலையைக் கூறுகிற கபிலதேவதாயனார் கி.பி. *7*ஆம் நூற்றாண்டில் இருந்தவர் என்று திரு. சதாசிவபண்டாரத்தார் கருதுகிறார். சிவபெருமான் திருவந்தாதியில் 'காவிரி வந்தேறு மறுகிற் சிராமலையெங் கோமான்' என்று சிராமலையில் இருந்த சிவபெருமானைக் கபிலதேவ நாயனார் கூறுகிறார்.[19] இதில், மகேந்திரவர்மன் அமைத்த குகைக்கோவிலைத்தான் இவர் கூறுகிறார் என்று கருதவேண்டியதில்லை. அதற்கு முன்பு அம்மலைமேல் இருந்த சிவன் கோயிலைக் குறிப்பதாகக் கொள்ளலாம். ஆகவே கபிலதேவ நாயனாரும், இன்னா நாற்பது கபிலரும் வெவ்வேறு கபிலர்கள் என்று கருதுவது வேண்டா. இருவரும் ஒருவரே என்பது எம்முடைய கருத்து.

இனியவை நாற்பது

இந்த நூலை இயற்றியவர் பெயர் மதுரைத் தமிழாசிரியர் மகனார் பூதஞ்சேந்தனார். இது நாற்பது வெண்பாக்களையும் ஒரு கடவுள் வாழ்த்தையும் உடையது. மாந்தர் செய்ய வேண்டிய இனிய (நல்ல) செயல்களைக் கூறுகிறது இந்நூல். இதன் கடவுள் வாழ்த்து இது:

கண்மூன் றுடையான்தாள் சேர்தல் கடிதினிதே
தொன்மாண் துழாய்மாலை யானைத் தொழலினிதே

---

19. சிவபெருமான் திருவந்தாதி செய்யுள் 42.

முந்துறப் பேணி முகநான் குடையானைச்
சென்றமர்ந் தேத்தல் இனிது.

திரிகடுகம்

இது நூறு வெண்பாக்களையும் ஒரு கடவுள் வாழ்த்தையும் உடைய நூல். சுக்கு மிளகு திப்பிலி என்னும் மூன்று மருந்துச் சரக்குகளைத் தனித்தனியே பொடி செய்து, இப்பொடிகளைச் சம அளவாகச் சேர்த்து அமைக்கப்பட்ட மருந்து திரிகடுகம் என்பது. இதைத் திரிகடுகு சூரணம் என்றும் கூறுவர். இது காரமாக இருக்கும். இதனால் இது திரிகடுகம் (மூன்று காரமான பொருள்) என்று பெயர் பெற்றது. இதை நாள்தோறும் காலையில் சிறு அளவாக உட்கொண்டால் உடல் நோயை நீக்கி நலம் உண்டாக்கும். திரிகடுகமாகிய சுக்கு மிளகு திப்பிலியைச் சமனளவாகச் சிதைத்து நீர்விட்டுக் காய்ச்சிய கியாழத்தையும் உட்கொள்ளலாம். திரிகடுகக் கியாழமும் சூரணமும் உடல் நோயைப் போக்குவது போல, திரிகடுகம் என்னும் இந்நூலைப் படிப்பவரின் உள்ள நோய் (மனநோய்) நீங்கும் என்னும் கருத்தினால் இந்நூல் திரிகடுகம் என்று பெயர் பெற்றது. ஒவ்வொரு செய்யுளிலும் மும்மூன்று கருத்துகள் கூறப்படுகின்றன. இதன் கடவுள் வாழ்த்துச் செய்யுள் இது:

கண்ணகன் ஞாலம் அளத்ததூஉம் காமருசீர்த்
தண்ணறும் பூங்குருத்தம் சாய்த்ததூஉம் - நண்ணிய
மாயச் சகடம் உதைத்ததூஉம் இம்மூன்றும்
பூவைப் பூவண்ணன் அடி.

ஆசாரக் கோவை

இந்நூல் நூறு செய்யுட்களையும் ஒரு சிறப்புப் பாயிரத்தையும் உடையது. இந்நூல் வெண்பாவின் வகைகளான குறள் வெண்பா, சிந்தியல் வெண்பா, நேரிசை வெண்பா, இன்னிசை வெண்பா, பஃறொடை வெண்பா ஆகிய வெண்பாக்களால் அமைந்த நூல். மனிதர் ஒழுக வேண்டிய ஒழுக்கங்களைத் தொகுத்து இதில் இதன் ஆசிரியர் கூறுகிறார். இதன் ஆசிரியர் பெருவாயில் முள்ளி என்பவர். கயத்தூர்ப் பெருவாயில்

முள்ளி என்று கூறப்படுவதால், இவர் கயத்தூரைச் சேர்ந்த பெருவாயில் என்னும் ஊரில் இருந்தவர் என்று கருதலாம். புதுக்கோட்டையில் அன்னவாயில், சித்தன்ன வாயில், பெருவாயில் என்னும் ஊர்கள் உள்ளன. ஆகவே இவர் புதுக்கோட்டைப் பகுதியில் வாழ்ந்தவராதல் வேண்டும். இதன் சிறப்புப் பாயிரம் இது:

ஆரெயில் மூன்றும் அழித்தான் அடியேத்தி
ஆரிடத்துத் தானறிந்த மாத்திரையான், ஆசாரம்
யாரும் அறிய, அறனாய மற்றவற்றை
ஆசாரக் கோவை எனத் தொகுத்தான்; தீராத்
திருவாயிலாய திறல்வண் சயத்தூர்ப்
பெருவாயில் முள்ளி என்பான்

பழமொழி நானூறு

முன்றுறையரையர் என்பவர் இந்நூலின் ஆசிரியர். இந்நூல் கடவுள் வாழ்த்து உட்பட நானூறு வெண்பாக்களையுடையது. ஒவ்வொரு வெண்பாவின் இறுதியிலும் ஒவ்வொரு பழமொழி கூறப்படுகிறது. எனவே இதில் நானூறு பழமொழிகள் கூறப்படுகின்றன. இந்தப் பழமொழிகள் எல்லாம் இந்நூலாசிரியர் காலத்துக்கு முன்பு (களப்பிரர் ஆட்சிக் காலத்துக்கு முன்பு) வழங்கிவந்தவை. இந் நூலாசிரியர் ஆருகத மதத்தைச் சேர்ந்தவர்.

பிண்டியின் நீழற் பெருமான் அடிவணங்கிப்
பண்டைப் பழமொழி நானூற்றும் - கொண்டினிதா
முன்றுறை மன்னவன் நான்கடியும் செய்தமைத்தான்
இன்றுவை வெண்பா இவை!

என்பது இந்நூல் தற்சிறப்புப் பாயிரம்.

சிறுபஞ்சமூலம்

இந்நூல் நூற்றிரண்டு செய்யுட்களையும் இரண்டு சிறப்புப் பாயிரச் செய்யுட்களையும் உடையது. பஞ்சமூலம் என்பது ஐந்து வகையான வேர்கள். அவை கண்டக்கத்திரி வேர், சிறுவழுதுணை வேர், சிறுமல்லி வேர், பெருமல்லி வேர், நெருஞ்சிவேர் என்பவை. இந்த ஐந்து வேர்களைத்

கொண்டு சிறுபஞ்சமூலம் என்னும் மருந்து செய்யப்பட்டு நோயாளிகளுக்குத் தரப்பட்டது. இந்தச் சிறு பஞ்சமூலம் என்னும் நூலில் ஒவ்வொரு செய்யுளிலும் ஐந்து ஐந்து பொருள்கள் கூறப்படுகின்றன. இவை உடல் நோயைத் தீர்க்கிற சிறுபஞ்சமூலம் போன்று மன நோயைத் தீர்ப்பன ஆகையால் சிறுபஞ்சமூலம் என்று பெயர் பெற்றது. இந்நூலாசிரியரின் பெயர் காரியாசான். இந்நூலின் கடவுள் வாழ்த்துச் செய்யுள் இது:

முழுதுணர்ந்து மூன்றொழித்து மூவாதான் பாதம்
பழுதின்றி யாற்றப் பணிந்து - முழுதேத்தி
மண்பாய ஞாலத்து மாந்தர்க் குறுதியா
வெண்பா உரைப்பன் சில

ஏலாதி

எண்பத்தேழு பாடல்களையுடைய இந்த நூலை எழுதியவர் பெயர் கணிமேதாவியார். கணி என்னும் சிறப்புப் பெயர், இவர் வான நூலைக் கற்றவர் என்பதைத் தெரிவிக்கிறது. வான நூலைப் பயின்றவர்கட்குக் கணி, கணியன் என்று பழங்காலத்தில் பெயர் இருந்தது. அரசருடைய கணிவருக்குப் பெருங்கணி என்னும் பெயர் இருந்தது. கணிமேதாவியார் தமிழ்ப்புலமை பெற்றிருந்ததோடு வான நூலையும் கற்றிருந்தார் என்பது தெரிகிறது. ஏலாதி என்பது, திரிகடுகம், சிறுபஞ்சமூலம் என்பவை போன்று ஒரு மருந்தின் பெயர். ஏலம், இலவங்கப்பட்டை, நாகேசரம், மிளகு, திப்பிலி, சுக்கு என்று ஆறுவகையான சரக்குகளை மருத்துவ நூல் கூறும் அளவுப்படி ஒன்றாகச் சேர்த்து செய்யப்பட்ட சூரணத்துக்கு ஏலாதி என்பது பெயர். ஏலாதி என்னும் பெயருடைய இந்த நூலில் ஒவ்வொரு செய்யுளிலும் ஆறு பொருள்கள் கூறப்படுகின்றன. இவர் சமண சமயத்தவர்.

இல்லறநூல் ஏற்ற துறவற நூல் ஏயுங்கால்
சொல்லறநூல் சோர்வின்றித் தொக்குரைத்து - நல்ல
அணிமேதை யாய்தல்ல வீட்டு நெறியுங்
கணிமேதை செய்தான் கலந்து

என்பது இந்நூலின் பாயிரச் செய்யுள்.

கார் நாற்பது

இது நாற்பது வெண்பாக்களையுடைய நூல். இது, அகப்பொருளில் முல்லைத்திணையைக் கூறுகிறது. அலுவல் காரணமாக வெளியூருக்குச் சென்ற தலைவன் தான் கார்காலத்தில் திரும்பி வருவதாகத் தன் தலைவிக்குக் (காதலிக்கு) கூறிச் சென்றான். அவன் சொன்ன கார்காலம் வந்ததும் அவன் திரும்பி வராதபடியால் தலைவி கவலைப்பட்டாள். தோழி அவனுக்கு ஆறுதல் கூறினாள். கடைசியில் காதலன் திரும்பி வந்தான். இவற்றைக் கூறுகிறது இந்தச் செய்யுள். இதனை இயற்றிய ஆசிரியர் பெயர் மதுரைக் கண்ணன் கூத்தனார்.

பொருகடல் வண்ணன் புனைமார்பில் தார்போல்
திருவில் விலங்கூன்றித் தீம்பெயல் தாழ
வருதும் எனமொழிந்தார் வாரார்கொல் வானம்
கருவிருந் தாலிக்கும் போழ்து.

என்பது இந்நூலின் பாயிரச் செய்யுள்.

ஐந்திணை ஐம்பது

அகப்பொருளைப் பற்றிய ஐந்திணைகளும் பத்துப்பத்துப் பாக்களினால் இயற்றப்பட்டதாதலின் இந்நூல் ஐந்திணை ஐம்பது என்று பெயர் பெற்றது. இதைப் பாடியவர் மாறன் பொறையனார் என்னும் புலவர். இதன் பாயிரச் செய்யுள்,

பண்புள்ளி நின்ற பெரியார் பயன்தெரிய
வன்புள்ளி மாறன் பொறையன் புணர்த்தியார்த்த
ஐந்திணை யைம்பதும் ஆர்வத்தின் ஓதாதார்
செந்தமிழ் சேராதவர்

என்று கூறுகிறது. இதில் செந்தமிழ் என்பது அகப்பொருளைக் குறிக்கிறது. தமிழ் என்பதற்கு அகப்பொருள் என்னும் பொருளும் உண்டு. அகப்பொருளைத்தான் இச்செய்யுள் செந்தமிழ் என்று கூறுகிறது.

திணைமொழி ஐம்பது

அகத்திணை ஐந்துக்கும் திணையொன்றுக்குப் பத்துச் செய்யுளாக அமைத்து ஐம்பது பாக்களினால்

இயற்றப்பட்டது இந்நூல். இந்நூலை இயற்றியவர் கண்ணன் சேந்தனார். இவருடைய தந்தையாரின் பெயர் சாத்தந்தையார். ஆகவே இவர் சாத்தந்தையார் மகனார் கண்ணஞ் சேந்தனார் என்று கூறப்பட்டார்.

ஐந்திணை எழுபது

இந்நூலும் அகப்பொருள் ஐந்திணைகளைப் பற்றிக் கூறுகிறது. ஒவ்வொரு திணைக்கும் பதினான்கு பாக்களாக ஐந்து திணைகளுக்கு எழுபது பாடல்களைக் கொண்டது. இதன் ஆசிரியர் பெயர் மூலாதியார். இதன் கடவுள் வாழ்த்துக் கணபதியாகிய பிள்ளையாருக்குரியது.

எண்ணும் பொருளினிதே யெல்லா முடித்தெமக்கு
நண்ணுங் கலையனைத்து நல்குமால் - கண்ணுதலின்
முண்டத்தான் அண்டத்தான் மூலத்தான் ஆலஞ்சேர்
கண்டத்தான் ஈன்ற களிறு

என்பது இதன் கடவுள் வாழ்த்து.

இந்தப் பிள்ளையார் கடவுள் வாழ்த்து இந்நூலாசிரியர் செய்ததன்று என்றும் பிற்காலத்தவர் யாரோ செய்தமைத்தது என்றும் திரு. சதாசிவ பண்டாரத்தார் கருதுகிறார். இதற்கு இவர் கூறும் காரணம் இது: "பிள்ளையாரென்று வழங்கப் பெற்று வரும் விநாயகக் கடவுளின் வழிபாடு கி.பி. ஏழாம் நூற்றாண்டில் தான் நம் தமிழ்நாட்டில் தொடங்கியது என்பது ஆராய்ச்சியால் அறிந்ததோர் உண்மையாகும். எனவே, அக்கடவுளுக்கு வாழ்த்துக் கூறப்பட்டுள்ள பாடல் இந்நூலாசிரியரால் இயற்றப்பட்டதன்று என்பது தேற்றம். அக்கடவுள் வாழ்த்துச் செய்யுள் நூலின் புறத்தேயுள்ளமையும் அதற்குப் பழைய உரை காணப்படாமையும் இவ்வுண்மையை நன்கு வலியுறுத்துதல் அறியற்பாலதாம்.[20]

விநாயகர் வழிபாடு தமிழகத்தில் கி.பி.7ஆம் நூற்றாண்டில் மாமல்லன் நரசிம்மவர்மன் காலத்தில் அவ்வரசனுடைய சேனாதிபதியான பரஞ்சோதியார் (சிறுத்தொண்ட நாயனார்) காலத்தில் முதன் முதலாக உண்டாயிற்று

20. டிவி. சதாசிவபண்டாரத்தார். தமிழ் இலக்கிய வரலாறு கி.பி.250–600, 1965, பக்கம் 65.

என்னும் கொள்கையை ஆதாரமாகக் கொண்டு பண்டாரத்தார் அவர்கள் இவ்வாறு கூறுகிறார். விநாயகர் வணக்கம் கி.பி.7ஆம் நூற்றாண்டில் உண்டாயிற்று என்னும் கருத்து அண்மைக் காலத்தில் இருந்தது. ஆனால் கி.பி. 7ஆம் நூற்றாண்டுக்கு முன்பே களப்பிரர் ஆட்சிக்காலத்திலேயே ஏற்பட்டிருந்தது என்பது இப்போது ஆராய்ச்சியினால் தெரிகிறபடியால் இக்கடவுள் வாழ்த்து இந்நூலுக்கு உரியதே எனக் கொள்ளலாம். (இது பற்றி 'இன்னா நாற்பது' என்னும் தலைப்பில் விளக்கிக் கூறியிருப்பது காண்க) பண்டாரத்தார் அவர்களே இந்நூலாசிரியராகிய மூலாதியார் 'கி.பி. ஐந்தாம் நூற்றாண்டில் இருந்தவர் ஆவார்' என்று கூறுகிறபடியால், இந்நூல் களப்பிரர் ஆட்சிக் காலத்தில் இயற்றப்பட்டது என்பது தெளிவாகிறது.

திணைமாலை நூற்றைம்பது

இதுவும் அகப் பொருள் ஐந்திணைகளைக் கூறுகிற நூல், குறிஞ்சிக்கு 31 செய்யுளும் நெய்தலுக்கு 31 செய்யுளும் பாலைக்கு 30 செய்யுளும் முல்லைக்கு 31 செய்யுளும் மருதத்துக்கு 30 செய்யுளும் ஆக 153 செய்யுட்களைக் கொண்டிருக்கிறது. ஆனால் நூலின் பெயரிலிருந்து 150 செய்யுட்கள்தாம் இதற்குரியவை என்று தோன்றுகிறது. எஞ்சியுள்ள மூன்று செய்யுட்கள் பிற்காலத்து இடைச்செருகலாக இருக்குமோ, அல்லது, நூலாசிரியரே இச் செய்யுட்களையும் இயற்றியிருக்கலாமோ என்று ஐயம் ஏற்படுகிறது.

இந்நூலாசிரியரின் பெயர் கணிமேதாவியார். இவரே ஏலாதி என்னும் நூலின் ஆசிரியர் என்பதை முன்பு அறிந்தோம். இந்நூலின் பாயிரம் இது:

முனிந்தார் முனிவொழியச் செய்யுட்கண் முத்துக்
கனிந்தார் களவியற் கொள்கைக் - கணித்தார்
இணைமாலை யீடிலா வின்றமிழால் யாத்த
திணைமாலை கைவரத் தேர்ந்து.

இந்தப் பாயிரத்தைப் பற்றித் திரு. சதாசிவ பண்டாரத்தார் தம்முடைய கருத்தைக் கூறியுள்ளார்கள். "அதனை (பாயிரத்தை) நோக்குமிடத்து, இவ்வாசிரியர் காலத்தில் அகப்பொருளாகிய களவியலை வெறுத்துக்கொண்டிருந்த

ஒரு குழுவினர் நம் தமிழ்நாட்டில் இருந்திருத்தல் வேண்டும் என்பதும் அவர்கட்கு அதன் சிறப்பினை விளக்கி அவர்கள் கொண்டிருந்த வெறுப்பினைப் போக்க வேண்டியே இவ்வினிய நூலை இவர் இயற்றியிருத்தல் வேண்டும் என்பதும் நன்கு வெளியாகின்றன."

சைவ வைணவருக்கும் பௌத்த சமணருக்கும் அகப்பொருள் பற்றிக் கருத்து வேற்றுமை அக்காலத்தில் இருந்தது. பக்தி இயக்கம் தோன்றிய அக்காலத்தில் அகப் பொருளுக்குப் பேரின்பக் (தெய்வ) காதல் கொள்கையைச் சைவ-வைணவ சமயத்தார் புதிதாகக் கற்பித்துத் தங்கள் சமயத்தில் செய்யுட்களை இயற்றினார்கள். ஆனால், இந்தக் கொள்கையைப் பௌத்த சமயத்தாரும் சமண சமயத்தாரும் ஏற்றுக்கொள்ளாமல் இக்கொள்கைக்கு மாறுபட்டிருந்தார்கள்.

இந்தப் பாயிரச்செய்யுளில் 'ஈடிலா இன்தமிழால் யாத்த திணைமாலை' என்று கூறப்படுகிறது. இதில் 'இன்தமிழ்' என்பது அகப்பொருளைச் சுட்டுகிறது என்பது தெரிகிறது. 'ஐந்திணை ஐம்பது' என்னும் நூலின் பாயிரச்செய்யுளில் செந்தமிழ் என்பது அகப்பொருளைச் சுட்டுகிறது என்பதைக் கண்டோம்.[21]

கைந்நிலை

இதுவும் அகத்திணைபற்றிய நூல், ஒவ்வொரு திணைக்கும் பன்னிரண்டு பாடல்களையுடைய அறுபது வெண்பாக்களைக் கொண்ட சிறு நூல், இதன் ஆசிரியர் மாறோக்கத்து முள்ளி நாட்டு நல்லூர்க் காவிதியார் மகனார் புல்லங்காடனார். இச்சிறு நூலிலுள்ள சில வெண்பாக்கள் அழிந்து மறைந்து போயின. இந்த நூலை 1931ஆம் ஆண்டு திரு. அநந்தராமையர் அவர்கள் அச்சிட்டு வெளியிட்டார்கள். இதுவும் பதினெண்கீழ்க் கணக்கைச் சேர்ந்த நூல்.[22]

---

21. அகப்பொருளுக்குத் தமிழ் என்னும் பெயர் இருந்தது என்பதை மயிலை சீனிவேங்கடசாமி எழுதிய 'தமிழ் அகம்' என்னும் கட்டுரையில் காண்க. Journal of Tamil Studies, No 3 Sep. 1973.

22. மயிலை சீனிவேங்கடசாமி, 19ஆம் நூற்றாண்டில் தமிழ் இலக்கியம், 1962 (பதினென் கீழ்க்கணக்கு வரலாற்றைக் காண்க.)

களப்பிரர் காலத்தில் நுண்கலைகள்

களப்பிரர் ஆட்சிக் காலத்தில் தமிழகத்தில் நுண்கலைகள் நன்றாக வளர்ந்திருக்க வேண்டும் என்று தோன்றுகிறது. ஆனால், அந்தக் கலைகளைப் பற்றிய விவரமான செய்திகள் கிடைக்கவில்லை. சங்க காலத்திலே வளர்ந்திருந்த நுண்கலைகளைப் பற்றிச் சிலப்பதிகாரம், மணிமேகலை என்னும் நூல்களிலிருந்து அறிகிறோம். அதன் பிறகு களப்பிரர் ஆட்சிக் காலத்தில் அந்தக் கலைகள் மேலும் வளர்ந்திருக்க வேண்டும் என்று நம்பலாம். ஆனால், அந்தக் காலத்துக் கலைகளைப் பற்றி அறிவதற்கு ஆதாரமான சான்றுகள் கிடைக்கவில்லை. கிடைத்துள்ள சான்றுகளும் குறைவாகவே கிடைத்துள்ளன. நுண்கலை என்னும் அழகுக் கலைகளை ஐந்தாகக் கூறுவர். அவை கட்டடக் கலை, சிற்பக்கலை, ஓவியக்கலை, இசைக்கலை, காவியக்கலை என்பவை. நமது நாட்டுச் சிற்பக்கலை நூல்கள் கட்டடக்கலையையும் சிற்பக்கலையையும் ஒன்று சேர்த்துச் சிற்பக்கலை என்றே கூறுகின்றன. இசைக்கலை என்பதில் கூத்தும் நாடகமும் அடங்கும். களப்பிரர் காலத்தில் இருந்த இந்த நுண்கலைகளைப் பற்றிப் பார்ப்போம்.

கட்டடக்கலை

சைவம், வைணவம், பௌத்தம், சமணம் ஆகிய நான்கு மதங்களும் இருந்த களப்பிரர் காலத்துத் தமிழகத்தில் கட்டடக்கலை வளர்த்திருக்க வேண்டும். இந்த மதங்களின் கோயிற் கட்டடங்கள் கட்டாயம் இருந்திருக்க வேண்டும். அந்தக் கட்டடங்கள் செங்கல், சுண்ணாம்பு, மரம், இரும்பு ஆகிய பொருள்களைக் கொண்டு கட்டப்பட்டவையாகையால் அவை இக்காலத்தில் நிலைபெற்றிருக்கவில்லை. கருங்கற்களை ஒன்றின்மேல் ஒன்றாக அடுக்கிக் கட்டப்படுகிற கற்றளிக் கோயில் கட்டடங்களும் பாறைகளைக் குடைந்து அமைக்கப்படும் குகைக் கோயில்களும் களப்பிரர் ஆட்சிக் காலத்தில் உண்டாகவில்லை. அவை பிற்காலத்தில் முதல்

மகேந்திரவர்மன் காலத்தில் கி.பி.7ஆம் நூற்றாண்டில் உண்டாக்கப்பட்டவை. (பிள்ளையார்பட்டி குகைக்கோயில் களப்பிரர் காலத்தில் உண்டாக்கப்பட்ட குகைக்கோயிலாக இருக்கலாமோ என்னும் ஐயம் தோன்றுகிறது. இதுபற்றி ஆராய்ந்து பார்க்க வேண்டும்.)

களப்பிரர் ஆட்சிக் காலத்துக்குப் பிறகு கி.பி.7ஆம் நூற்றாண்டில் இருந்த திருநாவுக்கரசரும் திருஞானசம்பத்தரும் தங்களுடைய தேவாரப்பதிகங்களில் கூறுகிற கோயிற் கட்டட வகைகளான கரக்கோயில், நாழற்கோயில், கோகுடிக்கோயில், பெருங்கோயில், இளங்கோயில், மாடக்கோயில், தூங்கானைமாடம், மணிக்கோயில் முதலான கட்டட வகைகள் களப்பிரர் காலத்திலேயே தோன்றி இருக்க வேண்டும். ஏனென்றால், இந்தக் கட்டட வகையெல்லாம் திடீரென்று 7ஆம் நூற்றாண்டிலே தோன்றியிருக்க முடியாது. அக்காலத்தில் அவை செங்கற்கட்டடங்களாக இருந்தன. கி.பி. 7ஆம் நூற்றாண்டின் நடுப்பகுதியில் முதல் மாமல்லன் நரசிம்மன் என்னும் பல்லவ அரசன் காலத்தில் மால்லபுரத்தில் அமைக்கப்பட்ட பஞ்சபாண்டவ ரதங்கள் முதலான கோயில் அமைப்புகள் அவன் காலத்துக்கு முன்பு களப்பிரர் ஆட்சிக்காலத்தில் அல்லது அதற்கு முன்பு இருந்த செங்கற்கட்டடங்களின் மாதிரியயைக் காட்டுகிற பாறைக்கல் அமைப்புகள். இந்தப் பாறைக் கற்கோயில்களில் பல அகநாழிகை (கர்ப்பக்கிருகம்) இல்லாமலே கட்டடத்தின் மேற்புறத் தோற்றம் மட்டும் பாறைக்கல்லில் அமைத்துக் காட்டப்பட்டுள்ளன. ஆகையால், மாமல்லபுரத்து இரதக் கோயில்கள், செங்கற் கட்டடங்களாக இருந்த பழைய கோயில்களின் தத்ரூப உருவ அமைப்புகள் என்பதில் ஐயமில்லை.

களப்பிரர் ஆட்சிக் காலத்தில் பௌத்தரும் சமணரும் பள்ளிகளையும் விகாரைகளையும் கட்டியிருந்தனர். அந்தக் கட்டடங்களின் உருவ அமைப்பும் இந்தக் கட்டடங்களின் அமைப்புப் போலவே இருந்திருக்க வேண்டும் என்று தோன்றுகிறது. சமண சமயக் கோயில்களுக்குச் சினகரம் என்று பெயர் இருந்தது. (ஜினன்+நகரம்= ஜினகரம், சினகரம்) விஷ்ணுவின் கோயிலுக்கு விண்ணகரம் என்று பெயர் இருந்தது. சமண பௌத்தக் கோயிலுக்குச் சேதியம்

என்னும் பெயரும் உண்டு. பௌத்தப் பிக்குகள் இருந்த ஆசிரமம் அல்லது விகாரைகள் பெரிய கட்டடங்கள். அவை காஞ்சி, நாகை, உறையூர், காவிரிப் பூம்பட்டினம் முதலான நகரங்களில் இருந்தன. காவிரிப்பூம்பட்டினத்தில் இருந்த பௌத்த விகாரை, நெடுஞ் சுவர்களும் பெரிய வாயில்களும் உடையதாக வெண்சுதை பூசப்பெற்றுக் கயிலாயம் போன்று இருந்ததென்றும் அது கண (கண்ண) தாசன் என்னும் அமைச்சனால் (களப்பிர அரசனுடைய அமைச்சன்) கட்டப்பட்டதென்றும் அபிதம்மாவதாரம் என்னும் பௌத்த மத நூல் கூறுகிறது. சோழநாட்டில் பூதமங்கலம் என்னும் ஊரில் இருந்த பௌத்த விகாரையைக் கட்டியவர் வேணுதாசர் (விஷ்ணுதாசர்) என்று வினயவினிச்சயம் என்னும் நூல் கூறுகிறது. இவையெல்லாம் செங்கற்கட்டடங்களே.

சிற்பக்கலை

சிற்பக்கலை என்பது தெய்வங்கள், மனிதர், மிருகம், பறவை மரம், செடி, கொடி முதலியவைகளின் உருவங்களைச் சுதை, மரம், கல் முதலியவற்றில் அமைப்பது. சிற்பக்கலையையும் கட்டடக் கலையையும் சிற்பம் என்றே நமது நாட்டுக் கலை நூல்கள் கூறுகின்றன. களப்பிரர் காலத்துச் சிற்பங்களும் கிடைக்கவில்லை. சுதை மரங்களினால் செய்யப்பட்டபடியால் அவை அழிந்துபோயின. கருங்கல்லில் சிற்ப வடிவங்கள் புடைப்புச் சிற்பமாக (புடைப்புச் சிற்றம்- Bas relief) அழைக்கப்பட்டன.

ஓவியக்கலை

ஓவியம் என்பது சித்திரம். ஓவியம் பலவித நிறங்களினால் எழுதப்பட்டது. அந்தக் காலத்து ஓவியங்கள் பெரும்பாலும் சுவர்களில் எழுதப்பட்ட சுவர் ஓவியங்களே. பௌத்த சைன விகாரைகளிலும் பள்ளிகளிலும் கோவில்களிலும் சுவர் ஓவியங்கள் எழுதப்பட்டன. கடைச்சங்க காலத்தில் திருப்பரங்குன்றத்தின் மேல் இருந்த முருகக் கடவுளின் ஆலயத்தின் மண்டபச் சுவர்களில் வண்ண ஓவியங்கள் எழுதப்பட்டிருந்ததைப் பரிபாடல் கூறுகிறது. 'சுவரை வைத்தல்லவோ சித்திரம் எழுத வேண்டும்' என்னும் பழமொழி, கட்டடச் சுவர்களில் சித்திரங்கள்

எழுதப்பட்டதைத் தெரிவிக்கிறது. படத்தில் (படம் -துணி) சித்திரம் எழுதும் பழக்கமும் இருந்தது. படம் என்னும் சொல் துணியில் எழுதப்பட்ட ஓவியத்துக்குப் பெயராம். இக்காலத்தில் பலகை, காகிதம், ஆகிய பொருள்களில் எழுதப்பட்ட ஓவியங்களுக்குப் படம் என்று கூறப்படுகிறது. ஓவியக்கலை எளிதில் மறைத்துவிடக் கூடிய இயல்புடையது. களப்பிரர் காலத்துக் கட்டடங்கள் அழிந்து போனபடியால் அக்காலத்துச் சுவர் ஓவியங்களும் மறைந்து போயின. துணியில் எழுதப்பட்ட படங்களும் மறைந்து போயின.

இசைக்கலை

நுண்கலைகளில் ஓவியக்கலைக்கு அடுத்தபடியாகக் கூறப்படுவது இசைக்கலை. இசையில் யாழ், குழல், முழவு முதலான இசைக் கருவிகளும் அடங்கும். இசைக்கலையோடு கூத்துக் (நாடகம்) கலையும் அடங்கும். கூத்துக்கலையைப் பரத நாட்டியம் என்று இக்காலத்தில் வழங்குகிறோம். இசையும் கூத்தும் சங்ககாலத்திலே பெரிதும் வளர்த்திருந்ததைச் சிலப்பதிகாரத்தினால் அறிகிறோம். களப்பிரர் காலத்தில் இந்தக் கலைகள் மேலும் வளர்ந்திருந்தன என்பதை அறிகிறோம். களப்பிரர் காலத்தில் இருந்த காரைக்கால் அம்மையார் பதிகம் என்னும் இசைப்பாடலைப் பாடியுள்ளார். 'தேவாரப் பதிகங்கள் இசைப்பாடல்களே. தேவாரப்பதிகங்களைப் பாடிய அப்பர், சம்பந்தர் காலத்துக்கு முன்னே களப்பிரர் ஆட்சிக் காலத்தில் இருந்த காரைக்கால் அம்மையார் முதல் முதல் பதிகம் (இசைப்பாடல்) பாடினார். அவர் பாடியவை இரண்டு பதிகங்கள். அவை திருவாலங்காட்டுச் சிவபெருமான் மேல் பாடப்பட்டவை. அப்பதிகங்களுக்குத் திருவாலங்காடு மூத்த திருப்பதிகங்கள் என்று பெயர். திருநாவுக்கரசர், திருஞானசம்பந்தர் ஆகிய சைவ சமயக் குரவர்கள் பதிகம் பாடுவதற்கு முன்பு பாடியதால் இப்பதிகங்களுக்கு 'மூத்த திருப்பதிகங்கள்' என்று பெயர் உண்டாயிற்று. முதல் பதிகத்தின் பண் நட்டபாடை. இரண்டாம் பதிகத்தின் பண் இந்தளம். காரைக்கால் அம்மையார் பாடிய முதலாம் மூத்த திருப்பதிகத்தில் 9ஆம் பாடலில் பண்களின் பெயர்களையும் இசைக்கருவிகளின் பெயர்களையும் கூறுகிறார். அப்பாடல் வருமாறு:

துத்தம் கைக்கிளை விளரி தாரம் உழை இளி
ஓசை பண்கெழுமப் பாடிச்
சச்சரி கொக்கரை தக்கையோடு தகுணிச்சற்
துந்துமி தாளம் வீணை
மத்தளங் காடிகை முன்கை மென்தோல் தமருகம்
குடமுழா மொத்தை வாசித்
தத்தனமை வினோ டாடு மெங்கள்
அப்பனிடம் திருவாலங்காடே

களப்பிரர் காலத்தில் இசைக்கலை முன்பிருந்ததைவிட அதிக வளர்ச்சி பெற்றிருக்க வேண்டும். அவற்றின் விவரம் தெரியவில்லை.

கூத்துக்கலையும் களப்பிரர் காலத்தில் வளர்த்திருந்தது. இசையும் கூத்தும் தமிழரின் பழமையான செல்வங்கள். சங்க காலத்தில் இசையும் கூத்தும் வளர்ந்திருந்ததைச் சிலப்பதிகாரம் மணிமேகலை என்னும் இரண்டு காவியங்களினால் அறிகிறோம். களப்பிரர் காலத்தில் கூத்துக்கலையும் இசைக்கலையைப் போலவே வளர்ந்திருக்க வேண்டும் என்பதில் ஐயமில்லை. களப்பிரர் காலத்தில் கூத்துக்கலையைப் பற்றி ஒரு நூல் எழுதப்பட்டிருந்தது. அந்நூலை எழுதியவர் விளக்கத்தார் (விளக்கத்தனார்) என்பவர். அந்நூலின் பெயர் ‘விளக்கத்தனார் கூத்து’ என்பது. அது அச்சுதன் என்னும் களப்பிர அரசன் காலத்தில் எழுதப்பட்டது. அந்நூலின் கடவுள் வாழ்த்துக் கிடைத்திருக்கிறது. (இணைப்பு 1இல் காண்க) அந்நூலின் கடவுள் வாழ்த்தைத் தவிர பிற பகுதிகள் முழுதும் கிடைக்கவில்லை.[1]

காவியக்கலை

ஐந்து நுண்கலைகளில் மிகவும் சிறந்தது காவியக்கலை. கட்டடக்கலையும் சிற்பக்கலையும் ஓவியக்கலையும் கண்ணால் கண்டு இன்புறத்தக்கவை. இசைக்கலை காதால் கேட்டு இன்புறுவது. காவியக்கலை அறிவினால் உணர்ந்து இன்புறத்தக்கது. ஆகவே, காவியக்கலை அழகுக் கலைகளில் சிறந்தது என்பர்.

1. மயிலை சீனிவேங்கடசாமி, மறைந்து போன தமிழ் நூல்கள், 1967, பக்கம் 221 (விளக்கத்தனார் கூத்து காண்க)

காவியத்தில் ஒன்பது வகையான சுவைகளைக் (நவரசங்களை) காணலாம். களப்பிரர் காலத்துக் காவியங்களில் தலைசிறந்தது சீவக சிந்தாமணி. அதற்கு அடுத்ததாக உள்ளது பெருங்கதை எனப்படும் உதயணன்கதை. கவிச்சக்கரவர்த்தியாகிய கம்பன் சிந்தாமணிக் காவியத்திலிருந்து பல கருத்துக்களை முகந்து கொண்டான் என்பர். பெருங்கதையில் அதிகமாகத் திரிசொற்கள் இருப்பதனால் அதனைப் படித்து விளங்கிக் கொள்வது சற்றுக் கடினந்தான். பலாப்பழத்தை அறுப்பது கடினம். பிசுபிசுப்பையும் அதனுள்ளிருக்கும் நார்களையும் அப்புறப்படுத்துவதும் கடினம். பிறகு பலாச்சுளைகளை உண்பது இன்பம். அதுபோலத்தான் பெருங்கதையைப் படித்து இன்புறுவதும். களப்பிரர் காலத்தில் உண்டான இந்தச் சிந்தாமணியும் பெருங்கதையும் சமணர் செய்த காவிய நூல்களாகும்.

இணைப்பு - 1

களப்பிரர் பற்றிய வாழ்த்துப் பாக்கள்

1

அம்போதரங்க ஒத்தாழிசைக் கலிப்பா

(தரவு)

கெடலரு மாமுனிவர் கிளர்ந்துடன் தொழுதேத்தக்
கடல்கெழு கனைசுடரிற் கலந்தொளிரும் வாலுளைஇ
அழலவிர் சுழல் செங்கண் அரிமாவாய் மலைந்தானைத்
தாரோடு முடிபிதிரத் தமனியப் பொடிபொங்க
ஆர்புனல் இழிகுருதி அகலிடம் உடனனைப்பக்
கூருகிரான் மார்பிடந்த கொலைமலி தடக்கையோய்!

(தாழிசை)

முரைசதிர் வியன்மதுரை முழுவதூஉம் தலைபணிப்பப்
புரைதொடித் திரடிண்டோட் போர்மலைந்த மறமல்லர்
அடியோடு முடியிறுப்புண் டயர்ந்தவன் நிலஞ்சேரப்
பொடியெழ வெங்களத்துப் புடைத்துநின் புகழாமோ?

கவியொலிவியனுலகம் கலந்துட னனிநடுங்க
வலியியல் அவிராழி மாறெதிர்ந்த மருட்கோவும்
மாணாதார் உடம்போடு மறம்பிதிர வெதிர்கலங்கச்
சேணுயர் இருவிசும்பிற் செகுத்ததுநின் சினமாமோ?

படுமணி இளநிரைகள் பரந்துடன் இரிந்தோடக்
கடுமுரண் எதிர்மலைந்த காரொலி எழிலேறு
வெரிநொடு மருப்பொசிய வீழ்த்துதிறல் வேறாக
எருமலி பெருந்தொழுவின் இறுத்ததுநின் இல்லாமோ?

(அம்போதரங்கம்)

(பேரெண்)

இலங்கொளி மரகதம் எழில்மிகு வியன்கடல்
வலம்புரித் தடக்கை மாஅல் நின்னிறம்
விரியிணர்க் கோங்கமும் வெந்தெரி பசும்பொனும்
பொருகளி றட்டோய்! புரையும் நின்னுடை

(சிற்றெண்)

கண்கவர் கதிர்மணி கனலும் சென்னியை
தண் சுடர் உறுபகை தவிர்த்த ஆழியை
ஒலியியல் உவணம் ஓங்கிய கொடியினை
வலிமிகு சகடம் மாற்றிய அடியினை

(இடையெண்)

போரவுணர்க் கடந்தோய் நீ
புணர் மருதம் பிளந்தோய் நீ
நீரகிலம் அளந்தோய் நீ
நிழல்திகழும் படையோய் நீ

(அளவெண்)

ஊழி நீ　உலகு நீ　உருவு நீ　அருவு நீ
ஆழி நீ　அருளு நீ　அறமு நீ　மறமு நீ

(தனிச்சொல்)

எனவாங்கு

(சுரிதகம்)

அடுதிறல் ஒருவநிற் பரவுதும் எங்கோன்
தொடுகழற் கொடும்பூட் பகட்டெழில் மார்பிற்
கயலொடு கிடந்த சிலையுடைக் கொடுவரிப்
புயலுறழ் தடக்கைப் போர்வேல் அச்சுதன்
தொன்று முதிர்கட லுலகம் முழுதுடன்
ஒன்றுபுரி திகிரி உருட்டுவோன் எனவே

2

தலையளவு அம்போதரங்க ஒத்தாழிசைக் கலிப்பா

பெருதேவபாணி

(தரவு)

அலைகடற் கதிர்முத்தம் அணிவயிரம் அவையணிந்து
மலையுறைமா சுமந்தேந்தும் மணியணைமேல் மகிழ்வெய்தி
ஓசனைசூழ் திருநகருள் உலகொருமுன் றுடனேத்த
ஈசனையாய் இனிதமர்ந்தங் கிருடிகட்கும் இறையவர்க்கும்
அருளறமே அறமாக அயலார்கண் மயலாக
இருளறநன் கெடுத்தியம்பி இருவினை கடிந்திசினோய்!

(தாழிசை)

துன்னாத வினைப்பகையைத் துணிசெய்யும் துணிவினையாய்
இன்னாத பகைமுனைபோல் எரித்தடக்கும் நினைப்பினால்
இருளில்லா உணர்வென்னும் இலங்கொளியால் எரித்தனையாய்
அருளெல்லாம் அடைந்தெங்கண் அருளுவதுன் அருளாமோ?

மதிபுரைமுக் குடைநீழல் மகிழ்வெய்தி அடைந்தோரைக்
கதிபொருதக் கருவரைமேல் கதிர்பொருத முகம்வைத்துக்
கொன்முனைபோல் வினை நீங்கக் குளிர்நிழற்கண் மகிழ்ந்தனிர் போல்
நின்மினீர் எனவுணர்த்தல் நிருமல நின் பெருமையோ?

மனைதுறந்து வனம்புகுமின் மலமறுக்கல் உறுவீரேல்
வினையறுக்கல் உறுவார்க்கு விழுச்செல்வம் பழுதென் றீங்
கலகில்லாப் பெருஞ்செல்வத் தமராசர் புடைசூழ
உலகெல்லாம் உடன்றுறவா உடைமையுநின் உயர்வாமோ

(அராகம்)

அரசரும் அமரரும் அடிநிழல் அமர்தர
முரசதிர் இமிழிசை முரணிய மொழியினை

(அம்போதரங்கம்)

(பேரெண்)

அணிகிளர் அவிர்மதி அழகெழில் அவிர்சுடர்
மணியொளி மலமறு கனலி நின்னிறம்
மழையது மலியொலி மலிகடல் அலையொலி
முழையுறை அரியது முழக்கம் நின்மொழி

(இடையெண்)

வெலற்கரும் வினைப்பகை வேரொடும் வென்றனை
சொலற்கரு மெய்ப்பொருள் முழுவதும் சொல்லினை
அருவினை வெல்பவர்க் கரும்புணை ஆயினை
ஒருவினை ஆகி உலகுடன் உணர்ந்தனை

(சிற்றெண்)

உலகுடன் உணர்ந்தனை
உயிர்முழு தோம்பினை
நிலவுறழ் நிலத்தனை
நிழலியல் ஆக்கையை
மாதவர் தாதையை
மலர்மிசை மகிழ்ந்தனை
போதிவர் பிண்டியை
புலவருட் புலவனை

(தனிச்சொல்)

எனவாங்கு

(சுரிதகம்)

அருளுடை ஒருவ! நிற் பரவுதும் எங்கோ
இருளறு திகிரியொடு வலம்புரித் தடக்கை
ஒருவனை வேண்ட இருநிலம் கொடுத்த
நந்தி மால்வரைச் சிலம்பு நந்தி
ஒற்றைச் செங்கோல் ஒச்சிக்
கொற்ற வெண்குடை நிழற்றுக எனவே

3

அம்போதரங்க ஒரு போகு

(தாழிசை)

கரைபொருநீர்க் கடல்கலங்கக் கருவரைமத் ததுவாகத்
திரைபொருது புடைபெயரத் திண்டோளாற் கடைந்தனையே
முகில்பொரு துடல்கலங்க முழவுத்தோள் புடைபெயர
அகல்விசும்பின் அமரர்க்கும் ஆரமுதல் படைத்தனையே
வரைபெரிய மத்தாக வாளரவம் கயிறாகத்
திரையிரியக் கடல் கடைந்து திருமகளைப் படைத்தனையே

(அராகம்)

(பேரெண்)

அமரரை அமரிடை அமருல கதுவிட
நுமாது புகழ்மிக மிகவிகல் அடுத்தனை
அலைகடல் உலகமும் அந்தணர்க் கீந்தனை
உலகொடு நிலவிய ஒருபுகழ் சுமந்தனை

(இடையெண்)

ஆதிக்கண் அரசெய்தினை
நீதிக்கண் மதிநிரம்பினை
விளங்கெரி முதல்வேட்டனை
துளங்கெரியவர் புகழ்துளக்கினை

(அளவெண்)

அலகு நீ உலகு நீ அருளு நீ பொருளு நீ
நிலவு நீ வெயிலு நீ நிழலு நீ நீரு நீ

(தனிச் சொல்)

எனவாங்கு

(சுரிதகம்)

பவழம் எறிதிரைப் பரதைக் கோவே!
புகழ்துறை நிறைந்த பொருவேல் நந்தி!
உலகுடன் அளந்தனை நீயே,
உலகொடு நிலவுமதி உதயவரை ஒத்தே

4

வண்ணக ஒரு போகு

(அராகம்)

அகலிடமும் அமருலகும் அமர்பொருதும் அறந்தோற்றுப்
புகலிடநின் குடை நிழலாப் புகுமரணம் பிறிதின்றி
மறந்தோற்று நிறங்கருகி மாற்புகழும் நிறைதளரப்
புறந்தோற்றுக் கழலார்ப்பப் பொருதகளம் வெறிதாக
மண்ணுலகும் மறிகடலும் மாமலையும் நிலைகலங்க
விண்ணுலகம் வியப்பெய்த வெஞ்சமத்துள் அலைத்தனையே
அதனால்,
கனைகடல் உடைதிரை கரைபொரக் கடைந்தனை
முனைவரும் அமரரும் முறைமுறை வந்துநின்
இணைமலர் பலர்புகழ் பயில்வருதார் பண்பினை
மருளுறு துதைகதிர் மணியது
மணிநிற மருளும் நின்குடை
குடையது குளிர்நிழல் அடைகுன
உயிர்களை அளிக்கும் நின்கோல்
கோலது செம்மையிற் குரைகடல் வளாகம்
மாலையும் காலையும் மகிழ்தூங் கின்று.

(பேரெண்)

ஆருயிர்க் கெல்லாம் அமிழ்தின் றமையா
நீரினும் இனிதுநின் அருள்
அருளும் அலைகடலும் ஆயிரண்டும் ஒக்கும்
இருள்கொடிமேற் கொண்டாய் நினக்கு

(சிற்றெண்)

நீரகலம் காத்தோய் நீ
நிலவுலகம் ஈந்தோய் நீ
போரமர் கடந்தோய் நீ
புனையெரிமுன் வேட்டோய் நீ,
ஒற்றைவெண் குடையோய் நீ
கொற்றச்செங் கோலாய் நீ
பாகையந் துறைவனீ
பரியவர் இறைவனீ.

(தனிச்சொல்)

எனவாங்கு

(சுரிதகம்)

பொருகடல் வளாகம் ஒருகுடை நிழற்றி
இருபிறப் பாளர்க் கிருநிதி ஈந்து
மனமகிழ்ந்து
அருள்புரி பெரும்புகழ் அச்சுதர் கோவே!
இளையை ஆதலின் பனிமதி தவழும்
நந்தி மாமலைச் சிலம்ப
நந்திநிற் பரவுதல் நாவலர்க் கரிதே!

5

அம்போதரங்க ஒத்தாழிசைக் கலிப்பா

(தரவு)

நலங்கிளர் திருமணியும் நன்பொன்னும் குயின்றழகார்
இலங்கெயிற் றழலரிமான் எருத்தஞ்சேர் அணையின்மேல்
இருபுடையும் இயக்கரசர் இணைக்கவரி எடுத்தெறிய
விரிதாமம் துயரூஉம் வெண்குடைமுன் றுடனிழற்ற
வண்டாற்ற நாற்காதம் வகைமாண உயர்ந்தோங்கும்
தண்டளிர்ப்பூம் பிண்டிக்கீழ்த் தகைபெறவீற் றிருந்தனையே

(தாழிசை)

ஒல்லாத பிறப்புணர்த்தும் ஒளிவட்டம் புடைசூழ
எல்லார்க்கும் எதிர்முகமாய் இன்பஞ்சேர் திருமுகமோ
ஏர்மலர மணிப்பொய்கை எழிலாம்பற் பொதியவிழ
ஊர்கோளோ டடன்முளைத்த ஒளிர்வட்டம் உடைத்தன்றே?

கனல்வயிரம் குறடாகக் கனற்பைம்பொன் சூட்டாக
இனமணி ஆரமா இயன்றிருள் இரிந்தோட
அந்தரத் துருளுநின் அலர்கதிர் அறவாழி
இந்திரர்கள் இனிதேத்த இருவிசும்பிற் றிகழ்ந்தன்றே?

வாடாத மணமாலை வானவர்கள் உள்ளிட்டார்
நீடாது தொழுதேத்த நிற்சேர்ந்த பெருங்கண்ணு

முகிழ்பருதி முகநோக்கி முறுவலித் துண்ணெகிழ்ந்து
திகழ்தகைய கோட்டைசூழ் திருநதிகள் திளைத்தன்றே ?

(அம்போதரங்கம்)

(பேரெண்)

மல்லல் வையம் அடிதொழு தேத்த
அல்லல் நீக்கற் கறப்புனை ஆயினை
ஒருதுணி வழிய உயிர்க்காண் ஆகி
இரு துணி ஒருபொருட் கியல்வகை கூறினை

(இடையெண்)

ஏடலர் தாமரை ஏந்தும் நின்னடி
வீடொடு கட்டினை விளக்கும் நின்மொழி
விருப்புறு தமனிய விளக்கு நின்னிறம்
ஒருக்குல கூடுற உஞற்றும் நின்புகழ்

(சிற்றெண்)

இந்திரர்க்கும் இந்திரன் நீ இணையில்லா இருக்கையை நீ
மந்திர மொழியினைநீ மாதவர்க்கு முதல்வனும் நீ
அருமை சால் அறத்தினை நீஆருயிரும் அளித்தனை நீ
பெருமைசால் குணத்தினை நீ பிறர்க்கறியாத் திறத்தினை நீ

(தனிச்சொல்)

எனவாங்கு

(சுரிதகம்)

அருள்தெறி ஒருவ! நிற் பரவுதுல் எங்கோத்
திருமிகு சிறப்பிற் பெருவரை அகலத்
தென்மிகு தானைப் பண்ணமை நெடுந்தேர்
அண்ணல் யானைச் செங்கோல் விண்ணவன்
செபிமனை செறுக்கறத் தொலைச்சி
ஒருதனி வெண்குடை ஓங்குக எனவே[1]

1. இந்தப் பழைய செய்யுட்கள் யாப்பருங்கலம் பழைய விருத்தியுரையில் மேற்கோள் காட்டப்பட்டுள்ளன.

இணைப்பு - 2

வச்சிரநந்தியின் திரமிள சங்கம்

மூன்று வகையான சங்கங்கள்

களப்பிரர் ஆட்சிக்காலத்தில் கி.பி. 5ஆம் நூற்றாண்டில் (கி.பி.470ஆம் ஆண்டில்) மதுரை நகரத்தில் திரமிள (திராவிட தமிழ) சங்கத்தை வச்சிரநந்தி அமைத்தார் என்று அறிந்தோம். வச்சிரநந்தி ஏற்படுத்திய சங்கம் சைன மதத்தை வளப்பதற்கான சங்கமாகும். (சங்கம்-கூட்டம்) பௌத்த பிக்குகளின் கூட்டத்துக்குப் பௌத்த சங்கம் என்பது பெயர். பௌத்த பிக்குகளின் சங்கத் தலைவர் சங்கபாலர் என்று பெயர் கூறப்பெற்றார். பௌத்தர்களுடைய மும்மணிகளில் பௌத்த பிக்குகளின் சங்கமும் ஒன்று. 'சங்கம் சரணம் கச்சாமி' என்பது காண்க. இதன் பொருள் பௌத்த சங்கத்தைச் சரணம் அடைகிறேன் என்பது. சைனத் துறவிகளின் கூட்டத்துக்கும் சங்கம் என்பது பெயர். சங்கத்தைச் (கூட்டத்தை) சைனர் 'கணம்' என்றும் கூறுவர். கணம் என்றாலும் சங்கம் என்றாலும் ஒன்றே. களப்பிரர் ஆட்சிக்கு முன்னே பாண்டியர் தமிழ் மொழியை ஆராய்வதற்குப் புலவர்களின் கூட்டத்தை ஏற்படுத்தினார்கள். அந்தக் கூட்டத்துக்குத் தமிழ்ச் சங்கம் என்பது பிற்காலத்துப் பெயர். அதன் பழைய பெயர் தமிழ்க்கழகம் என்பது. பிற்காலத்துப் பாண்டியர் அமைத்திருந்த சங்கம் மதச்சார்பான சங்கம் அன்று, அது தமிழ் மொழியை ஆராய்வதற்கு ஏற்பட்ட சங்கம். அந்தச் சங்கத்தில் இயல், இசை, நாடகம் என்னும் முத்தமிழ் ஆராயப்பட்டது. சங்கப் புலவர்கள் முக்கியமாக அகத்தையும் (காதலையும்) புறத்தையும் (போர் அல்லது வீரத்தையும்) ஆராய்ந்து செய்யுட்களை இயற்றினார்கள்.

சைன சங்கம்

சைன சமயத்திலே பழங்காலத்தில் சைனத் துறவிகளின் கூட்டம் பெரிதாக இருத்தது. சைனத் துறவிகளின் சங்கத்தை அக்காலத்தில் நான்கு பிரிவாகப் பிரித்திருந்தார்கள்.

அந்தப் பிரிவுகளுக்கு நந்திகணம், சேனகணம், சிம்மகணம், தேவகணம் என்று பெயர். ஒவ்வொரு கணத்திலும் கச்சை என்றும் அன்வயம் என்றும் உட்பிரிவுகள் இருந்தன. இந்த நான்கு கணங்களிலே நந்திகணம் பேர் போனது. வச்சிரநந்தி ஆசாரியர் நந்திகணத்தை இரண்டாகப் பிரித்தார். புதிய பிரிவுக்குத் திராவிடகணம் (தமிழ சங்கம்) என்று பெயர் இட்டு அதனை மதுரையில் அமைத்து நிறுவினார். இது கி.பி. 470இல் களப்பிரர் ஆட்சிக் காலத்தில் நடந்தது. இதுதான் வச்சிரநந்தி அமைத்த திரமிள சங்கம். இந்தத் திரமிள சங்கத்தில் சைன சமயத் துறவிகள் மட்டுமே இருந்தார்கள். இவர்களுடைய வேலை, முன்னமே சொல்லியது போல சைன சமயத்தைப் பரப்பியதாகும்.

வச்சிரநந்தியின் தமிழ்ச் சங்கம் கி.பி. 470இல் நிறுவப்பட்டது என்று வரலாற்று ஆசிரியர் எல்லோரும் ஒப்புக்கொண்டுள்ளனர். ஆனால் ‘பழங்கால இந்திய வரலாற்றுக்குச் சைன மூலங்கள்’ என்னும் நூலை எழுதிய ஜியோதி பிரசாத் ஜெயின், வச்சிரநந்தி திராவிட சங்கத்தை அமைத்தது கி.பி.604ஆம் ஆண்டு என்று கூறுகிறார்.[1] இவர் கூறுவது தவறு. விக்கிரம ஆண்டு 526 என்பதை சாலிவாகன ஆண்டு 526 என்று கணக்கிடுவதால் இவர் தவறுபடுகிறார். விக்கிரம ஆண்டு 526 என்பது கி.பி.470 அல்லது 469 ஆகும். சாலிவாகன சகம் 526 என்று கணக்கிட்டால் அது கி.பி. 604 ஆகிறது. வச்சிரநந்தி விக்கிரம ஆண்டு 526இல் (கி.பி. 470] மதுரையில் தமிழச் சங்கத்தை நிறுவினார் என்பதே சரியாகும். களப்பிரர் ஆட்சி ஏறத்தாழ கி.பி.575இல் முடிந்து விட்டது. களப்பிரர் ஆட்சிக்குப் பிறகு கி.பி. 604இல் வச்சிரநந்தி மதுரையில் தமிழச் சங்கம் நிறுவியிருக்க முடியாது. எனவே வச்சிர நந்தி கி.பி.470இல் திராவிட சங்கத்தை நிறுவினார் என்பதே சரி எனத் தோன்றுகிறது.

முற்காலத்தில் பாண்டியர் மதுரையில் மொழிவளர்ச்சிக்காக அமைத்த சங்கம் வேறு, பிற்காலத்தில் சைன சமய வளர்ச்சிக்காக வச்சிரநந்தி ஆசாரியர் ஏற்படுத்திய சங்கம் வேறு. வெவ்வேறான இரண்டு சங்கங்களையும்

1. Jyoti Prasad Jain, The Jainia Sources of the History of Ancient India (100 B.C. 900A.D.), 1964. pp. 160, 167.

ஒன்று எனக் கருதுவது தவறு. திரு.பி. தி. சீனிவாச அய்யங்கார் 'தமிழர் வரலாறு' என்னும் நூலில் இது பற்றித் தெளிவாகவும் சரியாகவும் எழுதியுள்ளார். "இது (வச்சிர நந்தியின் திரமிள சங்கம்) நாம் அறிந்துள்ள தமிழ்ச்சங்கம் (பாண்டியரின் தமிழ்ச்சங்கம்) அன்று, சாதாரண மக்களுக்கு சைன மதத்தைப் போதிப்பதற்காகத் தமிழ்நாட்டில் சைன சமயத்தாரால் அமைக்கப்பட்ட ஒரு நிறுவனம் என்பதை அறிந்துகொள்ள வேண்டும்" என்று அவர் எழுதியுள்ளார்.[2]

திரு.எம்.எஸ். இராமசாமி அய்யங்கார் இது சம்பந்தமாக வரலாற்றுக்கு மாறுபட்ட கருத்தைக் கூறுகிறார். களப்பிரர் ஆட்சிக்கு முன்பே, பாண்டியர் ஆட்சிக் காலத்திலேயே வச்சிரநந்தி மதுரையில் திராவிட சங்கத்தை அமைத்தார் என்று இவர் கூறுகிறார். இவர் கூறுவது வருமாறு:

"திகம்பர தர்சனம் என்னும் சைன சமய நூல் ஒரு பெரிய செய்தியைக் கூறுகிறது. விக்கிரம ஆண்டு 526இல் (கி. பி.470) பூச்சிய பாதரின் மாணாக்கரான வச்சிரநந்தி என்பவர் தென் மதுரையிலே ஒரு திராவிட சங்கத்தை நிறுவினார் என்று அந்த நூல் கூறுகிறது. சைன சமயத்தைப் பரப்புவதற்காகத் தெற்கே வந்த திகம்பர சைனரின் கூட்டந்தான் அந்தச் சங்கம் என்று அந்த நூலிலிருந்து அறிகிறோம். பாண்டிய நாட்டை அரசாண்ட அரசர்களின் ஆதரவு இல்லாமற் போனால், சைன சமயத்தார் கொடுந்தண்டனை கொடுக்கப்பட்ட அந்த நாட்களிலே, ஒரு சங்கத்தை நிறுவியிருக்க மாட்டார்கள். இந்தச் சங்கம் அமைக்கப்பட்டதில் (பாண்டிய) அரசருடைய ஆதரவு சைனருக்கு இருந்தது என்பதை யறிகிறோம். இந்த ஆதரவு பிராமணியத்தின் தலைவர்களுக்குப் பொறாமையை உண்டாக்கியிருக்க வேண்டும். அதனால் சமயச் சண்டை உண்டாகித்தான் இருக்க வேண்டும். ஆனால், தற்காலிகமாகச் சமயப் பூசல் தள்ளிவைக்கப்பட்டது. இந்த வச்சிர நந்தியின் சங்கம் கி.பி. 5ஆம் நூற்றாண்டில் அமைக்கப்பட்டது என்பதை யறித்தோம். கி.பி. 6ஆம் நூற்றாண்டு தொடங்கியபோது, தமிழகத்தின் அரசியலில்

---

2. P.T.Srinivasa Iyangar, History of the Tamils, 1929. p.247.

விரைவான மாறுதல்கள் ஏற்பட்டன. களப்பிரரின் படையெடுப்பும் அவர்கள் பாண்டி நாட்டைக் கைப்பற்றியதும் இந்தக் காலத்தில்தான் நேரிட்டன."[3]

பாண்டியருடைய ஆட்சிக்காலத்திலே வச்சிரநந்தி திராவிட சங்கத்தை அமைத்தார் என்றும் அதைப் பாண்டியரின் ஆதரவு பெற்று அமைத்தார் என்றும் வச்சிரநந்தி இந்தச் சங்கத்தை அமைத்த பிறகுதான் களப்பிரர் தமிழகத்தில் வந்து தங்களுடைய ஆட்சியை நிலைநிறுத்தினார்கள் என்றும் ஐயங்கார் கூறுகிறார். இவர் கூற்று வரலாற்றுக்கு முற்றிலும் மாறுபடுகிறது. கி.பி. 470இல் வச்சிரநந்தி திராவிட சங்கத்தை ஏற்படுத்தினார். அந்தக் காலத்தில் பாண்டி நாட்டில் பாண்டியர் ஆட்சி இல்லை, களப்பிரர் ஆட்சிதான் இருந்தது. பாண்டிய சேர சோழர்களின் ஆட்சி கடைச்சங்க காலத்தின் இறுதியிலே, ஏறத்தாழ கி.பி. 250இல் முடிவடைந்து விட்டது. ஆகவே, பாண்டியர் ஆட்சிக்காலத்திலேயே வச்சிர நந்தி திராவிட சைன சங்கத்தை அமைத்தார் என்று இவர் கூறுவது தவறு.

இனி, திரு.எஸ்.வையாபுரிப் பிள்ளையவர்கள் வச்சிரநந்தியின் திராவிட சங்கத்தைப் பற்றிக் கூறுவதைப் பார்ப்போம். இவர் கூறுகிற சில கருத்துக்களை ஒவ்வொன்றாகப் பார்ப்போம். தொல்காப்பியம் வச்சிர நந்தியின் திராவிட சங்கத்தில் எழுதி வெளியிடப்பட்ட நூல் என்று வையாபுரியார் எழுதுகிறார். இதற்குச் சான்று, தொல்காப்பியத்தில் ஓரை என்னுஞ்சொல் காணப்படுகிறதாம்! இவர் இதுபற்றி எழுதுவது வருமாறு:

"வச்சிர நந்தியின் பேர்போன சங்கம் கி.பி.470இல் நிறுவப்பட்டது. தொல்காப்பியம் அந்தச் சங்கத்திலிருந்து வெளிவந்த முதல் இலக்கியமாக இருக்கக்கூடும். இதன் ஆசிரியர் ஓரை என்னும் சொல்லை (பொருள்135) ஆள்கிறார். ஓரை (சம்ஸ்கிருத ஹோரா) என்னும் சொல்லைக் கிரேக்க மொழியிலிருந்து கி.பி. 3-வது அல்லது 4-வது நூற்றாண்டில் சம்ஸ்கிருத வான நூற்புலவர்கள்

3. M.S. Ramaswami Ayyangar, Studies in South indian Jainism, 1922, pp. 52-53.

கடனாகக் கொண்டார்கள். சம்ஸ்கிருத மொழிக்காரர் கிரேக்க மொழியிலிருந்து எடுத்துக் கொண்ட ஹோராராவைத் தொல்காப்பியம் கூறுகிறபடியால் இந்நூல் கி.பி.4இம் நூற்றாண்டில் எழுதப்பட்டிருக்க வேண்டும்."[4]

வையாபுரியார் கூறுகிற இந்தக் கருத்து இவருடைய சொந்தக் கருத்து அன்று. திரு.கே.என். சிவராசபிள்ளை இந்தத் தவறான கருத்தை முன்னமே வெளியிட்டுள்ளார். அவரிடமிருந்து எடுத்துக் கொண்ட இந்தத் தவறான கருத்தை வையாபுரியார், தான் எங்கிருந்து இக்கருத்தைப் பெற்றுக் கொண்டார் என்பதைக் கூறாமல் தன்னுடைய சொந்தக் கருத்தாகக் கூறுகிறார். சிவராச பிள்ளை கூறுயுள்ளது இது! ஹோரா என்னும் கிரேக்க மொழிச் சொல் கி.பி.5ஆம் நூற்றாண்டில் சம்ஸ்கிருத மொழியில் சென்று பிறகு அந்தச் சொல் தொல்காப்பியத்தில் ஓரை என்று வழங்கப்பட்டது. ஆகவே அந்தச் சொல்லை வழங்குகிற தொல்காப்பியர் கி.பி.5ஆம் நூற்றாண்டுக்குப் பிற்பட்ட காலத்தவர் என்று அவர் 1932ஆம் ஆண்டில் எழுதிவைத்தார்.[5] சிவராசபிள்ளை கூறிய இந்தக் கருத்தை வையாபுரிப்பிள்ளை எடுத்துக்கொண்டு, ஓரையைக் கையாளும் தொல்காப்பியர் வச்சிரநந்தியின் திராவிடச் சங்கத்தில் இருந்தவர் என்று எழுதிவிட்டார்.

ஓரையும் ஹோராராவும் ஒன்றா? ஒலி வடிவில் ஒன்றுபோலத் தோன்றுகிற இரண்டு சொற்களும் ஒன்றுதானா? கி.மு. ஐந்தாம் நூற்றாண்டுக்கு முன்பு இருந்த தொல்காப்பியர், கி.பி.5ஆம் நூற்றாண்டில் சமஸ்கிருதத்தில் வழங்கிய ஹோராராவை எப்படி எடுத்திருக்க முடியும்? ஹோராராதான் ஓரை ஆயிற்றா? ஓரை என்பது வேறு; ஹோரா என்பது வேறு அல்லவா? 'குதிரைக்குக் குர்ரம் என்றால் ஆனைக்கு அர்ரம்' என்று கூறினானாமே ஒரு மேதை, அது போன்றல்லவா இருக்கிறது இது!

ஓரை என்னும் தமிழ்சொல் வேறு, ஹோரா என்னும் கிரேக்க சம்ஸ்கிருதச் சொல் வேறு. ஒலி வடிவில் இரண்டும்

4. S..Vaiyapuri Pillai, History of Tamil Language and Literature 1956, p.14.

5. K.N. Sivaraja Pillai, The Chronology of the Early Tamils, 1932, pp. 263-264.

ஓரே சொல்லைப் போல் காணப்பட்டாலும் இரண்டுக்கும் பொருள் வெவ்வேறு. ஹோரா என்னும் கிரேக்கச் சொல்லுக்கு இராசி அல்லது முகுத்தம் என்று வானநூலில் பொருள் கூறப்படுகிறது. ஓரை என்னும் தமிழ்ச் சொல்லுக்கு மகளிர் கூட்டம் (ஆயம்) என்பது பொருள், பழைய சொற்கள் சிலவற்றின் பொருள் மறைந்து போய்விட்டது போல ஓரையின் பொருளும் பிற்காலத்தில் மறைந்து போயிற்று. மிகப் பிற்காலத்தவரான உரையாசிரியர்கள் இச்சொல்லின் பழைய பொருளை (கருத்தை) அறியாமல், இதை ஹோராவின் திரிபு என்று கருதித் தவறான உரையை எழுதிவிட்டனர்.

மறைந்த ஒழுக்கத்து ஓரையும் நாளும்
துறந்த ஒழுக்கம் கிழவோற்க் கில்லை

(தொல், பொருள் 135)

என்னும் தொல்காப்பியச் சூத்திரத்தில் வருகிற ஓரை என்பதற்குப் பிற்காலத்தவரான உரையாசிரியர்கள் எழுதிய பிழையான உரைகளைக் காண்க. உரையாசிரியர்கள் காட்டிய தவறான வழியில் சென்ற சிவராசரும் வையாபுரியாரும் இவ்வாறு தவறான கருத்துக் கொண்டதில் வியப்பொன்றும் இல்லை. இதற்குப் பேராசிரியர் சோமசுந்தர பாரதியார் அவர்கள் எழுதியுள்ள நேரான உரை காண்க.[6] ஓரை என்னும் சொல்லுக்குப் பேராசிரியர் பாரதியார் அவர்கள் கூறும் விளக்கம் வருமாறு:

"ஓரை விளையாட்டென்பது, சங்க இலக்கியம் முழுவதும் அச்சொல்லுக்கு அப்பொருளாட்சியுண்மையால் விளங்கும். ஓரைக்கு இராசி அல்லது முகூர்த்தம் எனும் பொருளுண்மைக்குத் தொல்காப்பியத்திலேனும் சங்க இலக்கியம் எதிலேனும் சான்று காணுதலரிது. மிகவகன்ற பிற்காலப் புலவர் சிலர் முகூர்த்தம் (அதாவது ஒரு நாளினுள் நன்மை தீமைகளுக் குரியதாகப் பிரித்துக் கொள்ளப்படும் உட்பிரிவு) என்ற பொருளில் இசொல்லைப்

6. சோமசுந்தர பாரதியார், தொல்காப்பிய ஆராய்ச்சி, அண்ணாமலைப் பல்கலைக்கழகம் இதழ் ஆறாம் தொகுதி, பக். 142–143. இதே கருத்தை அவர் ஆங்கிலத்தில் எழுதியுள்ள கட்டுரையிலும் காணலாம். Journal of the Annamalai University VI, p.138

பிரயோகிக்கலானார். அக்கொள்கைக்கே சான்றில்லாத சங்க இலக்கியத்தில், 'ஓரை' என்னுந் தனித் தமிழ்ச் சொல்லுக்கு, அக்காலத்திலக்கியங்களால் அதற்குரிய பொருளாகக் காணப்பெறும் விளையாட்டையே அச்சொல் குறிப்பதாகக் கொள்ளுவதே முறையாகும். அதை விட்டுப் பிற்கால ஆசிரியர் கொள்கையான இராசி அல்லது முகூர்த்தம் எனும் பொருளை இத்தமிழ்ச் சொல்லுக்கு ஏற்றுவதே தவறாகும். அதற்கு மேல் அச்சொல்லைக் கொண்டு தொல்காப்பியம் அடையப் பிற்காலத்து நூலென்று வாதிப்பது அறிவுக்கும் ஆராய்ச்சி யறத்திற்கும் பொருந்தாது."

ஓரை என்னும் தமிழ்ச் சொல்லுக்குப் பேராசிரியர் சோமசுந்தர பாரதியாரவர்கள் விளையாட்டு என்று பொருள் கூறியுள்ளார். இது அச்சொல்லுக்கு மிக அண்மையான பொருளே. இதற்குச் சரியான பொருள் சிறுவர் சிறுமியர் வாழும் இடம் என்று தோன்றுகிறது. பழங்காலத்துத் திராவிட இனத்தார் தாங்கள் வாழ்ந்த கிராமத்திலுள்ள சிறுவர் கூட்டத்தையும் சிறுமியர் கூட்டத்தையும் வெவ்வேறாகப் பிரித்து அவர்களைத் தனித்தனியே வெவ்வேறு இடங்களில் வைத்து வளர்த்தார்கள். வட இந்தியாவில் வாழ்ந்த திராவிடர்களும் இவ்வாறு சிறுவர் சிறுமியரை வெவ்வேறு இடங்களில் பிரித்து வைத்து வளர்த்தார்கள். சிறுவர் சிறுமியரை வெவ்வேறாகப் பிரித்து வைத்துள்ள இடத்துக்கு ஓரை என்று பெயர் கூறினார்கள் என்று தெரிகிறது.

வடஇந்தியாவிலும் ஆதிகாலத்தில் திராவிட இனமக்கள் வெவ்வேறு இடங்களில் வாழ்ந்தார்கள். அந்தத் திராவிடர் இக்காலத்தில் ஆரியரோடு கலந்து மொழி, கலை, பண்பாடுகளில் மாறிப் போனார்கள். அவர்களில் சில இனத்தார் இன்றும் உள்ளனர். அவர்கள் தங்கள் பழைய இடங்களிலிருந்து துரத்தப்பட்டு வேறு இடங்களில் போய் வாழ்கிறார்கள். அவர்களில் முண்டா என்னும் திராவிட இனத்தார் சோட்டா நாகப்பூரில் இருக்கிறார்கள். அவர்களுடைய திராவிட மொழியில் இக்காலத்தில் மைதிலி, வங்காளி, இந்தி முதலான மொழிகளின் சொற்களும் கலந்து விட்டன. ஆனாலும், பழைய திராவிட

இனத்தவரின் முண்டாரி மொழியில் ஓரை என்னும் சொல் இன்றும் வழங்குகிறது. இது ஹோரா என்னும் சொல்லின் திரிபு அன்று, பழைய திராவிடச் சொல்லாகும். முண்டா இனத்து மணமாகாத இளைஞர்களும் மணமாகாத இளம் பெண்களும் தங்கள் வீடுகளில் படுத்து உறங்குவதில்லை. அவர்களுக்கென்று தனித்தனியே பெரிய கொட்டகை அமைக்கப்பட்டு அந்தக் கொட்டகையில் போய்ப் படுத்து உறங்குகிறார்கள், இந்தக் கொட்டகைகளுக்கு கிதிஓரா என்று அவர்கள் பெயர் கூறுகிறார்கள். ஆண் மக்களுக்குத் தனியாகக் கிதி ஓராவும் பெண் மகளிர்க்குத் தனியாகக் இதிஓராவும் இருக்கின்றன. முண்டாரி மொழியின்கிதிஓராவுடன் தமிழ் மொழியின் ஓரையை ஒப்பிட்டு நோக்குக. கிதிஓரா என்பதில் கிதி என்பதன் பொருள் தெரியவில்லை. ஓரா என்பது ஓரை என்பதில் சற்றும் ஐயமில்லை, எனவே ஓரை என்பது திராவிட இனமொழிச் சொல் என்பது தெளிவாகத் தெரிகிறது. தொல்காப்பியர் இந்த ஓரையைத்தான் கூறியுள்ளார். இந்த ஓரை கிரேக்க சம்ஸ்கிருத ஓரை அன்று.

மிகப் பழங்காலத்திலேயே திராவிட இனமக்கள் வாழ்ந்த ஊர்களில் சிறுவர்களுக்குத் தனியாகவும் சிறுமிகளுக்குத் தனியாகவும் ஓரா (ஓரை) என்னும் பெரிய கொட்டகைகளை அமைத்திருந்தனர் என்பது தெரிகிறது. இக்காலத்தில் பழங்குடி மக்களைப் பற்றி ஆராய்ச்சி செய்கிறவர்கள் இது பற்றியும் ஆராய்ந்தால் உண்மை கிடைக்கும். தொல்காப்பியர் காலத்திலும் தமிழ்த் திராவிடர்கள் தங்கள் இளைஞர்களுக்கும் மகளிர்க்கும் தனித் தனி ஓரைகளைக் கட்டிவைத்திருந்தனர் என்பதைத் தொல்காப்பியர் கூறுகிற ஓரை என்னுஞ் சொல்லிலிருந்து ஊகிக்கலாம். சங்கச் செய்யுட்களில் ஓரை (ஓரா) என்னுஞ்சொல் காணப்படுகிறது. சங்கப் புலவரான உலோச்சனாரும் ஓரை என்னுஞ் சொல்லை ஆள்கிறார். "ஓரை மகளிரும் ஊரெய் தினரே" (நற்றிணை.398:5) என்று அவர் கூறுவது காண்க. ஆகவே, சிவராசபிள்ளையும் வையாபுரிப்பிள்ளையும் மற்றவர்களும் தவறாகக் கருதுகிறபடி ஓரை என்னுஞ்சொல் கிரேக்க-சம்ஸ்கிருதச் சொல் அன்று. அது தூய திராவிட மொழிச் சொல் என்பதை அறிகிறோம். ஓரை என்னும் திராவிடச்

சொல்லின் பழமையை அறியாத சிவராசர்களும் வையாபுரியார்களும் ஓரையைக் கூறுகிற தொல்காப்பியரை மிகமிகப் பிற்காலத்து வச்சிரநந்தி சங்கத்தில் இருந்தவர் என்று கூறுவது வரலாறு அறியாத போலிவாதம் ஆகும். திராவிட இனத்து மக்கள் பழங்காலத்தில் வழங்கிவந்த ஓரா-ஓரையைக் கூறுகிற தொல்காப்பியர் மிகமிகப் பழங்காலத்தில் இருந்தவர் என்பது இதிலிருந்து நன்றாகத் தெரிகிறது.

வையாபுரியார், தொல்காப்பியரைப் பிற்காலத்து வச்சிரநந்தி சங்கத்தில் இருந்தவர் என்று அறியாமல் கூறியது போலவே வேறு சில சங்கப் புலவர்களையும் பிற்காலத்து வச்சிரநந்தி சங்கத்தில் இருந்தவர்கள் என்று போலிக் காரணங் காட்டிக் கூறுகிறார். ஆழ்ந்து பாராமல் மேற்போக்காகக் கூறுகிற இவருடைய கருத்து இதிலும் போலிவாதமாகக் காணப்படுகிறது. கடைச் சங்க காலத்துப் புலவர்களான உலோச்சனார், மாதீர்த்தனார் முதலானவர்களைப் பிற்காலத்து வச்சிரநந்தியின் திராவிடச் சங்கத்தோடு இவர் இணைக்கிறார். "தமிழ் மொழி தமிழ் இலக்கிய வரலாற்றிலே முதல் தரமான முக்கிய நிகழ்ச்சியொன்று கி.பி.470இல் நிகழ்ந்தது. அதுதான் மதுரையிலே வச்சிரநந்தியின் மேற்பார்வையில் நிறுவப்பட்ட தமிழ்ச்சங்கம், பழைய புலவர்களிலே உலோச்சனார், மாதீர்த்தனார் முதலான ஜைனப் புலவர்களைப் பார்க்கிறோம். புறநானூறு 175ஆம் பாடலிலும் அகநானூறு 59ஆம் பாடலிலும் மறுபிறப்பும் புராணக்கதையும் கூறப்படுகின்றன. அகம் 193இல் மதக் கொள்கையைப் பற்றின குறிப்பைக் காண்கிறோம். ஆனால், தமிழ் மொழி தமிழ் இலக்கியங்களை ஆராயும் பழைய ஜைன நிறுவனத்தைப் பற்றி தெற்கு முன்பு கேள்விப்படவில்லை."[7] (வச்சிரநந்தியின் ஜைன நிறுவனத்தைத்தான் முதல் முதலாகக் கேள்விப்படுகிறோம்). இவருடைய இந்தக் கூற்றையும் அலசி ஆராய்வோம்.

உலோச்சனாரும் மாதீர்த்தனாரும் சைன சமயப் புலவராகையால் அவர்கள் வச்சிரநந்தியின் சைன சங்கத்தில் இருந்திருக்க வேண்டும் என்பது இவர் கூறும் காரணமாகும். உலோச்சனாரும் மாதீர்த்தனாரும் சைனரா

---

7. S Vaiyapuri Pillai, History of Tamil Language and Literature pp. 58-59.

அல்லரா என்னும் ஆராய்ச்சியில் நுழையவேண்டியதில்லை. அவர்கள்சைன சமயத்தவர் என்றே வைத்துக்கொள்வோம். அவர்கள் சைனர் என்ற காரணத்தினாலே அவர்கள் வச்சிரநந்தியின் சைனத் திராவிட சங்கத்தில்தான் இருந்தார்கள் என்று கூறுவது உண்மை இல்லாத போலிக் காரணமாகும். பாண்டியரின் தமிழ்ச் சங்கத்தில் சைன பௌத்த மதத்தவர் உட்பட எல்லாச் சமயத்துப் புலவர்களும் தமிழ் ஆராய்ந்தார்கள். வச்சிர நந்தியின் தமிழ்ச்சங்க காலத்திலேதான் சைனமதம் தமிழ்நாட்டுக்கு வரவில்லை. கி.மு.மூன்றாம் நூற்றாண்டிலேயே சந்திரகுப்த மௌரியன், அசோகச் சக்கரவர்த்தி காலத்திலேயே சைன மதமும் பௌத்த சமயமும் தமிழகத்துக்கு வந்துவிட்டதை வரலாறு கூறுகிறது. ஆகவே, பாண்டியரின் கடைச் சங்கத்திலே சைனப் புலவரும் இருந்தனர் என்பதில் ஐயமில்லை. இந்த வரலாற்று உண்மையை அறியாமல் வையாபுரியார் வச்சிரநந்தியின் தமிழ்ச் சங்கத்தில்தான் உலோச்சனார், மாதீர்தனார் போன்ற சைனசமயப் புலவர்கள் இருத்திருக்க வேண்டும் என்று கூறுவது ஆதாரமற்ற போலிக் கூற்றாகும்.

வச்சிரநந்தியின் தமிழ சைனச் சங்கம் சைன சமயத்தாருக்கே உரியது. அதில் சைனத் துறவிகள் மட்டுமே இருந்தார்கள். வேறு சமயத்தவர்க்கு அதில் இடம் இல்லை. வச்சிரநந்தியின் சங்கத்துச் சைனத் துறவிகள் சிற்றின்பத்தில் (அகப்பொருளில்) ஈடுபடக் கூடாது. கள், இறைச்சி உண்ணக்கூடாது. கொலை செய்வது கூடாது. இவையெல்லாம் சைன சமயத்தின் அடிப்படையான கண்டிப்பான கொள்கைகள். ஆனால், வையாபுரியார், வச்சிரநந்தி சைனத் தமிழச்சங்கத்தில் இருந்தவர் என்று கூறுகிற உலோச்சனார் எதையெதைப் பாடினார் என்பதைப் பார்ப்போம்.

அகநானூற்றில் எட்டுப் பாடல்களும் குறுந்தொகையில் நான்கு செய்யுட்களும் நற்றிணையில் இருபது பாடல்களும் ஆக முப்பத்திரண்டு செய்யுட்களை உலோச்சனார் பாடியுள்ளார். இந்தப் பாடல்கள் எல்லாம் அகப்பொருள் துறையமைந்த காதற்பாட்டுகள். சைனமுனிவர் எதைப் பாடக் கூடாதோ அந்த அகப்பொருள் காதற்பாட்டுகளை இவர் பாடியுள்ளார். இந்தப் புலவர் சைனராக

இருக்க முடியுமா? அதிலும் துறவிகள் மட்டும் உள்ள வச்சிரநந்தியின் திரமிளச் சைன சங்கத்தில் இவர் இருந்திருக்க முடியுமா? மேலும், இந்தக் காதற்பாட்டுகளிலே கொலையையும் இறைச்சியையும் சிறப்பித்துப் பாடுகிறார் இந்த சைனத் துறவி!

மீன்களை மணலில் பரப்பி வெயிலில் உலர்த்துவதைக் கூறுகிறார். (அகம் 20, நற்றிணை 63, 331) மீன்பிடிக்கும் வலையைப் பாடுகிறார்! (அகம் 300) மீனைச் சுடுகிற நெருப்பிலிருந்து வருகிற புகையைப் பாடுகிறார்! (நற்றிணை 311) பனங்கள்ளைப் பாடுகிறார்! (நற்றினை 88) மதுபானம் செய்து மகிழ்ந்திருக்கும் பெரியன் என்பவனைப் பாடுகிறார்! (நற்றிணை 131) ஊனைத்தின்ற எச்சிற் கையில் உள்ள இறைச்சியின் கொழுப்பை வீட்டுச்சுவரில் தேய்த்துவிட்டுப் போர்க்கூத்துக்குச் சென்ற வீரனையும், அவன் திரும்பிவந்து குடிப்பதற்காக வைத்துள்ள கட்சாடியையும் பாடுகிறார். (புறம் 258) மற்றும் இவர் பாடியுள்ள காதற் செய்திப் பாட்டுக்கள் பல உள்ளன. சைனத் துறவிக்கு விலக்கப்பட்டவைகளை யெல்லாம் பாடுகிற உலோச்சனாரை வையாபுரிப்பிள்ளை, வச்சிரநந்தியின் சைனத்துறவிகளின் சங்கத்தில் இருந்தவர் என்று கூறுகிறார். இவர் கூற்று நம்பத்தக்கதா? இதை ஒப்புக்கொள்ள முடியுமா? களப்பிரர் ஆட்சிக் காலத்தில் கி.பி. 5ஆம் நூற்றாண்டில் வச்சிர நந்தியின் சைன முனிவர் சங்கத்தில் இருந்தவர் என்று வையாபுரிப் பிள்ளை கூறுகிற உலோச்சனார், களப்பிரர் காலத்துக்குச் சில நூற்றாண்டுக்கு முன்பு வாழ்ந்திருந்த சோழன் இராசசூயம் வேட்ட பெருநற் கிள்ளியைப் பாடுகிறார். (புறம்377) கி.பி. 5ஆம் நூற்றாண்டில் வச்சிரநந்தியின் சங்கத்தில் உலோச்சனார் இருந்தவர் என்றால், அவருடைய செய்யுட்கள் கடைச்சங்க காலத்துத் தொகை நூல்களில் எப்படி இடம் பெற்றிருக்கக்கூடும்?

மாதீர்த்தன் என்னும் கடைச்சங்கப் புலவரையும் வையாபுரியார் வச்சிரநந்தியின் தமிழச் சைன சங்கத்தவர் என்று கூறுகிறார். மாதீர்த்தனார் குறுந்தொகை 113ஆம் செய்யுளைப் பாடியவர். இந்தப் பாட்டு அகப்பொருளைப் பற்றிய காதற்பாட்டு. இந்தக் காதற்பாட்டைப் பாடிய மாதீர்த்தனார் வச்சிரநந்தி சங்கத்தைச் சேர்ந்த சைன

முனிவராக இருக்க முடியுமா? இவற்றையெல்லாம் கருதாமல், பேராசிரியர் வையாபுரிப் பிள்ளை இவர்களைச் சைன முனிவர்களின் சங்கத்தைச் சேர்ந்தவர்கள் என்று கூறுகிறார்! பகுத்தறிவு உள்ளவர் இவர் கூற்றை ஏற்றுக்கொள்ள முடியுமா?

புறம் 175ஆம் செய்யுளிலும் அகம் 59ஆம் செய்யுளிலும் அகம் 193ஆம் செய்யுளிலும் சைனரின் மதக்கொள்கைகள் கூறப்படுகின்றன என்றும் ஆகவே அந்தச் செய்யுட்களைப் பாடிய புலவர்கள் வச்சிர நந்தியின் சைனத் தமிழச் சங்கத்தைச் சார்ந்தவர்கள் என்றும் வையாபுரியார் குறிப்பாகக் கூறுகிறார் "புறம் 175ஆம் பாட்டிலும் அகம் 59ஆம் பாட்டிலும் மறுபிறப்புப் பற்றியும் ஒரு புராணக் கதையைப் பற்றியும் அகம் 193இல் சைனருடைய சமயக் கொள்கை பற்றியும் குறிப்புகள் காணப்படுகின்றன. தமிழ் மொழி தமிழ் இலக்கிய வளர்ச்சியைப் பற்றின பழைய சைன நிறுவனத்தைப் பற்றி நாம் கேள்விப்படவில்லை". (வச்சிரநந்தியின் சங்கத்தைத்தான் கேள்விப்படுகிறோம்) என்று வையாபுரியார் எழுதுகிறார்.[8] அதாவது புறம் 175, அகம் 59, 193 ஆகிய செய்யுட்களைப் பாடியவர்களும் சைன சமயத்தார் என்றும் அவர்கள் வச்சிரநந்தியின் தமிழச் சைன சங்கத்தைச் சேர்ந்தவர்கள் என்றும் வையாபுரியார் கூறுகிறார். இவர் கூறுவதை ஆராய்ந்து உண்மை காண்போம்.

புறம் 175ஆம் செய்யுளைப் பாடியவர் கள்ளில் ஆத்திரையனார். இவருடைய பெயரே இவர் பிராமணர் என்பதைத் தெரிவிக்கிறது. இவருக்கு உதவி செய்த ஆதனுங்கன் என்பவனை இவர் இச்செய்யுளில் பாடுகிறார். என் உயிர் போமளவும் என் மனம் உன்னை மறக்காது என்று இவர் கூறுகிறார். இதில் சைன சமயக் கொள்கை என்ன இருக்கிறது? இது எல்லாச் சமயத்தாருக்கும் உரிய கருத்துத்தானே! வையாபுரியார் சுட்டிக் காட்டுகிற இன்னொரு செய்யுள் (அகம் 59) மருதன் இளநாகனார் பாடியது. யமுனை யாற்றில் நீராடிய மகளிரின்

8. S.Vaiyapuri Pillai, History of Tamil Language and Literature p.5.

ஆடைகளைக் கண்ணன் ஒளித்து வைத்ததை இச்செய்யுள் குறிப்பிடுகிறது.

வண்புனல் தொழுநை வார்மணல் அகன்றுறை
அண்டர் மகளிர் தண்டழை உடீஇயர்
மரஞ்செல மிதித்த மாஅல் போல[9]

இது சைன சமயக் கருத்து என்று வையாபுரியார் கூறுகிறார். இது தமிழ்நாட்டில் அக்காலத்தில் வழங்கிவந்த எல்லாச் சமயத்தாருக்கும் உரிய பொதுக் கருத்து. இதை வையாபுரியார் சைனரின் புராணக் கதை என்று கூறுகிறார். இதைப் பாடியவர் மருதானிளநாகனார். இவர் சைனர் அல்லர். கடைச் சங்கப் புலவரான இவர் எப்படி வச்சிரநந்தியின் சைன சங்கத்தில் (கி.பி.5ஆம் நூற்றாண்டில்) இருக்க முடியும்? வையாபுரியார் சுட்டிக் காட்டுகிற இன்னொரு அகம் 193ஆம் செய்யுளும் மருதன் இளநாகனார் பாடியதே. பருந்து ஒன்று இறைச்சித் துண்டைக் கொண்டுபோய் மலையுச்சியில் மரத்தின்மேல் இருந்த தன்னுடைய குஞ்சுக்கு ஊட்ட, அவ்விறைச்சி நழுவிக் கீழே விழுந்ததை அங்கிருந்த நரி கவ்விக்கொண்டு ஓடியது என்னும் இயற்கை நிகழ்ச்சியை இப்புலவர் இப்பாடலில் கூறுகிறார்.

செஞ்செவி எருவை
குறும்பொறை எழுந்த நெடுந்தாள் மராஅத்து
அருட்கவட் டுயர்சினை பிள்ளை யூட்ட
விரைந்துவாய் வழுக்கிய கொழுங்கண் ஊன்றடி
கொல்பசி முதுநரி வல்சி யாகும்[10]

இது எப்படிச் சைனருக்கு மட்டும் சிறப்பானது? எல்லாச் சமயத்தாருக்கும் இந்த நிகழ்ச்சி பொதுவன்றோ? இந்தச் செய்யுட்களைப் பாடிய மருதனிளநாகனார் சைனரல்லர். அவர் சைவ சமயத்தவர். அன்றியும் கடைச்சங்கப் புலவர். இவரைச் சைனர் என்றும் வச்சிரநந்தி அமைத்த பிற்காலத்துச் சைன சமயச் சங்கத்தைச் சேர்ந்தவர் என்றும்

9. அகம் 59:4–6

10. அகம் 193: 6–10

வையாபுரியார் எழுதுகிறார். களப்பிரர் ஆட்சிக்காலத்தில் கி.பி. 5ஆம் நூற்றாண்டில் வச்சிர நந்தியின் சைனத் தமிழ்ச் சங்கத்தில் இவர் இருந்தார் என்று, ஆராயாமல் வையாபுரியார் கூறுகிறார். ஆனால், மருதனிளநாகனார் வச்சிரநந்தி சங்கம் ஏற்படுவதற்குப் பல நூற்றாண்டுக்கு முன்பு கடைச்சங்க காலத்தில் இருந்தவர் என்பதை அவர் பாண்டியன் கூடகாரத்துத் துஞ்சிய மாறன் வழுதியையும் (புறம் 52), பாண்டியன் இலவந்திகைப் பள்ளித் துஞ்சிய நன் மாறனையும் (புறம் 55) நாஞ்சில் வள்ளுவனையும் (புறம் 138, 139) பாடிய செய்யுட்கள் வெள்ளிடைமலை போலவும் உள்ளங்கை நெல்லிக்கனி போலவும் தெரிவிக்கின்றன. ஆனால், இவற்றையெல்லாம் பாராமல் வையாபுரியார், கடைச்சங்க காலத்தில் இருந்த புலவர்களை இழுத்துக்கொண்டுவந்து பல நூற்றாண்டுகளுக்குப் பின் இருந்த வச்சிரநந்திச் சங்கத்தில் விடுகிறார்.

வையாபுரிப் பிள்ளை தாம் எழுதிய தமிழ்மொழி தமிழ் இலக்கிய வரலாற்றில் கூறுகிற இவைபோன்ற வேறு பல போலிச் செய்திகளை இங்கு ஆராயாமல் இதனோடு நிறுத்துகிறோம்.

எப்பொருள் யார்யார்வாய்க் கேட்பினும் அப்பொருள்
மெய்ப்பொருள் காண்பது அறிவு.

இணைப்பு - 3

இறையனார் அகப்பொருள் - வரலாற்று ஆய்வு

களப்பிரர் ஆட்சிக் காலத்தில், பக்தி இயக்கம் தோன்றிய போது இறையனார் அகப்பொருள் என்னும் களவியல் நூல் எழுதப்பட்டது என்று கூறினோம். தொல்காப்பியப் பொருளதிகாரம் இருக்கும்போது இந்தப் புதிய அகப்பொருள் நூலை எழுதிய நோக்கம் என்ன? யாது காரணம் பற்றி இந்தப் புதிய நூல் எழுதப்பட்டது என்பதை ஆராய்வோம். களவியல் உரைப்பாயிரம் இந்த ஆராய்ச்சிக்குப் பெரிதும் உதவுகிறது. மூன்று தமிழ்ச் சங்கங்களின் வரலாற்றைக் கூறியபிறகு கடைச் சங்கத்தின் இறுதியில் நிகழ்ந்ததைக் களவியல் உரைப்பாயிரம் கூறுகிறது "அவர்க்கு நூல் அகத்தியமும் தொல்காப்பியமுமென்க. அவர்களைச் சங்கம் இரீஇயினார் கடல் கொள்ளப்பட்டுப் போந்திருந்த முடத்திருமாறன் முதலாக உக்கிரப் பெருவழுதியீறாக நாற்பத்தொன்பதின்மர் என்ப. அவருட் கவியரங்கேறினார் மூவர் பாண்டியர் என்ப. அவர் சங்கமிருந்து தமிழாராய்ந்தது உத்திர மதுரை (இப்போதைய மதுரை) என்ப" என்று உரைப்பாயிரங் கூறுகிறபடியால் கடைச்சங்க காலம் முடிந்த பிறகு இறையனார் அகப்பொருள் என்னும் நூல் இயற்றப்பட்டது என்பது தெரிகிறது. இறையனார் அகப்பொருள் எழுதப்பட்ட வரலாற்றை இந்நூல் உரைப்பாயிரம் கூறுகிறது. அதன் வாசகம் இது.

> "அக்காலத்துப் பாண்டியநாடு பன்னீரியாண்டு வற்கடஞ் சென்றது. செல்லப் பசி கடுகுதலும், அரசன் சிட்டரையெல்லாங் கூவி 'வம்மின்' யான் உங்களைப் புறந்தரகில்லேன்; என் தேயம் பெரிதும் வருந்துகின்றது. நீயிர் போய் நுமக்கறிந்தவாறு புக்கு, நாடு நாடாயின ஞான்று என்னை யுள்ளி வம்மின், என்றான், என, அரசனை விடுத்து எல்லாரும் போயினபின்றைக் கணக்கின்றிப் பன்னீரியாண்டு கழிந்தது. கழிந்த பின்னர், நாடு மலிய மழை பெய்தது. பெய்த பின்றை அரசன்

இனி நாடு நாடாயிற்றாகலின் நூல் வல்லாரைக் கொணர்க வென்று எல்லாப் பக்கமும் ஆட்போக்க, எழுத்ததிகாரமுஞ் சொல்லதிகாரமும் வல்லாரைத் தலைப்பட்டுக் கொணர்த்து பொருளதிகாரம் வல்லாரை எங்குந் தலைப்பட்டிலேமென்று வந்தார். வர, அரசனும் புடைபடக் கவன்று 'என்னை? எழுத்துஞ் சொல்லும் ஆராய்வது பொருளதிகாரத்தின் பொருட்டன்றே! பொருளதிகாரம் பெறேமெனின் இவை பெற்றும் பெற்றிலேம்' எனச் சொல்லா நிற்ப, மதுரை ஆலவாயில் அழனிறக்கடவுள் சித்திப்பான்: என்னை பாவம்! அரசற்குக் கவற்ச்சி பெரிதாயிற்று. அதுதாலும் ஞானத்திடை யதாகலான், என்று, இவ்வறுபது சூத்திரத்தையுஞ் செய்து மூன்று செப்பிதழகத்தெழுதிப் பீடத்தின் கீழிட்டான்."

இங்குப் பொருளதிகாரம் என்பது அகப்பொருளைச் சுட்டுகிறது. அகப்பொருள் கற்க. அது ஞானத்தைத் தரும் என்றும் கூறப்படுவது காண்க. மேலும் உரை கூறுகிறது:

"இட்ட பிற்றை ஞான்று, தேவர் குலம் வழிபடுவான் தேவர் கோட்டத்தை எங்குந் துடைத்து, நீர் தெளித்துப், பூவிட்டுப் பீடத்தின் கீழ்ப் பண்டென்றும் அலகிடாதான் அன்று தெய்வத் தவக் குறிப்பினான் அலகிடுவனென்று உள்ளங்குளிர அலகிட்டாள். இட்டாற்கு அவ்வலகினோடும் இதழ் போந்தன. போதரக் கொண்டு போந்து நோக்கினாற்கு வாய்ப்புடைத் தாயிற்றோர் பொருள திகாரமாய்க் காட்டிற்று. காட்டப் பார்ப்பான் சிந்திப்பான்: 'அரசன் பொருளதிகாரம் இன்மையிற் கவல்கின்றானென்பது பட்டுச் செல்லா நின்ற துணர்ந்து நம்பெருமான் அருளிச் செய்தானாகும்' என்று தன் அகம்புகாதே கோயிற் றலைக்கடைச் சென்று நின்று கடைக் காப்பார்க்குணர்த்தக் கடைக்காப்பார் அரசர்க்குணர்த்த, அரசன் புகுதருகவென்று பார்ப்பானைக் கூவச் சென்று புக்குக் காட்டக் கொண்டு நோக்கி, 'இது பொருளதிகாரம்! நம்பெருமான் நமது இடுக்கண் கண்டு அருளிச் செய்தானாகற்பாலது' என்று, அத்திசை நோக்கித் தொழுது கொண்டு நின்று, சங்கத்தாரைக் கூவுவித்து 'நம்பெருமான் தமது இடுக்கண் கண்டு அருளிச்செய்த

பொருளதிகாரம்! இதனைக் கொண்டுபோய்ப் பொருள் காண்மின்' என அவர்கள் அதனைக் கொண்டு போந்து கன்மாப்பலகை ஏறியிருந்தாராய்வுழி, எல்லாரும் தாந்தாம் உரைத்த உரையே நன்றென்று சில நாளெல்லாஞ் சென்றன. செல்ல நாம் இங்ஙனம் எத்துணையுரைப்பினும் ஒருதலைப்படாது. நாம் அரசனுழைச் சென்று நமக்கோர் காரணிகனைத் தரல் வேண்டும் என்று கொண்டு போந்து, அவனாற் பொருளெனப் பட்டது பொருளாய் அன்றெனப்பட்டது அன்றாயொழியக் காண்டுமென, எல்லாரும் ஒருப்பட்டு அரசலுழைச் சென்றார். செல்ல அரசனும் எதிர் எழுந்து சென்று, ‘என்னை? நூற்குப் பொருள் கண்டீரோ?' என, ‘அது காணுமாறு எமக்கோர் காரணிகனைத் தரல் வேண்டும்' எனப், ‘போமின். நுமக்கோர் காரணிகளை எங்ஙனம் நாடுவேன்? நீயிர் நாற்பத்தொன்பதின் மராயிற்று. நமக்கு நிகராவார் ஒருவர் இம்மையினின்றே' என்று அரசன் சொல்லப் போந்து பின்னையும் சுன்மாப்பலகை ஏறியிருந்து அரசனும் இது சொல்லினான் ‘யாங் காரணிகனைப் பெறுமாறு என்னைகொ' வென்று சிந்தித் திருப்புழிச் சூத்திரஞ் செய்தான் ஆலவாயி லவிர்சடைக் கடவுளன்றே! அவளையே காரணிகனை யுந் தரல் வேண்டுமென்று சென்று வரங்கிடத்தும்' என்று சென்று வரங்கிடப்ப, இடையாமத்து, ‘இவ்வூர் உப்பூரிகுடி கிழார் மகனாவான் உருத்திரசன்மன் என்பான், பைங்கண்ணன் புன்மயிரான் ஐயாட்டைப் பிராயத்தான் ஒரு மூங்கைப் பிள்ளை உளன்; அவனை அன்னனென் றிகழாது கொண்டு போத்து ஆசனமேலிரீஇக் கீழிருந்து சூத்திரப் பொருளுரைத்தாற் கண்ணீர் வார்ந்து மெய்ம்மயிர் சிலிர்க்கும் மெய்யாயின உரை கேட்ட விடத்து; மெய்யல்லா உரைகேட்டவிடத்து வாளாஇருக்கும். அவன் குமார தெய்வம், அங்கோர் சாபத்தினாற் றோன்றினான்' என முக்காலிசைத்த குரல் எல்லார்க்கும் உடன் பாடாயிற்றாக, எழுந்திருந்து தேவர் குலத்தை வலங்கொண்டு போந்து, உப்பூரிகுடிகிழாருழைச் சங்கமெல்லாஞ் சென்று, இவ்வார்த்தை யெல்லாஞ் சொல்லி ஐயனாவான் உருத்திரசன்மனைத் தரல் வேண்டுமென்று வேண்டிக் கொடுபோந்து, வெளியதுடீஇ, வெண்பூச்சூட்டி, வெண்சாந்தணிந்து,

> கன்மாப்பலகையேற்றி இரீஇக் கீழிருந்து சூத்திரப் பொருளுரைப்ப, எல்லாரும் முறையே உரைப்பக் கேட்டு வாளா இருந்து, மதுரை மருதனிளநாகனார் உரைத்த விடத்து ஒரோவழிக் கண்ணீர் வார்த்து மெய்ம்மயிர் நிறுத்திப் பின்னர்க் கணக்காயனார் மகனார் நக்கீரனார் உரைத்த விடத்துப் பதந்தோறுங் கண்ணீர் வார்த்து மெய்ம்மயிர் சிலிர்ப்ப இருந்தான். இருப்ப, ஆர்ப்பெடுத்து மெய்யுரை பெற்றாம் இந்நூற்கென்றார்.

> "அதனால் உப்பூரிகுடிகிழார் மகனாவான் உருத்திர சன்மனாவான் செய்தது இந்நூற்குரை யென்பாருமுளர்; அவர் செய்திலர், மெய்யுரை கேட்டாரென்க. மதுரை ஆலவாயிற் பெருமானடிகளாற் செய்யப்பட்ட நூற்கு நக்கீரனரால் உரைகண்டு. குமாரசுவாமியாற் கேட்கப்பட்ட தென்க."[1]

இறையனார் அதன் உரையும் எழுதப்பட்ட வரலாற்றை அறிந்தோம். இனி இவை பற்றி ஆராய்வோம்.

முரண்பட்ட செய்திகள்

கடைச்சங்கத்தார்க்கு இலக்கண நூலாகத் தொல்காப்பியம் இருந்தது என்று உரைப்பாயிரம் கூறுகிறது. இன்னொரு இடத்தில் பொருளிலக்கணம் கிடைக்காமல் இடர்ப்பட்டனர் என்று கூறுகிறது. இது முன்னுக்குப் பின் முரணாக உள்ளது. தொல்காப்பியப் பொருளதிகாரம் அக்காலத்தில் மறைந்து போயிற்றா? அப்படிக் கருதுவதற்கு இடமில்லை. ஏனென்றால் தொல்காப்பியம் பொருளதிகாரம் உட்பட முழுவதும் இப்போதும் இருக்கிறது. தொல்காப்பியப் பொருளதிகாரம் கிடைத்திருக்க ஆலவாயிற் கடவுள் அறுபது சூத்திரங்கள் அடங்கிய புதியதோர் அகப்பொருள் நூலை உண்டாக்கிக் கொடுத்த காரணம் என்ன?

ஒரு விளக்கம்

இந்த முரண்பாட்டுக்கு விளக்கங் கூறுவதுபோல உரைப்பாயிரம் இன்னொரு இடத்தில் இவ்வாறு கூறுகிறது:

---

1. இறையனாரகப் பொருள், முதற் சூத்திர உரைப்பாயிரம்.

"அரசன், இனி நாடு நாடாயிற்றாகலின் நூல்வல்லாரைக் கொணர்கவென்று எல்லாப் பக்கமும் ஆட்போக்க, எழுத்ததிகாரமும் சொல்லதிகாரமும் வல்லாரைத் தலைப்பட்டுக் கொணர்ந்து **பொருளதிகாரம் வல்லாரை எங்குந்தலைப்பட்டிலே** மென்று வந்தார்," என்று உரைப் பாயிரம் கூறுவதிலிருந்து தொல்காப்பியப் பொருளதிகாரம் கிடைத்திருந்தும் அதற்குப் பொருள் கூற வல்லார் கிடைக்கவில்லை என்பது தெரிகிறது.

மீண்டும் ஓர் ஐயம்

தொல்காப்பியப் பொருளதிகாரத்துக்குப் பொருள் கூறவல்லார் கிடைக்காமற்போனார்கள் என்று உரைப்பாயிரம் கூறுவது வியப்பாக இருக்கிறது. இருக்கட்டும். பொருளதிகாரத்துக்கு உரை காணவல்லார் கிடைக்காமற்போனபோது ஆலவாயிற்கடவுள், பொருள்கூற வல்லவரை அளித்திருக்க வேண்டும் அல்லது தொல்காப்பியப் பொருளதிகாரத்துக்கு உரை எழுதிக் கொடுத்திருக்க வேண்டும். இரண்டும் செய்யாமல் அறுபது சூத்திரங்களைக் கொண்ட ஒரு புதிய நூலைக் களவியல் என்னும் பெயர் கொடுத்து ஆக்கித் தந்தார். இப்படிச் செய்ததேன்? தொல்காப்பியப் பொருளதிகாரச் சூத்திரங்கள் இருக்கும்போது, புதிய அகப்பொருள் சூத்திரங்களை எழுதித் தந்ததேன்?

இந்தப் புதிய அகப்பொருள் நூலுக்குச் சங்கப்புலவர் பொருள் கண்டார்களா என்றால் காணவில்லை. தங்களுக்கோர் காரணிகளைத் தரவேண்டும் என்று தவங்கிடந்து சிவபெருமானை வேண்டினார்கள். அவரும் ஒரு காரணிகளைக் காட்டினார். அந்தக் காரணிகளும் ஊமைப்பிள்ளை! இந்தக் காரணிகள், இந்தப் புதிய அகப்பொருளுக்கு நக்கீரர் உரைத்த உரைதான் உண்மையான உரை என்று மெய்ம்மயிர் சிலிர்த்துக் கண்ணீர் வடித்ததன் மூலம் மெய்யுரைக்குச் சான்று தந்தார்.

களவியல் சூத்திரங்களும் அகப்பொருள் சூத்திரங்களும்

மேற்கொண்டு ஆராய்ச்சியைச் செலுத்துவதற்கு முன்பு இறையனார் அகப்பொருள் (களவியல்) சூத்திரங்களைப் பற்றிக் காண்போம். இறையனார் புதிதாகச் செய்து

கொடுத்த களவியல்ல அறுபது சூத்திரங்கள் முழுவதும் புதியவை அல்ல. அவர் தொல்காப்பியத்திலிருந்தும் சில சூத்திரங்களை எடுத்துத் தம்முடைய புதிய களவியலில் சேர்த்துக்கொண்டார். அவை: (1) தொல். வேற்றுமை 114 - இறையனார் அகம் 59 (2) தொல். வேற்றுமை 174-இறையனார் அகம் 54 (3) தொல். கற்பியல் 187-இறையனார் அகம் 43 (4) தொல். களவியல் 130-இறைனார் அகம் 18 (5) தொல். களவியல் 133 - இறையனார் அகம் 17 (6) தொல். களவியல் 27 இறையனார் அகம் 7.

தொல்காப்பிய அகப்பொருள் இருக்கும்போதே இறையனார் அகப்பொருளைப் புதிதாகச் செய்தார். ஏன்? தொல்காப்பிய அகப் பொருளுக்கும் இறையனார் அகப்பொருளுக்கும் வேறு பொருள்கள் உண்டா ? பழைய கருத்துகளுக்குப் பதிலாகப் புதிய கருத்துகள் கூறப்பட்டுள்ளனவா? ஒன்றும் இல்லை.

இறையனார் அகப்பொருளின் காலம்

இறையனார் அகப்பொருளின் உரையாசிரியர் அதனுடைய உரைப்பாயிரத்தில் இந்நூல் இயற்றப்பட்ட காலம் கடைச்சங்கக் காலம் என்று கூறுகிறார். "இனிக் காலமென்பது கடைச் சங்கத்தார் காலத்துச் செய்யப்பட்டது. இனிக் களமென்பது உக்கிரப் பெருவழுதியார் அவைக்களமென்பது. காரணமென்பது அக்காலத்துப் பாண்டியனாருஞ் சங்கத்தாரும் பொருளிலக்கணம் பெறாது இடர்ப்படுவாரைக்கண்டு ஆலவாயிற் பெருமானடிகளால் வெளியிடப்பட்டது" என்று பாயிரம் கூறுகிறது.

இங்கும் முரண்பாடு காணப்படுகிறது. கடைச்சங்கத்தார்க்குத் தொல்காப்பியம் இலக்கண நூலாக இருந்தது என்பதைக் கூறி, அத்தொல்காப்பியத்தில் பொருளதிகாரமும் இருந்தது என்று கூறிய பிறகு 'காரணம் என்பது அக்காலத்துப் பாண்டியனாரும் சங்கத்தாரும் பொருளிலக்கணம் பெறாது இடர்ப்படுவாரைக் கண்டு வெளியிடப்பட்டது' என்று கூறுவது முன்னுக்குப் பின் முரண்படுகிறது. பாண்டியன் உக்கிரப்பெருவழுதி கடைச்சங்க காலத்தின் இறுதியில் இருந்த பாண்டியன். அவன் ஏறத்தாழக் கி.பி. 200இல் இருந்தவன், தொல்காப்பியம் முழுவதும்

அகப்பொருள் இலக்கணம் உட்பட இன்றளவும் நின்று நிலவுகிறது. ஆனால், உரைப்பாயிர ஆசிரியர் முன்னுக்குப் பின் முரணாக, உக்கிரப்பெருவழுதியும் சங்கத்தாரும் பொருளிலக்கணம் பெறாது இடர்ப்பட்டனர் என்றும் அந்த இடர்ப்பாட்டை நீக்குவதற்கு இறையானர் களவியலை உண்டாக்கினார் என்றும் எழுதுகிறார். தொல்காப்பியப் பொருளதிகாரத்துக்குப் பொருள் காண **வல்லார்** கிடைத்திலர் என்று முன்பு கூறிய இவர், பிறகு 'பொருளதிகாரம், பெறாது இடர்ப்பட்டனர் என்று கூறுகிறார். இங்கும் முன்னுக்குப் பின் முரண்படுகிறார்.

முதல்நூல்

இறையனார் அகப்பொருள் முதல் நூலா வழி நூலா என்னும் கேள்வி எழுகிறது. தொல்காப்பியம் பொருளதிகாரம் இருக்கும் போதே இறையனார் இந்தக் களவியல் நூலைப் (அகப்பொருளை) புதியதாகப் பிற்காலத்தில் எழுதினார். இதனால் இது வழிநூல் எனப்படும் என்று கூறுவார்க்கு விடையாக உரைப்பாயிரம் எழுதியவர் இது முதல் நூல் என்று கூறுகிறார். "வழியென்பது இந்நூல் இன்னதன் வழித்து என்பது. இது வினையின் நீங்கி விளங்கிய அறிவின் முனைவனாற் செய்யப்பட்டமையால் வழி நூலென்று சொல்லப்படாது, முதனூல் எனப்படுமென்பது."

இறைவனே செய்த நூலாகையினால், பிற்காலத்து வழி நூலானாலும், இது முதல் நூல் என்று கூறுகிறார். முதல் நூல் இருக்கும்போது வழிநூல் (அல்லது இன்னொரு முதல் நூல்) செய்யப்பட்ட காரணம் என்ன? தொல்காப்பியம் பொருளதிகாரத்துக்கு உரை கூறுவோர் இல்லாமற் போனார்கள் என்று ஓரிடத்திலும் அது (பொருளிலக்கணம்) கிடைக்காமற் போயிற்று என்று இன்னொரு இடத்திலும் எழுதுகிற உரைப்பாயிரம் இந்த இடத்தில் குழப்புகிறது.

தொல்காப்பிய அகப்பொருளும்
இறையனார் அகப்பொருளும்

தொல்காப்பியப் பொருளதிகாரத்தின் அகத்திணை இயல், களவியல், கற்பியல் ஆகிய மூன்று இயல்களும்

உலகில் வாழ்கிற மாந்தரின் காதல் வாழ்க்கையைக் கூறுகின்றன; மாந்தருக்கும் கடவுளுக்கும் உள்ள தெய்வீகக் காதலைக் கூறவில்லை. இறையனார் அகப்பொருளும் மாந்தரின் உலகக் காதலைத்தான் கூறுகிறது. மாந்தருக்கும் தெய்வத்துக்கும் காதல் உண்டென்று இறையனார் அகப்பொருள் கூறவே இல்லை. ஆனால், அதனுடைய உரை மட்டும், மாந்தருக்கும் தேவருக்கும் உள்ள காதலைக் (பக்தியை) கூறுகிறது. உரை கூறுகிறதேயல்லாமல் நூல் கூறவில்லை. பழைய தொல்காப்பியம் மனிதக் காதலை மட்டும் கூறுகிறபடியால் அது பக்தி இயக்கத்தைச் சேர்ந்த பேரின்பக் காதலுக்கு ஓர் ஆதார நூலாகக் கொள்ளப்படவில்லை. பேரின்பக் காதலுக்கு ஆதார நூல் ஒன்று தேவைப்பட்டபடியால் இறையனார் அகப்பொருள் நூல் புதிதாக உண்டாக்கப்பட்டது. இந்த நூலை மக்கள் நம்பிக்கையோடு ஏற்றுக்கொள்வதற்காக இறைவனே இந்த நூலை இயற்றினார் என்று கதை கற்பிக்கப்பட்டது.

தமிழ் - அகப்பொருள்

தமிழ் என்னுஞ் சொல்லுக்குத் தமிழ் மொழி, இனிமை, அழகு என்னும் பொருள்கள் உண்டு. இச்சொல்லுக்கு அகப் பொருள் என்னும் இன்னொரு பொருளும் உண்டு. ஆனால் இக்காலத்தில் இந்தச் சொல்லும் பொருளும் மறைந்துபோயின. பழங்காலத்தில் இந்தப் பொருளில் தமிழ் என்னும் சொல்லாட்சி இருந்தது. கடைச் சங்க காலத்தில் வாழ்ந்த கபிலர், ஆரிய அரசன் பிரகத்தனுக்குத் தமிழ் (அகப்பொருள்) கற்பிக்கக் குறிஞ்சிப் பாட்டைப் (பெருங்குறிஞ்சி) பாடினார். இச்செய்யுளின் அடிக்குறிப்பு 'ஆரிய வரசன் பிரகத்தனைத் **தமிழ்** அறிவித்தற்குப் பாடியது' என்று கூறுகிறது. இங்குத் தமிழ் என்பதன் பொருள் அகப்பொருள் என்பது.

பரிபாடல் 9ஆம் பாடலைப் பாடிய குன்றம்பூதனார் இச்செய்யுளில் அகப்பொருளைத் **தண்தமிழ்** என்று கூறுகிறார்.[2] இதற்கு உரை எழுதிய பரிமேலழகர் 'தமிழ்' என்பதற்கு அகப்பொருள் என்று உரை எழுதியுள்ளார்.

---

2. பரிபாடல் 9: 25-26.

சீவக சிந்தாமணி பதுமையார் இலம்பகம் 163ஆம் செய்யுளில் அகப்பொருள் தெண்தமிழ் என்று கூறப்படுகிறது. இதற்கு நச்சினார்க்கினியார் எழுதிய உரை காண்க.

ஐந்திணை ஐம்பது என்னும் நூல் அகப்பொருளைச் செந்தமிழ் என்று கூறுகிறது. திணைமாலை நூற்றைம்பதின் பாயிரம் அகப் பொருளை இன்தமிழ் என்று கூறுகிறது. பாண்டிக் கோவை 25ஆம் செய்யுள் அகப்பொருளைக் கொழுந்தமிழின் ஒண்துறை என்று கூறுகிறது. திருக்கோவையார் 20ஆம் செய்யுள் அகப்பொருளைத் தீந்தமிழின்துறை என்று கூறுகிறது.[3]

இறையனார் அகப்பொருள் உரையும் அகப்பொருளைத் தமிழ் என்று கூறுகிறது. "இனி நுதலிய பொருள் என்பது நூற்பொருளைச் சொல்லுதலென்பது. இந்நூல் என்னுதலிற்றோவெனின் தமிழ் நுதலியதென்பது" என்றும், "இனி நூனுதவியதூஉம் உரைக்கற்பாற்று. அது பாயிரத்துள்ளே உரைத்தாம்; தமிழ் நுதலிய தென்பது" என்றும் அகப்பொருள் உரை கூறுகிறது.

அகப்பொருளின் பயன்

இறையனார் அகப்பொருளைக் கற்பதனால் உண்டாகும் பயன் என்ன என்பதை இந்நூலின் உரை கூறுகிறது. "இனிப் பயன் என்பது இது கற்க இன்னது பயக்கும் என்பது... என் பயக்குமோ இது கற்க வெனின் வீடுபேறு (மோட்சம்) பயக்கும் என்பது" என்றும், "இங்குப் பிறவுங் களவுண்மை சொல்லி அக்களவுகட் கெல்லாம் இக்களவு சிறப்புடைமை சொல்லும், துறக்கம் வீடு பேறுகளை முடிக்குமாகலான்" என்றும் உரை கூறுகிறது. அதாவது பக்திக் காதல் மறுமையில் வீடுபேற்றை அளிக்கிறது என்று உரை கூறுகிறது. இறையனார் அகப்பொருள் ஞான நூல் என்றும் கூறப்படுகிறது. "மதுரை ஆலவாயில் அழனிறக் கடவுள் சிந்திப்பான்: என்னை பாவம் அரசற்குக் கவற்சி பெரிதாயிற்று அதுதானும் ஞானத்திடையாகலான், யாம்

3. மயிலை சீனிவேங்கடசாமி, தமிழ் – அகம். Journal al Tamil Studies, No-3, September 1973, pp.1-3.

அதனைத் தீர்க்கற் பாலம்" என்று கூறியது காண்க. இந்த உரையின் கருத்துப்படி, இறையனார் அகப்பொருள் நூலைக் கற்றால் ஞானமும் அதன் பயனாகிய வீடுபேறும் பெறலாம் என்பது தெரிகிறது.

இறையனார் களவியல் தோன்றியதேன்?

தொல்காப்பிய அகப்பொருள் இலக்கணம் இருக்கும் போது இறையனார் அகப்பொருள் (களவியல்) என்னும் பேரால் ஒரு புதிய அகப்பொருள் இலக்கணம் எழுதப்பட்டதேன்? பிற்காலத்தில், களப்பிரர் ஆட்சிக்காலத்தில் பக்தி இயக்கம் தோன்றியபோது அகப்பொருளுக்குப் பக்திக் காதல் என்ற புதிய பொருள் கற்பிக்கப்பட்டது. தொல்காப்பிய அகப்பொருள் உலகியல் காதலை மட்டும் கூறுகிறபடியால், அது புதிய பக்திக் காதல் கருத்துக்கு உரிய ஆதார நூலாகப் பயன்படவில்லை. ஆகவே பக்திக் காதலாகிய பேரின்பக் காதலுக்கு ஆதாரமான ஓர் இலக்கணநூல் தேவைப்பட்டது. இந்தத் தேவையை நிறைவு செய்ய இறையனார் அகப்பொருள் என்னும் களவியல் புதிதாக உண்டாக்கப்பட்டது. ஆனால் இறையனார் அகப்பொருள் சூத்திரங்கள் பக்திக் காதலைப் பற்றி ஒன்றுமே கூறவில்லை. ஆனால் அதனுடைய உரைமட்டும் பக்திக் காதலைப் பற்றி எழுதிக்கொண்டு போகிறது. இந்த உரையைக் கேட்டுத்தான் உப்பூரிகுடிகிழான் மகன் உருத்திரசன்மன் மெய்ம்மயிர் சிலிர்த்துக் கண்ணீர் வடித்தார் என்று கூறப்படுகிறது. களவியல் உரை கூறுவதைப் பார்ப்போம்:

"அஃதேயெனின்.. அவ்வெட்டும் (எண்வகை மணமும்) உலகினுள்ளன; இஃது (இறையனார் அகப்பொருள்) அன்னதன்று. இல்லது இனியது நல்லதென்று புலவரால் நாட்டப்பட்டதோர் ஒழுக்கமாகலின், இதனை (இறையனார் அகப்பொருளை) உலகவழக்கினோடு இயையானென்பது."[4]

15ஆம் சூத்திர உரையில் "எனவே, இவ்வாற்றாறும் உலகக் களவு (களவியல்) அன்று என்பது பெற்றாம்" என்றும், 31 வது சூத்திர உரையில் "இல்லதனையே இல்லை என்றார்;

---

4. களவியல் முதலாம் சூத்திர உரை.

இவன் உலகத்துத் தலைமகன் அல்லன் புலவரால் நாட்டப்பட்ட தலைமகன் என்பதனை யாப்புறுத்தற்கு" என்றும் உரை கூறிச்செல்கிறது.

32-வது சூத்திர உரையில் "இவ்வாற்றானும் இஃது (இறையனார் களவியல்) உலகத்து இயல்பன் றென்பது பெற்றாம்... மூப்புப்பிணி உள்வழிச் சாக்காடும் உண்மையாம் என்பது கடா. அதற்கு விடை எங்ஙனமோ வெனின், இருதிங்கட் புக இவளும் பன்னீராட்டைப் பிராயத்தனாய் இவனும் பதினாறாட்டைப் பிராயத்தளாய்ச் செல்வதல்லது, மற்றைய நிகழா; உலகத்தினோடு இத்துணை மாத்திரையே ஒத்து மற்றை விகற்பமெல்லாம் ஒவ்வாவெனக் கொள்க" என்றும், 39-வது சூத்திர உரையில், "இந்நூல் (களவியல்) உலகினோடு ஒத்தும் ஒவ்வாதும் நடக்கின்றதாகலின், உலகியல் நோக்கிச் சாதிவரையான் இழிந்தாரெனப்பட்டது" என்றும், 60-வது சூத்திர உரையில், "அஃது இவ்வுலகினும் இயற்கையான் நிலைபெறாது புலவரான் இல்லது இனியது நல்லதென நாட்டப்பட்டதோர் ஒழுக்கமென்பார் 'கண்ணிய' என்றார்" என்றும் களவியல் உரை கூறுகிறது.

இதனால், புதியதாக உண்டாக்கப்பட்ட களவியல், உலகியல் அல்லாத இல்லது இனியது நல்லது என்று புலவரால் புனைந்துரைக்கப்பட்ட காதலைக் கூறுகிறதென்பது தெரிகிறது.

சமண சமயமும் பௌத்த சமயமும் தமிழகத்தில் பெருகி வளர்ந்து சைவ வைணவ சமயங்கள் தாழ்ந்து குன்றியிருந்த களப்பிரர் ஆட்சிக் காலத்தில் (கி.பி.5ஆம் 6ஆம் நூற்றாண்டுகளில்) சைவரும் வைணவரும் தங்கள் சமயங்களை வளர்ப்பதற்காகப் புதிய பக்தி இயக்கத்தை உண்டாக்கினார்கள். அதன் காரணமாக அகப்பொருளுக்குப் புதிய கருத்துக்களைக் கற்பித்தார்கள். கடவுளுக்கும் உயிர்களுக்கும் தலைவன் - தலைவி முறையைக் கற்பித்தார்கள். சிவபெருமானை அல்லது திருமாலைத் தலைவனாகவும் பக்தனாகிய உயிரைத் தலைவியாகவும் கற்பித்து நாயகன் - நாயகி பாவத்தை யமைத்தார்கள். இந்த முறையில் செய்யுள் பாடுவதற்கு இலக்கணச் சான்று உண்டா என்ற கேள்வி எழுந்திருக்க

வேண்டும். இக்கேள்விக்கு விடையாக இறையனார் அகப்பொருள் என்னும் நூலைப் புதிதாக உண்டாக்கி அதற்குத் தெய்வத்தன்மை கற்பித்தார்கள் போலும். இந்த நூலில் பேரின்பக் காதலைப் பற்றி வெளிப்படையாகவோ மறை முகமாகவோ சான்றுகள் இல்லையானாலும் உரையாசிரியர்கள் உரையில் சான்று காட்டினார்கள். ஆனால், அந்த உரை ஏட்டில் எழுதப்படாமல் பத்துத் தலைமுறை வரையில் மந்திரம் போல மறைபொருளாகவே வைக்கப்பட்ட ஆசிரிய - மாணவர் பரம்பரையாகச் செவி வழியாக வந்தது. இதற்குள்ளாகப் புலவர்கள் களவியல் துறையமைத்துப் பாடல்களை இயற்றினார்கள். களவியல் துறையமைந்த பக்தித் தோத்திரப் பாடல்கள் வெளிவந்து வழக்கத்தில் ஒன்றினபிறகு களவியல் நூலையும் அதன் உரையையும் எழுதினார்கள். அதாவது கி.பி. 8ஆம் நூற்றாண்டில், திருநாவுக்கரசர், திருஞானசம்பந்தர் ஆகியோரின் தேவாரப் பாடல்கள் தோன்றிய பிறகுதான் இந்நூலையும் உரையையும் ஏட்டில் எழுதினார்கள்.

பத்தாவது தலைமுறையில் வந்த முசிறியாசிரியர் நீலகண்டனார் இறையனார் களவியலையும் அதன் உரையையும் ஏட்டில் எழுதி வெளியிட்டார். அந்த உரையின் இடையிடையே மாறவர்மன் பராங்குசன் என்னும் பாண்டியன்மேல் பாடப்பட்ட 'பாண்டிக் கோவை' செய்யுட்கள் (ஏறத்தாழ 350 செய்யுட்கள்) மேற்கோள் காட்டப்பட்டுள்ளன. மாறவர்மன் பராங்குசன் கி.பி.770ஆல் பாண்டி நாட்டை யரசாண்டான். எனவே கி.பி. 8ஆம் நூற்றாண்டில் இவன் இருந்தான் என்பது தெரிகிறது. இவனுக்கு முன் பத்துத் தலைமுறைக்கு முன்பு இறையனார் களவியல் உண்டாயிற்று என்று கூறப்படுவதால், தலைமுறையொன்றுக்கு 30 ஆண்டுகள் என்று கணக்கிட்டால் 30 x 10 = 300 ஆண்டுகள் ஆகின்றன. எனவே கி.பி.8ஆம் நூற்றாண்டுக்கு 300 ஆண்டுகளுக்கு முன், அதாவது கி.பி. 5ஆம் நூற்றாண்டில் இறையனார் அகப்பொருளும் அதன் உரையும் எழுதப்பட்டன என்பது தெரிகிறது. கி.பி. 5ஆம் நூற்றாண்டில் தமிழகத்தைக் களப்பிர அரசர்கள் அரசாண்டார்கள். களப்பிரர் ஆட்சிக் காலத்துக்கு முன்னூறு ஆண்டுகளுக்கு முன்பு கி.பி.2ஆம் நூற்றாண்டில் கடைச்சங்க காலத்தில்

நக்கீரர் வாழ்ந்திருந்தார். அந்த நக்கீரர் இறையனார் களவியலுக்கு உரை கண்டிருக்க முடியாது. கி.பி. 2ஆம் நூற்றாண்டில் இருந்தவர் கி.பி.5ஆம் நூற்றாண்டில் எப்படி இருக்கமுடியும்? ஆனால் இறையனார் அகப்பொருள் உரைப்பாயிரம் சங்ககாலத்து நக்கீரர் இந்நூலுக்கு உரை கண்டார் என்றும் அவ்வுரையைக் கேட்டவர் காரணிகன் உருத்திரசன்மன் என்றும் கூறுகிறது!

நக்கீரர், தலையாலங்கானத்துச் செருவென்ற நெடுஞ்செழியன் காலத்தில் இருந்தவர். இந்த நெடுஞ்செழியன் காலத்துக்குப் பிறகு பாண்டியன் உக்கிரப்பெருவழுதி இருந்தான். இந்தப் பாண்டியன் அகநானூற்றைத் (நெடுந்தொகையை) தொகுப்பித்தான். தொகுத்தவர் உருத்திரசன்மன். இவர்கள் எல்லாரும் கி.பி.250க்கு முன்பு இருந்தவர்கள். நக்கீரர் உருத்திரசன்மனுக்கு முன்பு இருந்தவர். உருத்திரசன்மன், இறையனார் அகப்பொருளுக்கு உரை கேட்டார் என்றும் நக்கீரர் உரை கூறினார் என்றும் களவியல் உரைப்பாயிரம் கூறுவது வரலாற்றுக்குப் பொருந்தாது. உருத்திரசன்மருக்கு, முன்பே நக்கீரர் காலமாய்விட்டார். நக்கீரர், உருத்திரசன்மர், உக்கிரப்பெருவழுதி ஆகியோர் ஒரே காலத்தில் இருந்தவர்கள் என்று கொண்டாலும், கடைச்சங்க காலத்தில் இருந்த இவர்கள், களப்பிரர் காலத்தில், கி.பி.5ஆம் நூற்றாண்டில் வெளிவந்த இறையனார் அகப்பொருளுக்கு எப்படி உரை கண்டிருக்க முடியும்? ஆகவே, உரைப்பாயிரம் கூறுகிற செய்திகள் நம்பத்தக்கனவல்ல. பக்தி இயக்கக் காலத்தில் இருந்த நக்கீரதேவநாயனாரைக் கடைச் சங்க காலத்தில் இருந்த நக்கீரரோடு தவறாக இணைத்துக் கூறுகிறது உரைப்பாயிரம்.[5]

பக்தி இயக்கக் காலத்தில் கீரன் என்றும் நக்கீரதேவ நாயனார் என்றும் பெயர் கூறப்பட்ட ஒரு சிவபக்தர் இருந்தார். அவருடைய பாடல்கள் பதினோராம் திருமுறையில் தொகுக்கப்பட்டுள்ளன. இந்த நக்கீரனாரையும் இவருக்கு முன்பு சங்க காலத்தில் இருந்த நக்கீரனாரையும் பொருத்திக் கூறுகிறது இறையனார் அகப்பொருள் உரைப்பாயிரம். ஆனால் இது வரலாற்றுக்குப் பொருந்தாத கற்பனையாகும்.

---

5. இணைப்பு 4ஐக் காண்க.

முடிவுரை

இறையனார் அகப்பொருள் உரைப்பாயிரம் கூறுகிற முரண்பட்ட செய்திகள், விழிப்புடன் படிக்கிறவர்களைக் குழப்பத்தில் ஆழ்த்துகின்றன என்பதைக் கண்டோம். இதன் காரணத்தை விளக்குவோம்.

களப்பிரர் காலத்துக்கு முன்பு, சங்ககாலத்தில் அகப்பொருள் புறப்பொருள் என்று இரண்டு கொள்கைகள் நாட்டிலும் ஏட்டிலும் இருந்தன. இவை பற்றிப் புலவர்கள் பாடிய செய்யுட்கள் நற்காலமாக இப்போதும் நமக்குக் கிடைத்திருக்கின்றன. இவற்றிக்கு இலக்கனமாக இருந்தது தொல்காப்பியம் (தொல். பொருளதிகாரம்- புறப்பொருளியல், அகப்பொருளியல்)

சங்க காலத்துக்குப் பிறகு களப்பிரர் ஆட்சி ஏற்பட்ட பின்னர் முத்தமிழை ஆராய்வதற்காகப் பாண்டியர் அமைத்த தமிழ்ச் சங்கம் கலைந்துவிட்டது. பௌத்த சைன சமயங்கள் களப்பிரர் காலத்தில், முன்னைவிடச் செல்வாக்கும் சிறப்பும் பெற்று வளர்ந்தன. அப்போது புறப்பொருளைப் பற்றிய புதிய கருத்துச் செல்வாக்கடைந்தது. அதாவது போரில் புறப்பகைவரை வென்று வெற்றி பெறுவதை விட, அகப்பகையான மனமாசுகளையும் ஐம்புலன்களையும் அடக்கிப் பெறுகின்ற வெற்றியே சிறந்த வெற்றி என்னும் சைன- பௌத்த மதக் கொள்கை பரவிற்று (அகப் பகையை வென்று வீரராக விளங்கிய புத்த பெருமானுக்கும் அருகக் கடவுளுக்கும் ஜீனன் - வெற்றி கொண்டவன் என்று பெயர் உண்டு) புலன்களையும் மனத்தையும் அடக்கி அகப் பகையை வெல்லும் கொள்கை சைனருக்கும் பௌத்தருக்கும் புதியவையன்று இக்கொள்கை அவர்களுக்குப் பழமையானது. ஆனால், அந்தக் கொள்கை சங்க காலத்தில் தமிழகத்தில் சிறப்புப் பெறவில்லை. புற வெற்றியே- போர்க்கள வெற்றியே பெரிதும் போற்றப்பட்டது.

களப்பிரர் ஆட்சிக் காலத்தில், சைன பௌத்த சமயங்கள் சிறப்பும் செல்வாக்கும் பெற்ற காலத்தில், அகப் பகையை வென்று வீரனாகும் சமயக்கொள்கை

வலுப்பெற்றுப் பரவிற்று. இது புறப் பொருளுக்குப் புதிதாக ஏற்பட்ட புது மாற்றம் ஆகும். அந்தக் காலத்திலே சைவ-வைணவ சமயங்கள் சமயப் பிரசாரத்துக்காகப் பக்திக் கொள்கையைப் புத்தம் புதிதாக உண்டாக்கின. இக்கொள்கைக்கு ஆதரவாக அகப்பொருளில் புதிய கொள்கையைப் புகுத்தினார்கள். புறப்பகையை வென்று வெற்றி வீரனாகத் திகழ்வதைவிட அகப்பகையை வென்று வீரனாவதே சிறந்தது என்று சைனரும் பௌத்தரும் புறப்பொருளுக்குப் புதிய கருத்துக் கூறியதுபோல, சைவரும் வைணவரும் உலகியல் அகப்பொருள் பற்றிச் சிற்றின்பக் காதலைப் பாடுவதைவிடக் கடவுளுக்கும் பக்தருக்கும் உள்ள தெய்வீகக் காதலைப் (பேரின்பக் காதலை) பாடுவது சிறந்தது என்று அகப்பொருளுக்குப் புதிய பொருள் கற்பித்தார்கள். அதாவது கடவுளைக் காதலனாகவும் (தலைமகனாகவும்) பக்தர்களைக் காதலியாகவும் (தலைவிகளாகவும்) கற்பித்துப் பாடுகிற பேரின்பப் பக்திப் பாடல்களைப் புதிதாகத் தோற்றுவித்தார்கள். இந்தப் பக்திக் காதலைச் சைனரும்- பௌத்தரும் ஏற்றுக்கொள்ளவில்லை. தெய்வத்துக்கும் மனிதருக்கும் காதல் உறவு கற்பிப்பது சரியன்று என்பது அவர்களது கொள்கை.

ஆனால், சைவ-வைணவர், சமணருக்கும் பௌத்தருக்கும் மாறுபாடான பக்திக் காதலை வற்புறுத்தி அகப்பொருள் துறையமைந்த பக்திப் பாடல்களைப் பரப்பினார்கள். தொடக்கக் காலத்தில் இந்தக் கொள்கை தமிழர்களால் ஏற்றக்கொள்ளப் படவில்லை என்று தோன்றுகிறது. பொதுமக்கள், முக்கியமாகப் புலவர்கள், தொல்காப்பிய இலக்கணம் கூறுகிற உலகியல் அகப்பொருளையே பின்பற்றினார்கள். ஆகவே, தெய்வீகக் காதலுக்கு இலக்கணச் சான்று பக்தி இயக்கத்தாருக்குத் தேவைப்பட்டது. ஆகவே, 'இறையனார் அகப்பொருள்' அல்லது 'களவியல்' என்னும் புதிய நூலை எழுதி அதை இலக்கணச் சான்றாகக் காட்டினார்கள். இதற்குத் தெய்வீகமும் பழமையும் கற்பிப்பதற்காகக் கதைகளைக் கற்பித்துக் கூறினார்கள்.

இது இறைவனால் (சிவபெருமானால்) உண்டாக்கப்பட்ட நூல் என்றும், தொல்காப்பியத்துக்குப் பின்னர் இயற்றப்பட்ட நூலானாலும் இது முதல்வனால்

செய்யப்பட்டபடியால் 'முதல் நூல்' என்றும் இது பேரின்பக் காதலைக் கூறுகிறபடியால் 'ஞான நூல்' என்றும் கூறினார்கள். இதற்குப் பழமை கற்பிப்பதற்காக இந்த நூலுக்கு உரை கேட்ட காரணிகள், கடைச்சங்க காலத்தில் இருந்தவரும் அகநானூறு என்னும் அகப்பொருள் செய்யுட்களைத் தொகுத்தவரும் ஆன உருத்திரசன்மன் என்றும், இதற்கு 'மெய்யுரை' கண்டவர் சங்கப்புலவர் என்றும், ஆனால் சங்கப்புலவரான நக்கீரர் கூறிய உரையே இதற்கு 'மெய்யான உரை' என்றும் கற்பித்தார்கள். ஆனால் இந்த உரை உடனே ஏட்டில் எழுதப்படாமல், மந்திர உபதேசம் செய்வதுபோல, பரம்பரை பரம்பரையாகப் பத்துத் தலைமுறை வரையில் ஆசிரியர்-மாணவர் வழியில் ஓதப்பெற்றது என்றும் பத்தாவது தலைமுறையில் முசிறியாசிரியர் நீலகண்டனாரால் இவ்வுரை ஏட்டில் எழுதப்பட்டது என்றும் கதைகள் கற்பிக்கப்பட்டன. இவ்வாறு, புதிய கருத்துக்குப் பழமையும் சிறப்பும் கற்பிப்பதற்காகவும் புதிய கொள்கைக்கு இலக்கணச் சான்று காட்டுவதற்காவும் இறையனார் அகப்பொருளும் அதுபற்றிய கதைகளும் கற்பிக்கப்பட்டன என்று தோன்றுகிறது. இவர்கள் புதிதாக உண்டாக்கிய பேரின்ப அகப்பொருள் கொள்கை நாட்டில் ஊன்றிப் பரவுவதற்கு ஒரு நூற்றாண்டு சென்றிருக்க வேண்டும். ஏனென்றால் கி.பி.7ஆம் நூற்றாண்டில்தான் அப்பர், சம்பந்தர் ஆகிய சைவ நாயன்மார்களும் ஆழ்வார்களும் அகப்பொருள் துறையமைந்த பக்திப் பாடல்களைப் பாடினார்கள் என்பதை அறிகிறோம். பக்தி இயக்கமும் பேரின்பமான அகப்பொருள் கொள்கையும் தோன்றிய பிறகே இத்தகைய பாடல்களைக் காண்கிறோம். இதற்கு முன்பு, கடவுளுக்கும் பக்தனுக்கும் உண்டான பேரின்பக் காதல் பற்றிய செய்யுள் ஒன்றேனும் கிடையாது. இது தமிழிலக்கிய வரலாற்றில் முக்கியமான செய்தியாகும்.

இணைப்பு - 4

நக்கீரர் காலம்

சங்க காலத்தில் கி.பி. 200க்கு முன்பு இருந்த நக்கீரர் வேறு, களப்பிரர் காலத்தில் இருந்த நக்கீரதேவ நாயனார் வேறு என்பதைக் கண்டோம். ஆனால் சில அறிஞர்கள் இரண்டு நக்கீரரும் ஒருவரே என்று கருதிக்கொண்டு இவர்கள் இருவரும் கி.பி. 5ஆம் நூற்றாண்டில் களப்பிரர் காலத்தில் இருந்தவர்கள் என்று எழுதியுள்ளனர். இவர்கள் இவ்வாறு எழுதுவதற்குக் காரணம் என்னவென்றால், இறையனார் அகப்பொருள் என்னும் களவியலுக்கு உரை எழுதியவர், அந்நூலின் உரைப்பாயிரத்தில், சங்க காலத்து நக்கீரரும் களவியலுக்கு முதன்முதல் உரை கண்ட நக்கீரரும் ஒருவரே என்று கருதும்படி எழுதியுள்ளதுதான். களவியல் உரைப்பாயிரம் கூறுவதை முழுஉண்மை என்று இவர்கள் கருதிக்கொண்டு ஆராய்கிறபடியால் இரண்டு வேறு நக்கீரர்களும் ஒருவரே என்று எழுதியுள்ளனர். இரு.எம். எஸ். இராமசாமி அய்யங்கார் தாம் எழுதிய 'தென்னிந்திய சைன ஆய்வுகள்' என்னும் ஆங்கில நூலில் இவ்வாறு எழுதுகிறார்:

"நக்கீரரும் செங்குட்டுவனும் சாத்தனாரும் ஆகிய இவர்கள் சமகாலத்தில், சங்க காலத்தில் வாழ்ந்தவர்கள் என்பதை எல்லோரும் ஒப்புக் கொண்டுள்ளனர். **இந்த நக்கீரர் இறையனாரின் களவியலுக்கு உரை எழுதிய நக்கீரர் ஆவார்;** இந்த உரையை அவர் எழுதாமல் வாய்மொழியாகவே கூறினார். ஆசிரியர்-மாணவர் என்னும் வழிமுறையில் பத்துத் தலைமுறை வரையில் இந்த உரை வாய்மொழியாகவே கூறப்பட்டு வந்தது. இந்தச் செய்தியை, பின்னர் உரையை ஏட்டில் எழுதிவைத்த ஆசிரியர் கூறுகிறார். உரையை ஏட்டில் எழுதிய உரையாசிரியர் எந்தக் காலத்தில் இருந்தவர் என்பதை, அவர் தம்முடைய உரையில் அடிக்கடி கூறுகிற நெல்வேலியிலும் சங்கமங்கையிலும்

போரில் வென்றவனும் அரிகேசரி பராங்குசன் நெடுமாறன் என்னும் பெயர்களைக் கொண்டவனும் ஆகிய பாண்டியன் இருந்த காலத்தைக் கொண்டு தீர்மானிக்கலாம். வேள்விக்குடிச் செப்பேட்டிலிருந்து இந்தப் பாண்டியன் கி.பி.770இல் வாழ்ந்திருந்த ஜடிலவர்மன் பராந்தகனுடைய தந்தை என்பதை அறிகிறோம். ஆகையினாலே களவியல் உரையை ஏட்டில் எழுதிய ஆசிரியர் கி.பி.8ஆம் நூற்றாண்டில் வாழ்ந்தவராதல் வேண்டும். இவர் காலத்திலிருந்து பத்துத் தலைமுறைகளைக் கணக்கிட்டால், தலைமுறை ஒன்றுக்குச் சராசரி 30 ஆண்டு என்று கணக்கிடுவோமானால், முதல்முதல் உரை கூறிய நக்கீரர் காலம் கி.பி.5ஆம் நூற்றாண்டு என்றாகிறது. கி.பி.770இல் இருந்து 10x30 ஐக் கழிக்க வேண்டும். ஆகவே, இந்த நூற்றாண்டே சங்கம் (கடைச்சங்கம்) இருந்த காலமாகும்."[1]

இவர் ஆராய்ந்து கண்ட முடிவு சரியே. இறையனார் அகப்பொருள் உரைப்பாயிரத்தின்படி ஆராய்ந்து, களவியலுக்கு உரை கண்ட நக்கீரர் கி.பி.5ஆம் நூற்றாண்டில் இருந்தவர் என்று கூறியது முற்றிலும் சரியே. இதையே நாமும் கூறியுள்ளோம். நக்கீரர் அடிநூல், நக்கீரர் நாலடி நானூறு, கயிலைபாதி காளத்திபாதித் திருவந்தாதி, திரு ஈங்கோய்மலை எழுபது, திருவலஞ்சுழி மும்மணிக் கோவை, திருவெழுகூற்றிருக்கை, பெருந்தேவபாணி, கோபப்பிர சாதம், காரெட்டு, போற்றிக் கலிவெண்பா, கண்ணப்பதேவர் திருமறம் ஆகிய நூல்களைப் பாடிய (இந்நூல்கள் சைவ சமயத் திருமுறைகளில் ஒன்றான பதினோராம் திருமுறையில் தொகுக்கப்பட்டுள்ளன) நக்கீரதேவ நாயனார் களப்பிரர் ஆட்சிக் காலத்தில் இருந்தவர் என்று கூறினோம். ஆனால் இந்த நக்கீரர், கடைச்சங்க காலத்தில் தலையாலங்கானத்துச் செருவென்ற பாண்டியன் நெடுஞ்செழியனையும் நெடுநல்வாடை முதலான சங்கச் செய்யுட்களையும் பாடிய சங்க காலத்து நக்கீரர் அல்லர் என்றும் கூறினோம். களவியல் உரைப்பாயிரக் கருத்துப்படி இரண்டு வேறு நக்கீரர்களும்

---

1. M.S. Ramaswami Ayyangar, Studies in South Indian Jainism, 'Date of Nakkirar,' 1922

ஒருவரே என்று தெரிகின்றனர். இது வரலாற்றுக்குப் பெரிதும் மாறுபாடாக இருக்கிறது. ஆகவே, இறையனார் அகப்பொருள் உரை இரண்டு வேறு நக்கீரர்களை ஒருவரே என்று இணைத்துக் கூறுவது தவறு என்பது நன்றாகத் தெரிகிறது. சங்க காலத்தில் இருந்த திருமுருகாற்றுப்படை பாடிய நக்கீரரை நக்கீரதேவ நாயனாருடன் பிணைத்துக் கூறினால் இறையனார் அகப்பொருள் உரைக்குப் பெருமதிப்பு ஏற்படும் என்னும் காரணம்பற்றி இரு நக்கீரர்களையும் ஒருவராகப் பிணைத்துக் கூறினார்கள் போலும். ஆனால், இரண்டு நக்கீரர்களும் வெவ்வேறு காலத்தில் இருந்தவர்கள் என்பதும் இருவரும் சில நூற்றாண்டுகளுக்கு முன்பும் பின்பும் இருந்த வெவ்வேறு நக்கீரர்கள் என்பதும் தெரிகின்றன.

திரு. பி.தி. சீனிவாச அய்யங்கார், தாம் எழுதிய 'தமிழர் வரலாறு' என்ற ஆங்கில நூலில், நான்கு நக்கீரர்கள் இருந்தனர் என்று கூறுகிறார். அவர்களில் முதல் நக்கீரர் திருமுருகாற்றுப் படையையும் பத்துப்பாட்டில் நெடுநல்வாடையையும் சங்கத் தொகைகளில் பல செய்யுட்களையும் பாடியவர். இரண்டாம் நக்கீரர், நாலடி நாற்பது என்னும் செய்யுள் இலக்கணம் எழுதியவர். மூன்றாம் நக்கீரனார், அகப்பொருளுக்கு (இறையனார் அகப்பொருளுக்கு) முதன்முதல் உரை கண்டவர். நான்காம் நக்கீரர், பிற்காலத்தில் (பதினோராந் திருமுறையில்) சைவப் பாடல்களைப் பாடியவர். இந்த நால்வரையும் தமிழ்ப் புலவர்கள் ஒருவர் என்று இணைத்துக் கூறுகிறார்கள் என்று எழுதுகிறார்.[2]

இவர் கூறுகின்ற நான்கு நக்கீரர்களை இரண்டு நக்கீரர்களாக அடக்கலாம். ஒருவர் சங்கச் செய்யுட்களையும் நெடுநல் வாடையையும் திருமுருகாற்றுப் படையையும் பாடிய கடைச்சங்க காலத்து நக்கீரர். இவர் கி.பி. 2ஆம் நூற்றாண்டில் இருந்தவர். இரண்டாம் நக்கீரர் நாலடி நாற்பது என்னும் யாப்பிலக்கண நூலை எழுதியவர் என்று யாப்பருங்கல உரைகாரர் கூறுகிறவரும் இறையனார் அகப்பொருள் உரைக்கு முதன்முதல் உரைகண்ட வரும் பதினோராம் திருமுறையில் தொகுக்கப்பட்டுள்ள தோத்திரப் பாடல்களைப் பாடியவரும் ஆவார்.

---
2. P.T. Srinivasa Aiyangar, History of the Tamils, 1929, p.409.

திரு.கே.ஏ. நீலகண்ட சாஸ்திரி, இறையனார் அகப்பொருள் உரை கூறுகிற நக்கீரர் காலத்தையறிய முடியாமலிருப்பது பற்றித் தம்முடைய 'பாண்டிய இராச்சியம்' என்னும் நூலில் இவ்வாறு எழுதுகிறார். "இறையனார் அகப்பொருளுக்குத் தலைமுறை தலைமுறையாகத் தொடர்ந்து வந்த நக்கீரனாருடைய உரை, இப்போதுள்ளபடி சங்கச் செய்யுள்களிலிருந்து மேற்கோள் காட்டுவதோடு, கி.பி. 7ஆம் நூற்றாண்டின் பிற்பகுதிக்கு முன்பு நடக்காத நிகழ்ச்சிகளையும் மேற்கோள் காட்டுகிறது. இந்த மேற்கோள்களிலிருந்து (இவர் காலத்தைப் பற்றி) ஒன்றும் அறிய முடியவில்லை" என்று எழுதுகிறார். மேலும், அவர் எழுதுவது வருமாறு: "தலையாலங்கானத்துச் செருவென்ற பாண்டியன் நெடுஞ்செழியனின் சமகாலத்தில் இருந்தவரும் அவனுக்கு வயதில் இளையவருமான நக்கீரரின் காலத்தையறிய இறையனார் அகப்பொருள் உரையில் கூறப்படுகிற பாண்டிய அரசர் காலத்திலிருந்து பத்துத் தலைமுறையைப் பின்னால்கொண்டு கணிக்கும் முயற்சியும் அவர் காலத்தைத் திருப்திகரமாகக் கூறமுடியவில்லை."[3]

இவர், நக்கீரனாரின் காலத்தை அறிய முடியாத காரணம் என்ன? இறையனார் அகப்பொருளின் உரைப் பாயிரம் பழைய காலத்து நக்கீரரையும் பிற்காலத்து நக்கீரரையும் ஒருவராக இணைத்துப் பொருத்திக் கூறுகிற தவறு காரணமாகக் காலத்தை அறிய முடியவில்லை. இரண்டு நக்கீரர்களையும் தனித்தனிப் பிரித்து விட்டுக் கவனித்துப் பார்த்தால் காலம் தெளிவாகத் தெரிகிறது. இறையனார் அகப்பொருளுக்கு உரை கண்ட நக்கீரர் கி.பி.5ஆம் நூற்றாண்டிலிருந்தவர் என்பதும் சங்க காலத்து நக்கீரர் அவருக்கு முன்பு பல நூற்றாண்டுகளுக்கு முன்னர் கி.பி. 2ஆம் நூற்றாண்டில் இருந்தவர் என்பதும் தெளிவாகத் தெரிகின்றன.

---

3. KA. Nilakanta sastri, The Pandian Kingdom.

நூலடைவு

இலக்கியம்

1. அகநானூறு
2. குறுந்தொகை
3. சிலப்பதிகாரம்
4. சீவகசிந்தாமணி
5. நற்றிணை
6. நாலாயிர திவ்வியப் பிரபந்தம்
7. பதிற்றுப்பத்து
8. பதினெண் கீழ்க்கணக்கு நூல்கள்
9. பட்டினப்பாலை
10. பரிபாடல்
11. பன்னிரு திருமுறைகள்
12. பாண்டிக்கோவை
13. புறநானூறு
14. பெரியபுராணம்
15. பெருங்கதை
16. மணிமேகலை

இலக்கணம்

17. இறையனார் களவியல் உரை
18. கல்லாடம்
19. தொல்காப்பியம்
20. யாப்பருங்கலம்- பழைய விருத்தி உரை

கல்வெட்டுகள்

21. பல்லவர் செப்பேடுகள் முப்பது
22. பாண்டியர் செப்பேடுகள் பத்து
23. Annual Reports on; South Indian Epigraphy (From 1887).

24. Epigraphia Camatica
25. Epigraphia Indica
26. Epigraphia Zeylonica
27. Inscripitions of Pudukkottai State
28. Mysore Archaeological Report
29. Rangacharya, V., A Topographical List of the Inscriptions of the Madras Presidency. (Three Volumes)
30. South Indian Inscriptions

தமிழ்நூல்கள்

31. சதாசிவ பண்டாரத்தார், டி.வி., தமிழ் இலக்கிய வரலாறு (கி.பி., 250 – 800), 1965
32. பாண்டியர் வரலாறு 1969
33. பன்னீர் செல்வம், இரா., தமிழ்நாடும் களப்பிரரும், 1973
34. மயிலை சீனி வேங்கடசாமி, சமணமும் தமிழும்
35. பௌத்தமும் தமிழும்
36. மறைந்துபோன தமிழ் நூல்கள்
37. 19–ஆம் நூற்றாண்டில் தமிழ் இலக்கியம்
38. வேங்கடராஜுலு ரெட்டியார், வே., கபிலர், 1936

ஆங்கில நூல்கள்

39. Arokiaswamy, M., The Early History of the Vellar Basin, 1954
40. Codrington, H.W., A Short History of Ceylon
41. Jyoti Prasad Jain, The Jaina Sources of History of Ancient India (100 BC–900 AD), 1964
42. Krishna Rao, N., A History of the Early Dyrnasties of Andhra Desa
43. Krishnaswamy Ayyangar, The Age of Imperial Unity, Vol II
44. Law. B.C., Geography of Early Buddhism
45. Nilakanta Sastri, K.A., The Colas
46. A Comprehensive History of India, Vol ii
47. Foreign Notices of South India
48. Pandyan Kingdom
49. Rama Rao, M., Studies in the Early History of Andradesa
50. Ramaswamy Ayengar, M.S., Studies in South Indian Jainism

51. Sivaraja Pillai, K.N., The Chronology of the Early Tamils
52. Srinivasa Iyanger, P.T., History of the Tamils, 1929
53. Subramaniam, N., History of Tamilnadu (to AD 1336)
54. Valyapuri Pillai, S., History of Tamil Language and Literature.
55. Wilhelm Geiger (Translation), Sulavamsa, 1929

மலர்கள்

36. அண்ணாமலைப் பல்கலைக்கழக இதழ், தொகுதி 6
57. சீவகசிந்தாமணி சொற்பொழிவு மலர், 1952
58. செந்தமிழ், தொகுதி 12, 20
59. Journal of Indian History, VIII, XXXIV
60. Journal of Oriental Research, Madras, 1933
61. Journal of Royal Asiatic Society, 1934
62. Joumal of Royal Asiatic Society. Ceylon Branch, XXIV
63. Journal of Tamil Studies, III
64. Madras Christian college Magazine, January 1929
65. University of Ceylon Review, Vol ill, Pt I

கன்னட நூல்கள்

66. கிருஷ்ண ராவ், டாக்டர் எம்.வி., கேசவபட்ட, எம்., கர்நாடக இதிஹாஸ தர்ஸன (கன்னட தேசத்தின் வரலாறு), 1970
67. சிதானந்த மூர்த்தி, டாக்டர் எம்., கன்னட ஸாஸனகள ஸாம்ஸ் கிருதிக அத்யயன (கி.பி.450-1150), 1966

பாலி மொழி நூல்கள்

68. ஆசாரிய புத்ததத்ததேரர், வினய வினிச்சயம்
69. வட்டார தனெ; பத்ராபாஹு பட்டாரா கதெ

பொருளடைவு

அகநானூறு 10, 19, 109, 110, 112
இரேணாட்டுச் சோழர் 28
அச்சுதக் களப்பாளன் 21
அச்சுதக் களப்பாளர் 70
அச்சுத விக்கந்தன் 23, 44
அச்சுகன் 21, 81, 102,76
அசோகச் சக்கரவர்த்தி 14, 71,
அருந்த ராமையர் 124
இரேணாட்டுச் சோழன் 36
இலக்கிய நூல்கள் 105
இலங்கை 4,47, 78, 81
இலங்கையில் பாண்டியர் ஆட்சி 46
இலங்கை வரலாற்றுச் சுருக்கம் 38
அநுமன் 63
அபயநாகன் 39
அபிதம்மாவகாரம் 22,80
அமராவதி 29
அவிரியப் புறனடை 97
அவியம் 97
அவிநயனார் 97
அவிநயனார் யாப்பு 67
அற்புதத்திருவந்தாதி 106
இலம்ப கன்னர் 40
இளம் பரிந்தன் 48
இறையனார் அகப்பொருள் 90,105
இறையனார் அகப் பொருள்
வரலாற்று ஆய்வு 115-168
இன்னாநாற்பது 111, 115, 116
ஈரான் 101
இனியவை நாற்பது 117
ஈனயானம் 78
உதயணன் 102
உதயணன் கதை 130
அனுராதபுரம் 41, 46, 48, 78, 79,81
உத்தரவினிச்சயம் 22
ஆசாரக் கோவை 118
ஆசாரியதம்ம 85
ஆசாரிய திக்நாகர் 82
ஆந்திர தேசத்தின் பழைய
வரலாற்று ஆய்வுகள் 34
ஆரோக்கியசாமி டாக்டர். எம்.. 61,64
இசைக்கலை 128
இரட்டை மணிமாலை 111, 116 t 11, 13
இராமசாமி அய்யங்கார் 16, 17
இராமராவ் 34
இருக்குவேள் அரசர் 62
இரேணாட்டு 38
உபதிஸ்ஸன் 42,43,51,56
உம்பர்காடு 9
உரோகணநாடு 46, 89
உறையூர் 33
எபிகிறாபியா இந்திகா 11,32
எலிவிருத்தம் 101
எளஞ்சோள மஹாதேவி 32
ஏலாடு 120
ஐங்குறு நூறு 110

ஐந்திணை எழுபது 122
ஐந்திணை ஐம்பது 121
ஓகாரிக திஸ்ஸன் 38
ஓவியக் கலை 172
கங்கபோதி 39
கங்கர் 15
கட்டடக்கலை 125
கடப்பை 28,30,32
கடப்பை மாவட்டம் 31
கடம்பர் 15
கடுங்கோன் 66
கண்ணகி 10
கண்ணஞ்சேந்தனார் 122
கண்ணதாசன் 80
கண்ணன் சேந்தனார் 122
கணபதீச்சரம் 117
கணிமேதாவியார் 120, 123
கணைக்கால் இரும்பொறை 9, 10, 18
கதிர் காமம் 49
கபிலதேவநாயனார் 107, 112, 115, 116
கபிலர் 115
கபிலன் 39
கம்பன் 130
கமலபுரம் 32
கயிலைபாதி காளத்திபாதித் திருவந்தாதி 108
கர்னூல் 30
கல்லாட தேவநாயனார் 109, 112
கல்லாடம் 14
கல்லாடனார் 109
கலிங்க நாடு 41
கவித்தொகை 110
கவீரபட்டினம் 80
கழப்பு நாடு 14

களப்பாள் 11, 24
களப்பாளர் 12
களப்பிர இராச்சியம் 15
களப்பிரப் போர் 36
களப்பிரர் 15,101
களப்பிரரும் பிராமணரும் 71
களபப்பு 14
களம்பாளர் 11
களவர் 13
களவியல் 105
177
கரிகாற்சோமுன் 29,30,31,38
கன்னடம் 13 14
கன்னட வடுகர் 13
கஸ்ஸபன் 53
காக்கைபாடினியம் 97
காக்கை பாடினியார் 97
காஞ்சி 29,64
காஞ்சிபுரம் 29,81,82
கார் நாற்பது 121
காரியாசான் 119
காரெட்டு 108
காரைக்கால் அம்மையார் பதிகங்கள் 105, 128
காவியக்கலை 129
காளிதாசன் 55
கான்டன் 83
கிரிமேகவண்ணன் 42
கிருஷ்ணசாமி அய்யங்கார்எஸ். 13
கிருஷ்ண சாஸ்திரி 33
கிருஷ்ணராவ் எம்வி.15
கிளிவிருக்கும 101
கீர்த்திசேனன் 55
கீர்த்தி ஸ்ரீ மேகன் 58

கீழ்க்கணக்கு நூல்கள் 112
குட்டுவன் சேரல் 9
குணபான் 75
குமாரசம்பவம் 33
குமாரதாதுசேனன் 55
குறுந்தொகை 109,110,112
குனாட்டியார் 103
கூரம் செப்பேடு 69
கூற்றுவ நாயனார் 25 27
கூற்றுவன் 88
கைந்நிலை 124
கொங்குநாடு 9, 10,102
கொங்குவேள் 106,104
கொங்குவேன் மாக்கதை 102
கொடும்பர்ளூர் 80 62
கொற்கைகிழான் தற்கொற்றம் 71
கோக்கோதைமார்பன் 9, 10
கோதா பயன் 39, 40
கோபப்பிரசாதம் 107
கோபிநாதராவ் டி.ஏ., 69
கோலார் 15
கோலாலபுரம் 15
கோவலன் 10
கோழியூர் 33
கௌசாம்பி 83
சக்தி கோமார விக்கிரமாதித்தியன் 32
சங்ககிருக்து 63
சங்க திஸ்ஸன் 39
சங்கபால மகாதேரர் 80
சங்கபாலர் 78
சங்கமித்திரர் 40.41
சங்கரன் கே. ஜி, 11
சத்தக் காகசன் 45
சதகர்ணி 103

சதாசிவ பண்டாரத்தார் 11, 12,19, 68, 69, 116, 122, 123
சந்திரகிரி 15
சந்திரகுப்தன் 14, 41, 71, 87
சமணம் 85, 86
சமணர் 76
சமயபுரம் 32
சமஸ்கிருதம் 14
சளுக்கியா 84
சாக்கிய நாயனார் 76, 77
சாகுஸ்தன் 10
சாசனவம்சம் 85
சாத்தந்தையார் 122
சாதவாகன் 103
சா'ன் மதம் 88
சீங்களம் 84, 85
சிதம்பரம் 24
சிதானந்த மூர்த்தி 15
சிம்மகூரி 75
சிம்மவக்த்ரம் 82
சிம்மவர்மன் 75
சிம்ம விஷ்ணு 36,64,66
சிம்ம விஷ்ணு பல்லவன் 67
சிரவண பௌகொள 14, 15, 89
சிலப்பதிகாரம் 30, 60, 100, 125, 129
சிலம் கூறு 32
சிலாகாலன் 56, 57
சிவஞானபோதம் 70
சிவபெருமான் திருவந்தாதி 110, 112, 116, 117
சிவபெருமான் திருவிரட்டை மணிமாலை 110
சிற்பக்கலை 127
சிறிகுட்டன் 79

சிறு காக்கை பாடினியம் 97
சிறியதிருமடல் 103
சிறுத்தொண்ட நாயனார் 116, 117, 122
சிறுபஞ்சமூலம் 119
சீயமங்கலம் 82
சீலபத்திரர் 8
சீவகசிந்தாமணி 99, 100, 130
சீனம் 29, 83
சீனிவாச அய்யங்கார்பி.டி.21, 68, 113
சுங்கமித்திரர் 78
சுந்த சனந்தன் 36
சுந்தரமூர்த்திநாயனார் 25
சுமதி 43, 80, 81
சூரசேனி 93
சூலவம்சம் 38, 42, 48, 58, 55, 56, 65
செங்கணான் 9, 10
செங்குட்டுவன் 9
செந்தமிழ்த் திங்களிதழ் 11
செந்தலைத்தூண் கல்வெட்டு 69
செல்வக்கடுநகோ வாழியாதன் 110, 116
சேக்கிழார் 14, 73, 74
சேரமான் கோக்கோதை மார்பன் 18
சேரன்செங்குட்டுவன் 112
சைவ சமய நூல்கள் 105
சைவசமயம் 88
சைவ நாயன்மார் 90
சொத்திசேனன் 43, 44
சோடசாவதானம் சுப்பராய செட்டியார் 108
சோடர் 28
சோணன் 79
சோழன் உருவப்பஃறேர் இளஞ்சேட்சென்னி 112
சோழன் செங்கணான் 18

சோமுன் கத்திவாமன் 34
சோழியகாடு 30
சோளமகாராசன் 39
தக்கிண மதுரை 76
தமிழ்ச்சங்கம் 76
தமிழமகிஷி 43
தருமசேனர் 75
தரும பால ஆசாரியார் 82, 83, 84
தலையாலங் கானத்துச் செரு வென்ற நெடுஞ்செழியன் 10, 109
தளவாய்புரச் சாசனம் 11, 12
தனஞ்சயவர்மன் 33, 36
தனஞ்சயேண்டு 32
தாட்டாபபூர் 57
தாட்டியன் 49
தாதுசேனன் 47, 50, 56
தாம்பிரபரணி 8
திக்நாகர் 83
தின்னாகர் 82
திகம்பரதர்சனம் 75
திண்டிகன் 16
திணைமாலை நூற்றைம்பது 123
திணைமொழி ஐம்பது 121
திரமிள சங்கம் 75, 76
திராவிட இனத்தவர் 13
திராவிட சங்கம் 16, 7, 76
திராவிட ஜைனசங்கம் 89
திரிகடுகம் 118
திரிதரன் 49
திரிபிடங்கள் 80
திரு ஈங்கோய்மாலை எழுபது 107
திருக்கண்ணப்பதேவர் திருமறம் 108, 109
திருக்குறுந்தொகை 116

திருஞான சம்பந்தர் நாயனார் புராணம் 73,74, 105
திருஞான சம்பந்தர் 70, 126
திருத்தக்கதேவர் 99
திருத்தொண்டர் திருவந்தாதி 25
திருத்தொண்டர் புராணம் 14. 15,77, 105
திருநாவுக்கரசர் 75.70 7,7 99, 105, 113, 114, 126
திருப்பாதிரிப்புலியூர் 75
திருமங்கையாழ்வார் 103
திருமடல் 103
திருமால் 87
திருமுருகாற்றுப்படை 108, 109
திருவலஞ்சுழி மும்மணிக் கோவை 107
திருவாசகம் 101
திருவாலங்காடு 105
திருவிரட்டை மணிமாலை 106
திருவெழு கூற்றிருக்கை 107
திருவேங்கட திஸ்ஸன் 88
தீர்த்தங்கரர் 95
துர்வினிதன் 104
தெலுங்குச் சோழர்கள் 34
தென் பெண்ணையாறு 24
தேரவாதபௌத்தர்கள் 40
தேரவாதப் பௌத்தம் 78
தேவாரத்திருப்பதிகங்கள் 105
தேவாரப்பதிகம் 99
தேவாரம் 76
தொண்டை மண்டலம் 13, 14, 24
தொண்டை நாடு 29,34,75
தொல்காப்பியம் 93
நக்கீரதேவநாயனார் 107, 108, 112
நக்கீரர் அடி நூல் 98

நக்கீரர்காலம் 169-172
நக்கீரர் நாலடி நானூறு 98
நச்சினார்க்கினியர் 111
நத்தத்தம் 93
நந்திமலை 15
நந்திவர்ம சோழன் 33
நந்திவர்மன் 38,36
நம்பியாண்டார் நம்பி 25
நரசிம்மவர்மன் 118, 129
நரிவிருத்தப 99,100,101
நளாந்தா 82
நற்றிணை 112
நாயக நாயகி பாவக் கொள்கை 90
நாலடி நாற்பது 77
நாலடியார் 70
நாவுக்கரசர் தேவாரம் 99
நாளந்தாப் பல்கலைக் கழகம் 88
நான்மணிக்கடிகை 115
நியாயத் துவராம் 82
நியாயப்பிரவேசம் 82
நீலண்ட சாஸ்திரி 11, 16, 60, 68
நெடுஞ் செழியன் 10
நெற்குன்றம் கிழான் 70
ப-ஹியன் 42
பக்தி இயக்கம் 89
பஞ்ச சூடானீ 81
பட்டினப் பாலை 30
படராதித்தவிகார் 85
பத்திரபாகு முனிவர் 14, 87
பதிற்றுப்பத்து 9, 97, 110,112
பரண தேவநாயனார் 112
பரணர் 9
பரதுர்க்கமர்தனன் 61
பரமார்த்த தீபனீ 81

பரவீர ஜித்து 63
பரிதேவன் 49
பரிந்தன் 48
பல்காப்பியப் புறனடை 98
பல்காப்பியம் 98
பல்காயம் 98
பல்லவ சிம்மவிஷ்ணு 87
பல்லவதரையன் 67
பல்லவ தேசம் 100
பழமொழிநானூறு 119
பள்ளன் கோயில் செப்பேடு 67
பன்னிருபாட்டியல் 14
பாண்ட்யாதி ராஜன் 66
பாண்டிநாடு 14,74
பாண்டியர் 76
பாண்டியர் செப்பேடு 73
பாண்டியர் செப்பேடுகள் பத்து 11
பாண்டியர் வரலாறு 12,16
பாண்டியன் உக்கிரப் பெருவழுதி 18
பாண்டியன் கடுங்கோன் 37
பாண்டியன் முதுகுடுமிப் பெருவழுதி 71
பாண்டு 46
பாரசீக தேசம் 101
பாலி 12,93
பாலிதேரர் 85
பாலிமொழி 21 பிட்டியன் 50
பிடக நூல்கள் 84
பிண்டியர் 76
பிராகிருத சமஸ்கிருதமொழி 98
பிராகிருதம் 12, 13, 93, 104
பிராமி எழுத்து 92
பிருஹத்கை 108
பிள்ளையார்பட்டி குகைக் கோயில் 126
புண்ணிய குமரன் 32, 33

புத்தகோஷ ஆசாரியர் 81
புத்த கோஷமகாசாரியர் 80
புத்தகோஷர் 43, 44
புத்தசிகா 80
புத்தத்ததேரர் 22
புத்தத்த மகாதேரர் 79, 80. 81
புத்ததாசன் 42
புத்தர் 41, 95
புக்தமித்திரர் 81
புத்தவம்சாட்டகதா 22,80
புதுக்கோட்டை 119
புதுக்கோட்டைச் சாசனங்கள் 63
புதுவகைப் பாக்கள் 93
புருஷார்த்துல 33
புல்லி 13
புலிகேசி 36
புல்லங்காடனார் 124
புலிக்கொடி 24
புறத்திணை 18
புறத்துறை 18
புறநானூறு 110, 112
புறப்பொருளும் அகப்பொருளும் 95
பூதஞ்சேந்தனார் 117
பூகமங்கலம் 28
பெத்த முடியம் 81
பெரிய புராணம் 14, 25, 73, 88
பெருங்கதை 102, 103, 130
பெருந்தேவபாணி 107
பெருவாயில் முள்ளி 118
பேதுல்லியமதம் 40
பேராசிரியர் 113
பேரியாறு 10
பொறையர் 9
போதிதருமர் 82

போதியர் 76
போற்றிக்கலி வெண்பா 108
பௌத்த சமய வளர்ச்சி 76
பௌத்தம் 13,85,86
பௌத்தமும் தமிழும் 76.80
மகாசேனன் 41, 79, 88
மகாதம்ம கீர்த்த 42
மகாதாட்டிக மகாநாகன் 49
மகாதானிக மகாநாகன் 49
மகாநாமன் 43, 44, 79
மகாயான பௌத்தம் 40, 41, 78,81
மகாவம்சம் 89
மகாவிகார் 79
மகாவிகாரை 47
மகாவீரர் 100
மகேந்திரவர்மன் 75, 116
மகேந்திர விக்ரமன் 36
மணிமேகலை 102, 103, 125, 129
மதனவிலாசன் 33
மதுரை 10, 14, 25, 74
மதுரைக் கண்ணன் கூத்தனார் 121
மயூரப்பட்டணம் 81
மலைபாடு 32
மலையத்துவஜன் 63
மறைந்துபோன தமிழ் நூல்கள் 97
மைரேத பூரணி 81
மஜ்ஜிமகாயம் 81
மாக்கதை 102
மாணிக்கவாசகர் வரலாறும் காலமும் 111
மாமல்லன் 69
மாயவரம் 81
மார்த்த வசித்தன் 33
மாவலிகங்கை 4"

மாறன் பொறையனார் 121
மிக்கசேனன் 45, 46
மீன் கொடி. 24
முசிறிப்பட்டினம் 10
முத்தரையர் 11.69
மும்மையால் உலகாண்ட மூர்த்தியார் 25
முன்றுறையரையர் 119
மூத்த திருப்பக்கங்கள் 105
மூத்தரையனர் இரட்டை மணிமாலை 110
மூர்த்திநாயனார் 14, 25,88
மூர்த்தியார் 25
மூலாதியார் 122, 123
மெய்கண்டதேவர் 70
மேகவண்ணாயன் 40
மொக்கல்லானன் 51 53-57
மொக்கல்லானன் 11 58
யாப்பருங்கலக்காரிகை 98
யாப்பருங்கலம் 19. 22, 98
யாப்பருங்கல விருத்தியுரை 20, 107
யாப்பருங்கல விருத்தியுரை காரர் 98
யாப்பருங்கல விருத்தியுரை யாசிரியர் 102
யுவான் சுவாங் 29
ரூபாரூபவிபாகம் 22
லோகவிபாகம் 75
வச்சிரநந்தி 16, 17,76,89
வச்சிரநந்தி ஆசாரியார் 75,76
வச்சிர நந்தியின் திரமிள சங்கம் 139-152
வசுபந்து 82
வட்டாரா தனே 14
வட்டெழுத்து 92
வர்த்தமான மகாவீரர் 100

விக்கந்தன் 80
விக்கிரமாதித்திய சோளமஹாராஜுலு 32
விசயமங்கலம் 102
விசுத்திமக்கம் 44
விநாயகர் வழிபாடு 122
வில்கொடி 24
விளக்கத்தார் கூத்து 102
வினய வினிச்சயம் 22, 28, 80
விஜயகுமரன் 39
வீரசோழிய உரை 101
வீரசோழியம் 81
வெங்கையா 35
வெள்ளாறு வட்டத்தின் பழைய வரலாறு 61
வேங்கடசாமி மயிலை சீனி 76, 124, 129
வேங்கடநாடு 13
வேங்கடராஜூலு ரெட்டியார் 111
வேணுகாசர் 23,80
வேலூர்ப்பாளையச் செப்பேடு 67
வேள் விக்குடி 71,72
வேள்விக்குடிச் செப்பேடு 11, 12, 18, 19, 37, 66
வைணவ ஆழ்வார் 90
வைணவ சமயம் 87
வைதிகம் 85,86
வையாவிக் கோப்பெரும்பேகன் 112
ஜப்பான் 83
ஜப்பானியர் 83
ஜீனர் 95
ஜினாலங்காரம் 22,80
ஜென்மதம் 83
ஜேட்ட திஸ்ஸன் 41, 79

ஜேட்டதிஸ்ஸன் JI 42
ஜைனசமய வளர்ச்சி 73
ஜோதிபாலர் 43,81
ஸ்ரீ கங்கபோதி 40
ஸ்ரீ கள்வரகள்வன் 70
ஸ்ரீ தாசன் 38
ஸ்ரீ நாகன் II 39
ஸ்ரீ வோகன் 19
ஸ்ரீ புருஷன் 16
ஸ்ரீமேகவண்ணன் 41
ஸாரத்த பகாசீனி 81
ஹல் மிடி 16
ஹூராஸ் அடிகள் 61
Age of Imperial unity 13
Chickbalpur 15
Chintamani 15
Comprehensive History of India 16
Contemporary Buddha Gesha 23
Epigraphia Indica 11, 33
Geography of Early Buddhism 84
Heras, Rev H., C1
History of the Tamils 21
Hoskote 15
Journal of Indian History 13 Law B. C., 84
Nilakanta Sastri K. A., 16, 61
Mysore Archaeological Report 16
Ramasami Ayengar M. S., 17
Short History of Ceylon 38
Studies in South Indian Jainism 17
Studies in the Early Histoyr of Andhradesa 34